सुखदयात्रा

'दिलीपराज प्रकाशन प्रा. लि.'च्या नवीन पुस्तकांची यादी व माहिती हवी असल्यास आपला पत्ता, दूरध्वनी क्रमांक किंवा *Email* आमच्या *diliprajprakashan@yahoo.in* या *Email address* वर पाठवावा किंवा आमच्याशी दूरध्वनी क्रमांक फॅक्ससहित : ०२०-२४४८३९९५/ २४४९५३१४ /२४४७१७२३ यावर संपर्क साधावा.

आमच्या वेबसाईटला एकदा अवश्य भेट द्या.

Website: *www.diliprajprakashan.com*

सुखदयात्रा

(ललित लेख)

ग. वा. बेहेरे

दिलीपराज प्रकाशन प्रा. लि.
२५१ क, शनिवार पेठ, पुणे - ४११ ०३०.

सुखदयात्रा / Sukhadyatra

प्रकाशक
राजीव दत्तात्रय बर्वे,
मॅनेजिंग डायरेक्टर,
दिलीपराज प्रकाशन प्रा. लि.,
२५१ क, शनिवार पेठ, पुणे - ४११ ०३०

© श्री. रवि बेहेरे

श्रीनिकेतन, ४०/२१,
भोंडे कॉलनी, पुणे ४११ ००४
Email : ravirajprakashan@gmail.com

प्रकाशन दिनांक : १५ सप्टेंबर २०१३

प्रकाशन क्रमांक : २०५१

ISBN : 978 - 93 - 82988 - 30 - 4

मुद्रक
Repro India Ltd, Mumbai.

टाइपसेटिंग
मधुराज प्रिंटर्स अॅण्ड पब्लिकेशन्स प्रा. लि.
स. नं. २९/८-९, पारी कंपनीजवळ,
धायरी, पुणे - ४११ ०४१

मुद्रितशोधन - मिलिंद बोरकर, पुणे

मुखपृष्ठ - अनिल उपळेकर

आतील सजावट - रेषविश्व अॅड, सागर नेने

अनंत हा माझा भाचा.

तो कॉलेजमध्ये असताना पुण्यात आमच्या घरी शिकला.

त्या उमेदीच्या काळात माझ्या बोलण्या-वागण्याचा त्याच्यावर परिणाम झाला असावा.

कॉलेजचे शिक्षण अर्धवट टाकून वडिलांच्या सांगण्यावरून न आवडणाऱ्या उद्योगात त्याला पडावे लागले.

तेथे त्याचे मन रमले नाही.

त्याच्या हातून थोडेफार स्वैर वागणे झाले.

त्या त्याच्या वागण्याचे कारण माझे त्याच्यावरील झालेले संस्कार, अशी सर्वांनी व्यर्थ समजूत करून घेतली. तो वाईटपणा मी हसतमुखाने स्वीकारला. या आपत्काळातून बाहेर पडून तो कर्तृत्वाच्या दिशेने पावले टाकत निघाला. त्याचा लौकिक कोणी रोखू शकले नाही. त्याच्या मनासारखे सगळे होत गेले. इचलकरंजीतले सहकारी जग त्याच्यापुढे माना डोलावू लागले. साह्य मागायला आलेल्या पात्र माणसाला त्याने विन्मुख पाठवले नाही.

जन्माने ब्राह्मण असून तो कोल्हापूर जिल्हा काँग्रेसचा अध्यक्ष झाला.

यशवंतराव चव्हाण, वसंतदादा पाटील या सर्वांच्या विश्वासातला माणूस म्हणून लोक त्याला ओळखू लागले.

आमच्या राजकीय वाटा वेगळ्या होत्या; तरी उपजत आणि सहवासाने माझे त्याचे नाते– वस्तूचे आणि सावलीचे असावे, असेच राहिले.

असा हा अनंता – अनंतराव भिडे.

उमदा, हसतमुख आणि अपार दातृत्व असलेला.

तो माझ्या अगोदर गेला, हे देवाने बरे केले नाही.

अनुक्रमणिका

१. आनंदाच्या दाही दिशा / ९

२. एक निमंत्रण - जगण्याचे / १४

३. एक-एक भोगयात्रा... / २१

४. जगायचे कशासाठी? / २७

५. सरपटणारे, चालणारे आणि उडणारे / ४०

६. तेच ते, तेच ते / ४७

७. विडा न रंगे कातावाचून / ५३

८. मरणाची भीती वाटायला हवीच का? / ५६

९. जगण्याचे निमित्तकारण / ६०

१०. आयुष्याचा जमा-खर्च लिहून तरी पाहावा! / ६४

११. मरणाला कोण भितो? / ७१

१२. जसे आरसे, तसे चेहरे / ७९

१३. सुख आणि दुःख यांची बेरीज, म्हणजे... / ८४

१४. वृद्धत्वाची तरतूद / ८७

१५. हातांत बंदूक असूनही मला भ्यायला होते / ९७

१६. मला थोडी नशा हवी आहे / १०२

१७. नाही तरी काठी गळून पडणारच होती / १०९

१८. मृत्युगोलाभोवतीचे रंगीत फुगे / ११५

अनुक्रमणिका

१९.	अजून शंभर जन्म जगणे बाकी आहेत... /	१२१
२०.	दिवस सुंदर करण्याची किमया /	१२७
२१.	स्वप्नातल्या घराला स्वप्नातलेच रंग /	१३२
२२.	ओलावा /	१३५
२३.	पालवींचे हिशेब /	१३९
२४.	खेळाया मग अवीट गोडी /	१४३
२५.	लाटेवर पुन्हा एकदा स्वार होणार काय? /	१४९
२६.	धरायचा का पुन्हा सूर्यफुलांचा रस्ता? /	१५४
२७.	एक थेंब तरी उरावा /	१६०
२८.	गेले... ते दिन गेले!... /	१६६
२९.	शुभ प्रसंगी कावळ्याने ओरडू नये, म्हणून /	१७१
३०.	असाही दिवस उजाडावा /	१७८
३१.	अपराध मीच केला /	१८५
३२.	संदर्भ /	१९०
३३.	देवाचा नव्हे, सैतानाचा शोध /	२०३
३४.	थोडे झिंगले, म्हणून का हो झाले! /	२११
३५.	प्रतीक्षेचे दिवस /	२१६
३६.	एका अखेरच्या निरोपासाठी /	२२१

१

आनंदाच्या दाही दिशा

मनुष्य सारा जीवनकलह करीत असतो किंवा जिवाचा आटापिटा करीत असतो तो अर्थात आनंदासाठी, समाधानासाठी. सुखाचा शोध हे तर आयुष्याचे ईप्सित आहे. त्या शोधाच्या वेगवेगळ्या वाटा तो हुडकून काढतो आणि येणाऱ्या प्रत्येक क्षणापासून सुख कसे घ्यावे, या खटपटीत तो असतो. सुख लाभतेच, असे नाही; पण सुख मिळविण्याची अपरंपार इच्छा बाळगीत राहणे, हेही काही कमी सुखाचे नसते.

काही माणसे जशी संसारात, व्यवसायात, सुरात, शब्दांत, रंगांत हरविलेली असतात; तशी काही माणसे स्वत:तच हरवलेली असतात. स्वत:वर ती इतकी खूश असतात की, त्यांच्या खुशीची दुनिया नेहमीच आबाद असते. ती सुखी दिसणारी माणसे हेवा करण्यासारखी असतात. त्यांचे दुनियेकडे लक्ष नसते. कुणा योग्याची समाधी काय किंवा या माणसांचे स्वत:त गुंतणे काय, हे नेहमीच वरच्या पट्टीतील असते. परंतु, सर्वसामान्य माणसांना सुखी होण्यासाठी कसला ना कसला तरी आधार लागतो. तो आधार काही निश्चियाने वा विचाराने स्वीकारला, तर माणसाची फसगत होत नाही. परंतु, कुठल्या तरी तात्पुरत्या क्षणिक हिशेबाने जर असा सुखाचा आधार घेतला आणि तो तुटला, तर मग ते आयुष्य तुटलेल्या पतंगासारखे दिशाहीन होऊन जाते. एखाद्या राजकीय पुढाऱ्याच्या नादाने राजकारणात प्रवेश करणाऱ्या व काही काळ देशासाठी सर्वस्व झोकून देणाऱ्या तरुणांना काही काळानंतर त्या पुढाऱ्याचा खुजेपणा जाणवतो व राजकारणातील 'डोंबारी खेळ' नकोसा वाटतो; परंतु तेव्हा दुसरे काही करण्याचे त्यांचे वय राहिलेले नसते. व्यवहारात होरपळणारे हे तरुण काही जुन्या आठवणी जवळ बाळगीत कसे तरी आयुष्य जगतात. आज असे कित्येक– आता चांगले उतारवयाचे झालेले, पण

त्या काळचे ध्येयवादी– तरुण आपल्याला पदोपदी भेटतात आणि मग सुखासाठी चुकीचे आधार शोधणाऱ्यांची फसगत लक्षात येते.

पण बहुसंख्य संसारी स्त्री-पुरुषांचा आनंद हा फक्त सुख-साधनांच्या अस्तित्वावरच अवलंबून असतो. कुणा तरीपेक्षा आपला पगार चांगला असतो, घर चांगले असते, बायको सुंदर असते, मुले खेळकर असतात, याबद्दल त्यांना अभिमान वाटतो. आनंद मिळत असतानाच कोणापेक्षा तरी आपण दरिद्री आहोत, शेजाऱ्याच्या लायकीपेक्षा त्याला चांगली बायको मिळाली, कुणाची तरी मुले फॉरिनला गेली वगैरे गोष्टींमुळे दुःख वाटते. दुःख किंवा सुख हे काही अभावाने किंवा अस्तित्वाने जाणवणारे विषय आहेत; त्यांना स्वतंत्र अस्तित्व काही नाही. पाण्याचा हंडा वेळच्या वेळी न भांडता मिळणे, हे झोपडपट्टीत समाधानाचे साधन आहे. पण हवे तेव्हा चोवीस तास वाहून जाणारे पाणी ही मलबार हिलच्या किमान सुखाची गरज आहे. जगात किती तरी लोक असे असतील की, कारकुनाचा हेडक्लार्क होण्यासाठी त्यांचे निम्मे आयुष्य खर्ची पडते. पण तेच हेडक्लार्क झाले की, मग त्यांच्या लेखी सुखाचे होण्यासारखेही फारसे काही शिल्लक राहत नाही. मग दुःखाला सुरुवात होते. जेव्हा आपण सुखी असतो, समाधानी असतो, आनंदी असतो; त्याच वेळेला दुःखाची किनार, अतृप्तीचे ठिगळ आणि असमाधानाचा ओंबारा त्या सुखी वस्त्राला लागलेलाच असतो. सुख-दुःखं इतकी एकरूप झालेली असतात की, त्यांना वेगळी करता येत नाहीत. प्रत्यक्ष हालचाल होत असूनही स्थिर वाटणारे सुख-दुःखाचे एक चक्र आपल्या आयुष्यात चालू असते.

मला नेहमीच वाटत आलेले आहे की, जग हे सुखमय आहे; सुखाच्या सागराला कोठे तरी दूरवर दुःखाचे किनारे आहेत, एवढेच. पण सर्वसाधारण माणसाचे सारे आयुष्य सुखास्वादाने भरून गेलेले असते. मानवी देहाची कोणतीही क्रिया किंवा मनाच्या कोणत्याही आकांक्षा सुखाच्या दिशेकडे झेपावतात. मिळेल तेवढे सुख ओरबाडून घेतात, अधिक सुख मिळविण्यासाठी धडपड करतात दिवसाचे चोवीस तास हा सुखाचा शोध चालू असतो. चांगली झोप लागल्यामुळे सकाळी वाटणारा उत्साह, सकाळी खळखळून तोंड धुतल्यामुळे येणारा निरोगीपणाचा तजेला, वेळच्या वेळी मिळणारा नित्य परिचयाचा चहा, चांगल्या संगीताच्या स्वरांनी येणारी धुंदी, चांगल्या पुस्तकाच्या वाचनाने पडलेला जगाचा विसर, परीटघडीच्या कपड्यांचा स्पर्श, वेळच्या वेळी मिळालेल्या साध्यासुध्या अन्नाने येणारी तृप्ती, खेळात मिळालेला विजय किंवा दमणुकीनेसुद्धा येणारे शारीरिक

समाधान, देवालयातील नीरव शांतता, ब्रह्मानंदी लागलेली टाळी, भजन पूजनातील तल्लीनता, बिन-सुरकुतलेली शय्या व त्यावर होणाऱ्या संगसुखाची प्रतीक्षा आणि पूर्तता हे सारे आनंदाचेच साम्राज्य आहे. आजाराने वेदना होतात, पण त्या वेदना संपताच शरीर सुखावते. कामाने थकवा येतो, पण थोड्या विश्रांतीनंतर अंग चैतन्याने थरथरू लागते. कमी होत जाणारे दुःख किंवा दुःखाचा अभाव हेसुद्धा सुखाचे साधन आहे. माणूस दारूच्या पेल्यात जसे सुख शोधतो, तसेच देवालयातून मिळणाऱ्या तीर्थातही शोधतो. दुःखात आणि वेदनेतसुद्धा माणूस सुख मानतो, म्हणूनच साऱ्या चराचरावर सुखाची सावली आहे. दुःख, वेदना, उणिवा, दारिद्र्य हे सारे तुलनेने मोजले की, सुखमय होते.

आनंद असा दशदिशांनी जीवनात वाहत येत असतो. ही सृष्टी आनंदमय आहे. या सृष्टीत पशु-पक्षी, झाडे-फुले, वारा-पाऊस, डोंगर-माळराने ही सारी आनंदाची गाणी गात असतात. बलवानाकडून आपल्याला भय आहे हे माहीत असूनही ती कधीच रडवेली नसतात. मरण एकदाच येते. जगणे मात्र अनेकदा जगावे लागते. एका क्षणाच्या दुःखासाठी निसर्गसिद्ध जीवनकाल काळवंडून जाता कामा नये अशी सृष्टीची धारणा आहे.

परंतु, पारमार्थिकांनी हे सारे जग दुःखमय करून टाकले आहे. माणसाचे सुख नाशवंत आहे, देह नाशवंत आहे, आकांक्षा निरर्थक आहेत... खरे म्हणजे ही सारी सृष्टीच मायामय आहे. हे सारे मानल्यामुळे या जगात दुःखाशिवाय काही नाही, असे त्यांचे म्हणणे आहे. शरीरभोग तर त्यांना तुच्छ वाटतातच, पण माणसाच्या उन्नत आनंदालाही ते तुच्छ समजतात. परमेश्वराने माणसाला निर्माण केले आहे. त्याला पंचेंद्रिये तर दिलीच; पण मागचे-पुढचे पाहण्याची, बऱ्या-वाईटाचा विचार करण्याची एक अद्भुत शक्तीही दिली आहे. ही शक्ती तर मानवाच्या सुखाचा स्रोत आहे. आज एखाद वेळेस सुखाचा काही अभाव असला, तर उद्याची पहाट सुखाचे किरण आणते, किंवा कालची संध्याकाळ काही सोनेरी किरणे मागे ठेवते. माणूस आज वर्षानुवर्षं जगत आला आहे तो आठवणींवर व अपेक्षांवर. कालच्या आणि उद्याच्या चिमटीत सापडलेला 'आज' म्हणूनच सुखकारक असतो. काल चांगलेच तेवढे बाकी ठेवतो आणि उद्या चांगले तेवढेच दृष्टिपथात आणतो.

म्हणूनच या सुखाचा अनंत सागर आपल्यावर दाही दिशांना कोसळतो. सुखाच्याही काही जाती असतात. काही तेवढ्यापुरती, काही दीर्घ कालासाठी, काही दुसऱ्या कोणी तरी भोगावीत म्हणून निर्माण झालेली असतात. झाडे

लावताना आनंद जरूर होतो. ते रोप आपल्या परिश्रमाने तरारते, त्याचे नव्हाळलेले रंग आपले पिकले केस काळे करतात आणि सुरकुतलेला चेहरासुद्धा मुलायम करतात; पण या साऱ्या सुखापेक्षाही एक मोठे सुख कोठे तरी सुखवीत असते. या झाडावर जेव्हा टवटवीत, रंगतदार फळे येतील; तेव्हा आपल्याच रक्तबिंदूचे उगवलेले मोहर ती फळे खातील, कदाचित आठवण काढतील. प्रत्यक्ष त्या फळाचा स्वाद आणि गोडी सुखदायक तर खरीच, पण जेव्हा आपली नातवंडे मिटक्या मारीत ही फळे खातील, त्या दृश्याची गोडी काही वेगळी असेल. साडी विणणारा काही साडी नेसत नाही; त्याला फक्त आपल्या हातून निर्माण झालेल्या तलम रेशमी रंगवैचित्र्याचा आनंद लाभतो. पण जी कोणी सुभगा आपले लावण्य लपविण्यासाठी किंवा दाखविण्यासाठी ती झुळझुळीत साडी पेहरेल आणि त्या साडीची चाळवाचाळव करील, ते सुखसुद्धा विचारात घेण्यासारखे आहे. आपण केलेला स्वादिष्ट पदार्थ खाऊन आपलीही रसना तृप्त होते; पण दुसऱ्या कोणी तृप्त होऊन 'वाहवा' दिली, तर सुखाची एक नवीच जात लक्षात येते. लेखक लिहितो तो स्वतःसाठी, असे म्हणतात; पण ते ज्या अर्थाने मानले जाते, त्या अर्थाने खरे नव्हे! ते लेखन दुसऱ्या कोणाच्या अंतःकरणात वादळे निर्माण करते, तेव्हा त्या वादळात बेबंदपणाचे सुख काय वर्णन करावे!

चांगले अन्न, चांगले संगीत, चांगले साहित्य, चांगली फुले, सुंदर जोडीदार, सुंदर सकाळ आणि धुंद रात्र हे सारे आपापल्या परीने सुखाचेच आहे. इंद्रियांची तृप्ती लगोलग जाते, डोळे निवतात, कान तृप्त होतात, अंग थरारते, तोंडाला पाणी सुटते, नासिकाग्र सुखावते– हे तर पदोपदी घडते आहे, घडणार आहे. या सुखाच्या जागा कोणी कोणास सांगायला नकोत. त्या सहज समजतात, जाणवतात, भोगता येतात आणि दुसऱ्याच्याही लक्षात आणून देता येतात.

पण बाबा आमटे जेव्हा आनंदवनात कुष्ठरोग्यांच्या संगतीत सूर्यप्रकाशित होतात, तेव्हा त्यांच्या सुखाचे स्वरूप ज्ञानेश्वरालाही सांगता येणार नाही... जेव्हा भगतसिंग छाती पुढे काढून फासाच्या दोरात आपली मान अडकवितो, तेव्हाच्या त्याच्या कृतार्थतेची ऐट व्यासमहर्षींनाही रंगवता येणार नाही... दोन जन्मठेपेची शिक्षा खाल्लेला विनायक दामोदर सावरकर जेव्हा सागर तरून अंदमानावर जातो, तेव्हा अगस्तीने आपल्याला आणखी एकदा पिऊन टाकले तर बरे होईल अशी लाज सागराला वाटत राहते; वाटणारच वाटणार! चैन, मौजमजा वाऱ्यावर फेकून देऊन केवळ तलवारीची सोबत घेऊन मराठ्यांच्या गादीची प्रतिष्ठापना करण्यासाठी सैराटपणे एकाकी भटकणारा तात्या टोपे जे सुख भोगत होता, ते

वाल्मीकीच्या प्रतिभेलाही आवाहन करू शकणार नाही. वेड्या माणसाचे शहाणपण ही काही सोपी गोष्ट नाही. सर्वस्व देऊन टाकणाऱ्या माणसांजवळची श्रीमंती मोजणे कोणत्याही गणितयंत्राला शक्य नाही. ती वेडी माणसे शहाण्या जगात जन्म घेतात आणि शहाणपणाचे वृक्ष लावून जातात. त्याच्या सुरक्षित सावलीत राहूनही आम्ही सुख-दुःखाचे हिशेब लिहितो. सेनापती बापट, बाळूकाका कानिटकर, बाबा पुरंदरे– ही सर्वसामान्य ऐहिकांच्या दृष्टीने फुकट गेलेली माणसे. म्हणून तर त्यांचे मोल आपल्याला करता येत नाही. कारण आपल्याजवळचे सारे तराजू किलो, लिटर, मीटरमध्येच वजनमापे करू शकतात. माणसांच्या सुख-दुःखाची म्हणून खरी ओळखच आपल्याला पटलेली नाही. देऊन टाकण्यात किती मिळवता येते, वेडे होण्यात किती शहाणे होता येते आणि सुसाटपणे वागण्यात मध्यान्हकालीही कशी सावली मिळते– हे सावलीत बसून कळणार नाही. आयुष्य फेकून देणाऱ्यांच्या जवळच आयुष्य शिल्लक असते आणि बाकीच्यांच्या जवळ शिल्लक राहतात ते फक्त मांसाचे गोळे– सर्व भुकांनी वखवखलेले, सुख-दुःखांच्या बेरजा करणारे आणि या बेरजेच्या अखेरीस शिल्लक शून्य उरणारे.

सुखाचे रस्ते दाही दिशांनी आपल्याला खुणावीत असतात आणि आपल्याला त्यांतून निवड करायची असते. काही राजरस्ते असतात, काही आडवाटा असतात. ज्याने-त्याने आपला रस्ता आपणच शोधायचा असतो.

-०-०-०-

२

एक निमंत्रण - जगण्याचे

बऱ्याच दिवसांनी कार्यालयात आलो आहे. काही दिवस आजारी होतो आणि बराचसा उत्साह मावळून गेला होता.

नाही म्हटले तरी वाढते वय शरीर वापरीत जाते आणि शरीराची चैतन्यशक्ती उणावत जाते. हे अपरिहार्य आहे, हे सर्वांनाच माहीत असते; परंतु आपले तारुण्य सांभाळणे प्रत्येकाला आवश्यक होऊन बसते.

कलपाने केस काळे होतात, स्नो-पावडरने चेहरा तुकतुकीत दिसतो; नव्या पिढीची नक्कल करून नवे अद्ययावत कपडे घातले की, दहा-पाच वर्षांचे आयुष्य मागे सरकल्यासारखे वाटते. त्यांतली काही नाटके यशस्वी होतात, पण शरीरातल्या अणू-रेणूंना हे नाटक जाणवत असते. एरवी स्पर्शाने जे थरार अंगावर उठावेत, ते आता जुन्या आठवणींना उजाळा देऊन अंगावर आणावे लागतात. धुंद स्वरांनी होणारी अस्वस्थता आता इतिहासात मागे जाऊन शोधून आणावी लागते. एखाद्या पराक्रमी कृत्याने भरकटलेले डोके आपल्या आयुष्यात घडलेल्या, पाहिलेल्या तशाच पराक्रमी कृत्याची वाट पुसत जाते. शहारे अंगावर येतात ते वर्तमानातल्या घटनांच्या दर्शनाने, पण अनुभवाने नव्हे; तर भूतकाळात घडलेल्या तशाच घटनेच्या आठवणीने! म्हणून तर कित्येक अद्भुतरम्य, क्षुब्धकारक, चैतन्यदायी गोष्टी आपले वाढते वय मचूळ करून टाकतात. एखाद्या सुंदर तरुणीचा विभ्रम मग चाळा वाटतो. एखादी चांगली साहित्यकृतीसुद्धा शब्दांचा 'खेळ' वाटते. नवोदित गायकाने केलेला एखादा सुरांचा 'खेळ' पोरकट वाटतो.

हे सारे थोपविण्याचा मी आटोकाट प्रयत्न करीत आलो आहे. आनंद भोगण्याची सारी इंद्रिये लखलखीत राहिली पाहिजेत, असा माझा कटाक्ष आहे. सुदैवाने माझा व्यासंगही असा आहे की, वर्तमानालाच मला मिठी मारावी लागते.

अजूनही ती मिठी माझ्या हाडांना टोचत नाही. काय वाट्टेल ते करून मी माझ्या रसास्वादाची, धुंद होण्याची, शरण जाण्याची, शरण आणण्याची सारी शक्ती टिकवून धरण्याचा प्रयत्न करतो आहे.

पण त्यालाही मर्यादा आहेत. जलाशयात पाणी साठविण्याच्याही मर्यादा असतात; त्याप्रमाणे मनाचा जलाशय कितही मोठा असला तरी वर्तमानाचा महापूर नवनव्या गोष्टी सारख्या आणून या जलाशयात फेकत आहे. उन्नत होण्याचे नि उन्मत्त होण्याचे माझे सामर्थ्य कधी कधी लटके पडते आहे की काय, अशी मला भीती वाटते आहे. एकटा असलो की... हो, आणि मी तसा नेहमीच एकटा असतो... मग दीर्घकाळापर्यंत बाळगलेले हे अनेक वर्षांचे ओझे कळकट वाटू लागते– शब्दसुद्धा फिके झाल्यासारखे वाटतात. दुःख आणि सुख ग्रहण करण्याची संवेदनासुद्धा थोडी मलूल होते. अशा वेळेला हवी असते एखादी संजीवनी... मचूळ न झालेली... टवटवीत, ताज्या विचारांची तेजाळ, ज्ञानवंत डोळे, एखादी आयुष्य समर्पण करून टाकणारी व्यक्ती... दाहक डोळे, ज्ञानभराने स्फुलिंग झालेले कटाक्ष, मधाळ हास्य, अविवेकी विवेक... असे काही भेटतेच, असे नाही. मागणी करून मिळणाऱ्या या गोष्टी नव्हेत; तो योगायोग असतो. वैराण झालेल्या तप्त धरित्रीला हवा असतो पाऊस, झाडांना ल्यायची असतात हिरवी वस्त्रे, पाखरांना काढायचे असतात मंजुळ स्वर, आकाशाला डोळ्यांत घालायचे असते काजळ... पण पाऊस येतोच असे नाही. उलट, पावसासाठी आतुर झालेल्या साऱ्या अचेतन आणि चेतन सृष्टीला काळवंडलेले जग अधिकच निरुत्साही करते. तरी सृष्टी आपला धीर सोडीत नाही. सृष्टीचा चातक मान वर करून सलिलाची प्रतीक्षा करतो.

मीही तशीच प्रतीक्षा करतो आहे. या देहात चैतन्य आहे, तोपर्यंत हा देह सर्व स्पंदनांनी जिवंत राहिलाच पाहिजे. मी उसने बळ आणतो. साऱ्या भूतकाळातील चैतन्यावशेष शोधशोधून आठवतो आणि अनेक अर्धी राहिलेली किंवा कधीच प्रत्यक्षात येऊ न शकलेली स्वप्ने डोळ्यांसमोर आणू लागतो.

पण तरीही शोध असतो एखाद्या संजीवनाचा– एखाद्या निमंत्रणाचा. असाच मी ऑफिसात येऊन बसलो. कार्यालयाचे दर्शन तरी मला सुखावहच वाटत होते.

कार्यालयात अडचणी असतात, उणिवा असतात, कलह असतात; तर एखादी स्नेहमिठीही असते. तगादे असतात, तसेच तगादे करण्याचीही गरज असते. हे सारे मिळून तर माझा व्यवसाय होतो. त्यामुळे त्याची खंत आणि खेद

मी फारशी बाळगत नाही आणि कौतुकभरल्या शब्दांनी मी फारसा फुशारत नाही. सुख-दु:खाच्या या पसाऱ्यात माझ्या अस्तित्वाला अर्थ येतो, म्हणून कार्यालयाचे दर्शन मला नेहमीच सुखदायक वाटते.

माझ्या खोलीत दोन फोटो आहेत. एक बुद्धी जागती ठेवणारा सावरकरांचा आणि एक दु:खावर फुंकर घालणारा लता मंगेशकरांचा. माणसाला या दोन्हींची संगत सतत हवी असते. कोण कोणाचे देणे लागतो याचा हिशेब मला करता आलेला नाही. पण हे दोघेही माझे देणे लागतात आणि मीही त्यांचे देणे लागतो. या दोघांच्या संगतीत मी माझा तोल सांभाळीत आलो आहे. पण कित्येकदा– विशेषत: अलीकडच्या पत्रकारितेच्या व्यवसायाच्या अवस्थेत– वयाची चाहूल लागलेली असताना, त्यातही आजाराने माझ्या चैतन्याला शोषून घेतलेले असताना, एवढाच आधार मला पुरत नाही. आपले दुबळे मन आपल्यालाच खाऊ लागते. अंधार आपल्याला गिळू लागतो. अस्तित्व डळमळू लागते. सरावाने काही गोष्टी घडत राहतात; नाही असे नाही, पण त्याला तजेला नसतो. सकाळी खुडलेल्या फुलांचा माध्यान्हकाळी तजेला जावा आणि सूर्य कलू लागल्यावर रंग आणि गंधही जावा, असे काहीसे होत असते. शरीर कोठे तरी आतून थकलेले असते. मनाची उभारी संपलेली असते. आयुष्यभर जमा केलेल्या संजीवनीचा मंत्र ऐन युद्धाच्या वेळी रथचक्र गिळून टाकलेल्या आणि ब्रह्मास्त्र विसरलेल्या कर्णासारखा आपणही विसरलेलो असतो. खुशीच्या पत्रांनी संतोष होत नाही, शिव्या-शापांच्या पत्रांनी संताप येत नाही; अशा वेळेला कार्यालयाच्या आपल्या देवघरातून उठून जावेसे वाटते. आपणच आपले वैरी होतो. आपले शब्द आपल्याला टोचू लागतात. जे शब्द आपण किती प्रयासाने हिऱ्या-मोत्यासारखे जपून ठेवले, ते शब्द पै-पैशाला मिळणाऱ्या नकली मण्यासारखे वाटतात.

मला वाटते, याही अवस्थेची प्रत्येकाला गरज आहे. अहंकाराचा गरुड जसा पंख पसरून आकाशात उडण्यासाठी सिद्ध हवा, तसाच शल्य उरी घेतलेल्या मातीशी स्नेह करू पाहणारा ससाणा प्रत्येकाजवळ केव्हा ना केव्हा असायला हवा.

–आणि नेमका या वेळेला फोन वाजतो. तसा आवाज ओळखीचा असतो.

पण ओळख पटत नाही. अगदी नाजूक, मधाळ आवाज असूनसुद्धा तो एकदम अपरिचित वाटतो. कारण त्याचा हिशेब करणारे मन कामचुकार झालेले असते.

"कोण बोलतंय?"

माझ्या या प्रश्नाला उत्तर मिळते ते एक निरागस, खळखळणारे हास्य! ह्या नादमय हास्यचक्राचा वेध घेण्याच्या प्रयत्नात असतानाच प्रश्न येतो :

"ओळखलं नाहीत? कमाल आहे!"

खरे तर या वेळेपर्यंत मी त्या हास्याची मालकीण ओळखलेली असते. मग पुन्हा एकदा असेच खळाळून हास्य कानावर येते. मी स्वतःला सावरतो. म्हणतो,

"फोनवर आवाज नीट ऐकू येत नव्हता, म्हणून..."

"छे: छे:, खोटे! तुम्ही माझा आवाज विसरलेले आहात, एवढेच!"

"नाही, गं! तुझा आवाज विसरेन कसा? आता ही गोष्ट खरी, तुझा चार-सहा महिन्यांनी केव्हा तरी फोन येणार!..."

"बरोबर आहे! तोपर्यंत खूप फोन तुम्हाला आलेले असणार. एवढ्या वेगवेगळ्या आवाजांतून नेमका माझा आवाज कसा तुमच्या लक्षात राहणार?"

"छे: छे:! भलतंच काही तरी बोलतेस!"

"भलतंच कसं? तुम्ही काय बाईऽऽ मोठे लोक!"

"कसला कपाळाचा मोठा!"

"हे आपलं उगीच काही तरी तुम्ही बोलता? ते जाऊ दे. तुमची तब्येत कशी आहे?"

"माझी तब्येत ठीक नव्हती, हे तुला कोणी सांगितले?"

"कमाल आहे– हे सगळ्यांना माहीत आहे!"

"कुणाला माहीत असण्याचे कारण नाही! काही तरी थापा मारू नकोस!"

"अहो, खरंच सगळ्यांना माहीत आहे. मी पुण्याला येणार म्हटल्यावर पुष्कळांनी मला तुमची चौकशी करायला सांगितले!"

"हे पुष्कळ आहेत तरी कोण, हे मला एकदा बघायला पाहिजेत!"

पुन्हा एकदा हास्याचा खळखळाट– सावध नसणाऱ्या माणसाला बुडवून टाकील, असा! "ते जाऊ द्या! तुमची तब्येत कशी आहे, ते तर सांगा!"

"ठीक आहे. आजच ऑफिसमध्ये प्रथम आलो आहे. मधे चांगला बेदम आजारी होतो. वाटलं की, आता सारे संपले."

"असं काही तरी बोललंच पाहिजे का? आणि इतक्या लवकर संपून कसं चालेल? आम्हाला तुम्ही अजून हवे आहात."

खरे म्हणजे हे नुसते लाघवी बोलणे होते. ही तरुण स्त्री माझ्या अनेक

दिवसांच्या परिचयाची आहे. माझ्या मुलीच्या लग्नालाही ती आवर्जून आली होती. वेळी-अवेळी मी तिला खूपदा भेटलो आहे. तिच्याकडून माझी कसलीही अपेक्षा नाही, हे लक्षात आल्यामुळे ती माझ्याशी अधिकच मोकळेपणाने वागत आली आहे. ती एक विलक्षण देखणी आणि चतुर मुलगी आहे. तिच्या प्राप्तीसाठी धडपडणारे अनेक लहान-मोठे लोक मला माहीत आहेत. पण एक तर ती चांगली चलाख आहे. शब्दांचे लाघव तिच्याजवळ अपार आहे– तिच्या सौंदर्यापेक्षाही! माझ्याशी ती वाट्टेल त्या विषयावर बिनदिक्कत बोलते. कधी चावरे, कधी चाळवणारे, कधी सुखावणारे. ती आपणहून कधी थोडी लगटसुद्धा करते. पण तिच्या डोळ्यांत वा वागण्यात वासनेचा कधी स्पर्शसुद्धा नसतो. जर ठिणगी पडणार नसेल, तर अग्नी पेटणारच कसा? आणि इतके ज्वालाग्राही पदार्थ जवळ बाळगूनसुद्धा ती कधी ठिणगी पडू देत नाही. तिला मोठे भवितव्य आहे. जो काही माझा थोडासा बदलौकिक आहे, त्याची तिला कधी भीती वाटली नाही. खरे तर आपल्या देशात बदलौकिक व्हायला कारणही लागत नाही. तुम्ही जगावेगळे एकदा वागलात अन् जगाचे नियम एकदा का तुमच्या हातून मोडले गेले की, सदासर्वकाळ तुमचे मूल्यमापन त्याच सुरात होऊ लागते. तुमच्याबद्दल अनेक दंतकथा जन्म पावू लागतात. ज्यांना मोहाची संधीच कधी मिळाली नाही किंवा ज्यांच्यावर कोणी मोहित होण्याची शक्यताच नाही, अशी माणसे स्वतःला चारित्र्यवान समजून दुसऱ्यांचा पंचनामा करीत राहतात. खरे तर तो एक विकृत आनंद असतो– थोडा मत्सराचा, थोडा कर्तृत्वशून्यतेचा! मोहाला काही कोणी निमंत्रण धाडीत नाही. तो टाळता आले तर उत्तमच; परंतु ज्यांच्या आयुष्यात मोहाचे प्रसंगच नाहीत, त्यांना माणसे मोहवश का होतात हे कसे कळणार? आणि प्रत्येक मोहाची किंमत द्यावी लागते, हे कळल्यानंतर हे मोह जेवढे सुख आणतात तेवढे दुःखही आणतात हे समजले तर जमिनीवरून चालणाऱ्या या माणसांना मनातल्या मनात बरे वाटेल.

त्यामुळेच त्या स्त्रीशी माझा कसलाही गैरसंबंध नाही, हे सांगून पटणार नाही. स्त्री-पुरुष एकत्र आले की, शरीरसुख अपरिहार्य आहे; किंबहुना, त्यासाठीच ते एकत्र आले, असे मानायची आपली रीत आहे. पण माणसाला अनेक भुका असतात. सुरत-सुखाइतकीच सुख-संवादाची माणसाला भूक असते. माणसाचे मन हे एखाद्या भ्रमरासारखे नानाविध सुखास्वादांच्या भोवती रुंजी घालीत असते. फक्त असंस्कृत समाजातच देहाच्या गरजेचे अवास्तव स्तोम माजलेले आहे आणि अशा लोकांना जी सुखे माहीतच नाहीत, त्यांना या सुखाची उत्कटता समजावून

सांगणार तरी केव्हा?

म्हणूनच या स्त्रीचे नाव, व्यवसाय स्वच्छ शब्दांत सांगता येत नाही. एरवी त्यात न सांगता येण्यासारखे लज्जास्पद काही नाही आणि खरे पाहता चांगले स्त्री-पुरुष एकत्र आले– अगदी कोणत्याही कारणासाठी– तरी त्यात लज्जास्पद काय असते? कोणत्याही सुखाची किंमत असते. पैशाची कीर्तीची, प्रतिष्ठेची, विरहभोगाची, जिव्हाळ्याची– ही किंमत अदा केली, तर सारी सुखे पवित्रच होतात. परंतु जो समाज चोरटेपणाने जगतो, निवृत्तीची खोटी भाषा वापरतो, सदाचाराचा नुसता बकवास करतो आणि माणसांना पदोपदी फसवतो; त्यांनी सर्वच सुखे घाणीने लडबडून टाकलेली आहेत. माणसे माणसांना का आवडतात, कोणासाठी कोण का विव्हल होतो, कसलीच अपेक्षा न करता माणसे नुसते देत का सुटतात– हे सारे समजून घ्यायला कठीण आहे; पण सुंदर जरूर आहे.

खरेच ती मुलगी जेव्हा म्हणाली : 'आम्हाला तुम्ही हवे आहात', ते ती कोणत्या अर्थाने म्हणाली असेल? तिला माझ्याबद्दल किंवा मला तिच्याबद्दल कसलेच शारीरिक आकर्षण नव्हते, असे नाही. तिच्या रूपाबद्दल, लाघवाबद्दल, मला आकर्षण जरूर आहे. माझ्यात तिला काय आकर्षण वाटले, ते सांगता येणार नाही. कारण इतक्या तरुण, देखण्या स्त्रीला आकर्षित करण्याइतके ना माझे आज शरीर आहे, ना माझे रूप! संपत्ती, समृद्धी म्हणाल; तर त्याचा खडखडाट जगजाहीर आहे. तरी पण असे काही तरी असेल की, जे मला कधी सापडलेले नाही, पण तिला सापडलेले आहे. आपल्याजवळ काय आहे, हे नेमके आपल्याला तरी कुठे माहीत असते? आकर्षणाचा मध्यबिंदू काय, हे परिस्थितीने ठरते आणि वय, व्यवसाय, परिस्थिती यांचे भान असणाऱ्यांना हव्यासमुक्त आसक्ती ठेवता येते. कधी मी चुकलो, तर सावरण्याइतकी ती शहाणी आहे आणि कधी ती चुकलीच, तर सावरण्याइतका मला अनुभव आहे. आता दोघे एकाच वेळी चुकलो तर काय होईल, हा विचार करण्यासारखा प्रश्न आहे! तो धोका आम्ही पत्करलेलाच आहे. जळण्यासाठी भीती वाटते म्हणून अग्नीपासून पळण्यात अर्थही नसतो आणि पळून जाताही येत नाही. आणि जळण्याशिवाय आयुष्याला शोभा तरी काय? ज्यांच्या आयुष्यात ठिणगी नाही, त्यांना हा असला धोकाच नाही! मग ती ठिणगी नेहमी वासनेचीच असते, असे नाही. ही ठिणगी कधी हौतात्म्याची असते, कधी दधिचींऋषीप्रमाणे समाजासाठी देह झिजविण्याची असते; परंतु आयुष्य जाळून घेण्याची इच्छा असणाऱ्यांना

ठिणगी बाळगावीच लागते.

जेव्हा ती फोनवर म्हणाली, ''तुम्ही आमच्यासाठी जगलं पाहिजे,'' तेव्हा खरा अर्थ माझ्या लक्षात आला. खरे तर तिला म्हणायचे होते– तुम्ही तुमच्यासाठी जगले पाहिजे. प्रत्येकाने आपल्या आयुष्यात जपलेल्या चांगल्या गोष्टींसाठी जगले पाहिजे. जीवनातून माणसाला एकदाच पळून जाता येते. म्हणजे, जगावे हे लागतेच आणि मुख्यत्वेकरून स्वत:साठी जगावे लागते– आणि जमल्यास दुसऱ्यासाठीसुद्धा!

फोनवर ती खूप-खूप बोलत होती. हे असले सारे संभाषण लक्षात ठेवण्याची शक्ती मी आता गमावून बसलो आहे. पण ते सारे संभाषण सुंदर होते. ते जीवनाला निमंत्रण देणारे होते, जगायला भाग पाडणारे होते. जखमेवर फुंकर घालणारे होते. दमलेल्या गात्रांना चेतना देणारे होते. त्यातील लाघव, आर्जव अजून मला जाणवते आहे. मुंबईत येईन तेव्हा भेटायचे मी कबूल केले आहे. म्हणजे, मी मुंबईला जाणार आहे तर! हे काही मुंबईला येण्याचे निमंत्रण नव्हते– तर ते निमंत्रण चक्क जगण्याचे होते.

- ०-०-०-

३

एक-एक भोगयात्रा...

जन्माला येणे जसे हातात नसते, तसेच मरणही आपल्या हातात नसते. आपण मरण लांबवण्याचा प्रयत्न करतो– सर्व तऱ्हेची काळजी घेऊन, पण तेही खऱ्या अर्थाने लांबवलेले मरण नसतेच. ज्या एका शुक्रबीजापासून आपला जन्म झाला– एकाचे दोन, दोनाचे चार असे होत-होत आपली वाढ झाली; त्याचीही सर्जनाची आणि विस्ताराची शक्ती संपली की, मनुष्य आपोआपच अचेतन बनतो. आपल्याला मात्र वाटत असते की, रुग्णाला आजारातून बरे केले, दीर्घायुष्य दिले, जीवदान दिले; पण ते काही फारसे खरे नाही. विज्ञानाने खूप प्रगती केली– अगदी आपल्या देहातल्या प्रत्येक रेणू-अणूची प्रक्रिया शोधून काढली आहे. क्रोमोझोम्सचा छडा लावला आहे. कोणत्या घटकद्रव्याने माणसाचे गुणदोष ठरतात, त्वचेचा किंवा डोळ्यांचा रंग ठरतो– हे सारे माणसाला सापडलेले आहे. अनुवंशशास्त्र खूप पुढे गेले आहे. एका पिढीतून दुसऱ्या पिढीत अशी जी एक गुणधर्माची अखंड यात्रा चालू आहे, त्या यात्रेचे अनेक टप्पे माणसाने शोधून काढले आहेत. केवळ टेस्टट्यूबमध्येच मनुष्य जन्माला घातलेला नाही, तर मनुष्याच्या मदतीवाचून मनुष्याची निर्मिती याही अवस्थेपर्यंत ही यात्रा येऊ पाहत आहे. एखादा प्रयोग सिद्ध होऊन त्याचे व्यावहारिक रूप दिसल्याबरोबर सर्वसामान्य माणसाला त्याचे ज्ञान होते; पण प्रयोगशाळेत वेगवेगळ्या आकृतींत किंवा काचभांड्यांत अशा तऱ्हेचा जीव जन्माला आलेलाही आहे.

असा पूर्वेतिहास नसलेला माणूस प्रत्यक्षात जेव्हा कधी जन्माला येईल तेव्हा येईल. पण आज तरी जन्म आणि मृत्यूदरम्यान जे काही चलन-वलन होते, त्यालाच माणसाचे आयुष्य म्हणतात. अलीकडचे आणि पलीकडचे जग अजून तरी सुस्पष्ट झालेले नाही. अनंत काळ ज्या रक्तकणांचा प्रवास चालू आहे

व पुढे चालत राहणार आहे, त्यातील हे आयुष्य हा एक टप्पा आहे. या यात्रेला आरंभ आहे आणि अंत आहे; परंतु माणसाची जी महायात्रा चालू आहे, तिला मात्र अंतही नाही आणि आरंभही नाही.

माणूस जन्मतो तो अर्थातच रक्ताचे गुणधर्म घेऊन. ते फारसे बदलताही येत नाहीत. पण योग्य शिक्षणाने, संस्कारांनी किंवा अन्य दडपणाने समाजाला उपयोगी असे गुणधर्म करून घेण्याचा माणसाचा प्रयत्न चालू असतो. या प्रयत्नांनाच संस्कृती म्हणतात. वेगवेगळ्या ठिकाणच्या सामाजिक गरजांनुसार माणसाची जडण-घडण घडविण्याचा, माणसाच्या मूलभूत शक्तींना थोपवण्याचा किंवा मर्यादित करण्याचा हा प्रयत्न चालू आहे आणि माणसाचे मन त्याविरुद्ध सारखा झगडा करते आहे.

माणसाच्या शे-पन्नास वर्षांच्या त्याच्या आयुष्यात त्याला खूप झगडावे लागते. केवळ चरितार्थ चालविण्यासाठीच नव्हे, तर त्याची रक्ताची मागणी पुरी करण्यासाठी. हा झगडा कधी तीव्र होतो व तो भोवतालच्या लोकांना जाणवतो. कधी हा झगडा अंतर्मनातच राहतो. भोवतालच्या माणसांना कधी कधी एखाद्याचे वर्तन समजत नाही. मात्र, त्यांना आश्चर्य वाटते; पण खरोखरीच यात आश्चर्य वाटावे, असे काही नसते. त्याचे वर्तन नियंत्रित करणारी शक्ती आपल्याला ज्ञात असतेच, असे नाही. ती दडून बसलेली असते. माणसाच्या अतिसूक्ष्म अशा बीजाच्या अंतर्रचनेत तो जे-जे अनुभव देत राहतो, घेत राहतो; तेही त्याच्या ह्या आतल्या मागणीच्या मर्यादेतच, आणि त्याची सर्वच बाबतींतली प्रतिक्रियाही अतिशय सुसंगत असते. भारतीय तत्त्वज्ञानात ज्या सहा स्वाभाविक प्रेरणा मानवाला नियंत्रित करतात असे सांगितले आहे, त्या सर्व अशाच मानवाच्या मनात दडून बसलेल्या असतात. मेंदू माणसाचे नियंत्रण करतो; परंतु मेंदूचे नियंत्रण मात्र रक्तातील गुणधर्माशी निगडित असते. म्हणून माणसाचे जगणे नियंत्रित करणारा समाज, कायदा अशा शक्तींपेक्षाही एका फार मोठ्या शक्तीच्या दडपणाखाली माणूस सतत वावरत असतो.

आयुष्य भोगावे लागते. भोगणे याचा अर्थ उसाचा रस काढल्यावर त्याचे जसे चिपाड होते तसे आयुष्याचे चिपाड करणे नव्हे. आयुष्याचा रस असा बाहेर काढून अलग करता येत नाही. भोगणे याचा अर्थ भोगत राहणे असा आहे. सुख-दु:ख, आघात-प्रत्याघात हे सारे स्वीकारत राहण्याची प्रक्रिया म्हणजेच माणसाची भोगयात्रा. ही अशी एक दीर्घकाळ चालणारी एक यात्रा आहे, तशीच ती एका मर्यादित कालखंडात स्वच्छपणे जाणवणारी यात्रा आहे. एखादा माणूस

भोगवादी आहे, असे म्हणून लोक किंवा तोच आपल्याला काही वेगळा ठरवून घेण्याचा यत्न करतो. अशा भोगवादी शब्दाचा अर्थ आनंद लुटणारा असा समजला जातो– रंगेल, बेजबाबदार, कैफी. पण तो अपुरा आहे. एखादा विरक्त मनुष्य सुख-दु:ख नाकारण्याचा देखावा करतो. पावसात उभा राहून कोरडा राहिलो असेही म्हणत राहतो. तेही खरे नाहीच. तो नाकारत असतो ती सुखाची ऐहिक साधने, परंतु ह्या जगात सुख-दु:ख भोगल्याशिवाय जगताच येत नाही. एखादा स्वत:ला भोगवादी मानतो, एखादा विरक्त मानतो, एखादा उदासीन असतो, एखादा रंगेल असतो. पण भोग भोगल्याशिवाय ह्या जगात माणसाची सुटका नाही. सुख-दु:ख ह्या भावनाच मुळी भोगाशी निगडित आहेत. सुखच तेवढे भोगायचे असते आणि दु:ख भोगायचे नसते, असे थोडेच आहे? चेहऱ्यावर हसू आणा किंवा चेहरा रडवा ठेवा; सारे काही कळत-नकळत भोगावेच लागते. आपण सहजगत्या म्हणतो– बिचाऱ्याच्या नशिबी काय भोग आले पाहा; म्हणजे त्याला जे दु:ख भोगायला लागते, त्याचे हे स्वरूप आपण भोगमयच मानतो. मुळात जे-जे आयुष्यात येते, तो भोगच असतो. सुख-दु:ख अशी जरी वेगवेगळी नावे दिली, तरी त्याला वेगळेपणा नसतो. कारण सुख आणि दुःख असे वेगवेगळे करताच येत नाही. आपण रूढार्थाने, ढोबळमानाने काही गोष्टींना सुख आणि काही गोष्टींना दु:ख असे म्हटलेले आहे; पण ही विभागणी फार वरवरची आणि भाबडी आहे. माणसाला जे-जे स्वीकारावे लागते, ते सारेच भोग असतात आणि म्हणून माणसाचे आयुष्य म्हणजे एक भोगयात्रा आहे.

आपल्याला शब्द सापडल्यामुळे आपण ह्या सुख-दु:खाची चिरफाड अनेक वेगवेगळ्या शब्दांनी केली आहे. एखादी गोष्ट मिळवण्यात आपल्याला सुख वाटते, दुसऱ्याला हरवण्यात सुख वाटते. चांगले स्वर, चांगले रंग, चांगले स्पर्श त्या-त्या इंद्रियांना सुखावतात. कारण त्या-त्या इंद्रियांना तशी शिकवण दिलेली असते. त्याचप्रमाणे प्रिय व्यक्तीचा मृत्यू, अपयश, अपमान ह्या साऱ्या गोष्टींमुळे माणसाला दु:ख होते. अशा वेळेला तो विकल होतो– अस्वस्थ होतो– दुबळा होतो– कधी कधी बेईमानही होतो. दु:ख व्यक्त करण्याचा साधा-सीधा दरवाजा म्हणजे डोळे. अशा वेळेला आपले डोळे भरून वाहतात. खूप अश्रुपात केला की, दु:ख हलके झाल्यासारखे वाटते. याचाच अर्थ, दु:ख भोगून टाकले की, मन हलके होते. सुखाच्या प्रकटीकरणाचे जसे रस्ते आहेत, तसेच दु:खाच्या प्रकटीकरणाचेही आहेत. सुख निर्माण केव्हा होते आणि संपते केव्हा याची सीमारेषा सांगता येत नाही. तीच गोष्ट दु:खाच्याही बाबतीत आहे. पण हा सारा

प्रवास अपरिहार्य आहे, यावाचून आपली सुटका नाही, हे माणसाला केव्हा तरी उमजते. ज्या वेळेला ही उमज येते, त्या वेळेला सुख-दुःखाची गुंतागुंत संपून उरतो तो फक्त भोग! म्हणून माणसाने भोगत राहायचे... जे मिळेल ते स्वीकारायचे. त्याच्या-त्याच्या योग्यतेनुसार त्याला शरीराच्या योग्य त्या कप्प्यात ठेवून द्यायचे. कधी कुरवाळायचे, कधी ढकलून द्यायचे, कधी निरिच्छपणाचा देखावा करायचा, कधी वाहून जायचा देखावा करायचा; पण अखेरीस यातला कोणताही भोग नाकारता येत नाही, हे आपल्या अलिप्त वागणुकीने मान्यही करून टाकायचे. अगदी आध्यात्मिक भाषेतसुद्धा या भोगयात्रेला स्वतंत्र अर्थ दिलेला आहे.

कोणतीही यात्रा कष्टाची असावी, असे का म्हणतात? तर, दुःख भोगणारी आपली इंद्रिये एरवी आपण वापरत नाही. तामसी वेगवेगळ्या प्रकारच्या साधना, उग्र तपश्चर्या, व्रत-वैकल्ये, थंडीवाऱ्यांतील एकांत, अन्नाचा किंवा वासनेचा त्याग– ह्या साऱ्या गोष्टी दुःख भोगण्यासाठी करतात. निरिच्छता हीसुद्धा एक अनिवार इच्छा आहे, देहदंड हासुद्धा एक अभोग आहे. जगाविरुद्ध वागणारे, जगाकडून अपमान स्वीकारणारे जे बंडखोर असतात; तेही एक अनिवार्य, परंतु उन्मत्त दुःख भोगत असतात. देशासाठी तुरुंगवास भोगणारे, फासाच्या दोराचा स्वीकार करणारे यांचाही भोग एका उत्कट पातळीवर विसावलेला असतो.

म्हणूनच माणसाचा हा सारा व्यवहार ही एक भोगयात्रा आहे. चांगलेचुंगले पदार्थ खाणे, व्यसनाच्या कैफात झिंगणे, सुंदर स्त्रियांच्या मिठीत विसावणे म्हणजेच काही भोग नव्हेत. रानावनांत, डोंगर-कपारींत नवनव्या भूमींचा शोध लावताना ईर्ष्येने जगणे, हाही भोगच आहे. प्रयोगशाळेत गाडून घेऊन अन्न, वस्त्र यांकडे दुर्लक्ष करून काही एका अज्ञात गोष्टीचा शोध घेणे, हाही भोगच आहे. कुष्ठरोग्यांच्या समवेत निरोगी आयुष्य घालवणे, हाही बाबा आमट्यांचा भोगच आहे. सुख-दुःखाच्या गुंतागुंतीचे नाते आपल्याला समजलेले नाही, म्हणून हे सुख आणि दुःख अशी आपण ढोबळ वाटणी केली; परंतु ती फारच फसवी असते. भोगणे म्हणजे विलासात राहणे आणि विरक्ती म्हणजे भोगसाधन नाकारणे, अशा काहीशा विचित्र वाटणीमुळे भोगवादी माणसाबद्दल आपल्या समाजात तुच्छता असते. ही तुच्छता कधी मत्सराने, कधी अज्ञानाने, कधी परंपरेने दाखवण्याची पद्धत आहे. भोगसाधने नाकारणारे विरागी असतात, ही गोष्ट खोटी आहे आणि विलासात कालक्रमणा करणारे बेजबाबदार असतात, हेही तितकेसे खरे नाही. तशा अर्थाने भोगयात्रा कोणालाच चुकलेली नसते. परंतु जाणिवेने भोग स्वीकारणारे आणि तो भोगण्याचा आनंद मानणारे खरे भोगवादी

आहेत, खरी माणसे आहेत. माकडापासून माणसाची निर्मिती झाली, तरी खरी अशी माणसे फार थोडी निर्माण झाली. बाकी अजून त्याच प्राथमिक अवस्थेत असतात. पशू, माणूस किंवा अचेतन सृष्टीतील माणसाचे स्थान वेगळे आहे, ते माणूस भोगयात्रा करतो म्हणूनच. दगडावर थंड पाणी पडले तरी दगड शहारत नाही. माणूस शहारतो– अंग चोरून घेतो– एवढेच नव्हे, तर जेव्हा कधी उन्हाचा ताप होईल तेव्हा त्या थंडाव्याची आठवण ठेवतो आणि तेव्हासुद्धा पुन्हा एकदा शहारतो. वेलीवरची फुले खुडली तर वेली रडतात किंवा काय हे आपल्याला माहीत नाही. पण मानवाच्या संसारवेलीवरील फूल खुडले, तर मात्र मनुष्य रडतो. त्या फुलाच्या आठवणी पुन: पुन्हा काढून ते दु:ख भोगत राहतो. त्या आठवणींनी खरे तर तो मनात आनंदित होत असतो, कारण त्याला दु:ख भोगायचे कसे, हे माहीत झालेले असते.

माझे आयुष्य म्हणूनच मी एक भोगयात्रा मानतो. जे, जे आयुष्यात आले ते ते मी भोगले. सुख आले; तेही भोगले; दु:ख आले, तेही भोगले. ज्या-ज्या इंद्रियांनी ते भोगायचेच असते, त्या-त्या इंद्रियांना मी ते मनसोक्त भोगू दिले. त्यात कोठे कुचराई केली नाही. कुठे रोखले नाही. भोवतालचे लोक काय म्हणतील याची फारशी पर्वा केली नाही. भोवतालच्या परिवाराची मी अजिबात पर्वा केली नाही, असेही नाही. कारण भोवतालचा परिवार हाही माझ्या भोगाचाच अविभाज्य भाग आहे. परंतु शक्य असेल तेव्हा तेव्हा मी माझ्या रक्ताची मागणी माझ्या न्यायबुद्धीने पुरविली. ही न्यायबुद्धीसुद्धा माझी स्वत:चीच म्हणजे ती खरी न्यायबुद्धी असेलच असे नाही. न्यायबुद्धीलाही सार्वत्रिक बंधने असतात; पण सार्वत्रिक बंधनांच्या मर्यादा मानायचे ठरवले, तर भोगयात्रेचा उन्मत्त आनंद पुष्कळच कमी होतो.

समाजाचा न्याय आणि तुमचा न्याय यांच्यांत एक चिरंतन झगडा चालू असतो. कधी तुम्ही जिंकता– कधी कधी तो सार्वत्रिक न्याय जिंकतो अन् तुम्ही कधी कधी पराभूत होता. हा पराभव भोगयात्रिकांना टाळता येत नाही. तुम्ही जगावेगळे काही करायला जाता, ते जगावेगळे ठरतच नाही. म्हणजे पराभवाचे शल्य वर्मी लागते. खरा भोगवादी हे शल्यही पताकेप्रमाणे खांद्यावर मिरवतो. मी फसलो, मी हरलो, मी पराभूत झालो याचीही विजयपताका करण्याचे भाग्य कधी कधी लाभते. दुसऱ्याचे मतपरिवर्तन करण्यासाठी महात्माजींनी केवढा अट्टहास केला, पण ते काही नथुराम गोडसेचे मतपरिवर्तन करू शकले नाहीत. त्यांचा एक प्रकारे तो पराभवच आहे. पण या पराभवाची पताका वर्षानुवर्षे मागे राहणार

आहे. सुभाषचंद्र बोस दिल्लीला कधीच पोहोचले नाहीत. ते केवळ युद्धात पराभूत झाले, असे नाही; तर त्यांची अनेक स्वप्ने मातीमोल झाली. पण त्यांचा हा सारा पराभव त्यांच्या नावाशी एखाद्या सुवर्णपताकेप्रमाणे चिकटलेला आहे. दिल्ली ह्या शब्दाशी 'चलो दिल्ली' ही घोषणा कायमची चिकटलेली आहे. एक नव्हे शेकडो संशोधक, गिर्यारोहक आपली संशोधने अर्धवट टाकत किंवा गिरिप्रवास पुरा न करताच मृत्युमुखी पडले; पण त्यांची हार हेच त्यांचे विजय आहेत. खऱ्या भोगयात्रिकांचे पराभव हेसुद्धा म्हणूनच पराक्रम असतात.

मी स्वतःला भोगयात्री समजतो तो मी जीवनात यशस्वी झालो म्हणून नव्हे किंवा मी काही अलौकिक पराक्रम केला म्हणून नव्हे. एक लहानसे आयुष्य मी जगलो, एका लहान माणसासारखेच; पण जे काही मी जगलो, ते मी खऱ्या अर्थाने जगलो. कोठे अंग चोरले नाही, अपयश किंवा अपमान नाकारले नाहीत, यशाच्या खोट्या धुंदीत वावरलो नाही. मी माझ्यासाठी जगलो, माझ्या मस्तीत जगलो. आयुष्य एकपदरी नसते, ते समजून जगलो. त्या अर्थाने एका भोगयात्रेचा पथिक झालो. मी पैसे किती मिळवले– मालमत्ता किती केली, किती ग्रंथ लिहून पुरे केले– किती स्त्रियांच्या अंगाशी लगटलो, याला त्या अर्थाने काहीही महत्त्व नाही. ज्या एका लहानशा कुव्यात मला जगावे लागले, त्या कुव्याची मर्यादा माहीत असूनसुद्धा मी त्या कुव्यालाच समुद्र मानला. माझ्या अवतीभोवती जे कोणी माझ्यासारखेच लहान-मोठे यात्रिक होते, त्यांच्या दुःखाबद्दल तुच्छता बाळगली नाही किंवा सुखाबद्दल मत्सरही केला नाही. त्यांच्याबरोबरच आयुष्य जगत गेलो, पण स्वतःसाठीही काही आयुष्य जगलो. मला वाटते, माणसाने कोणती स्वप्ने समोर ठेवली, यावरून त्याची योग्यता ठरावी काय? का, तो जे आयुष्य जगला ते तो स्वप्नाप्रमाणे जगला आणि अखेरच्या पर्वातही डोळे मिटता-मिटता त्याच्या पापण्यांवर एखादे तरी स्वप्न राहिले होते यावरून ठरवावी? म्हणून म्हणतो, माझे आयुष्य ही एक भोगयात्रा आहे. थोडे मागे वळून आपल्या आयुष्यात जे भोग आले, ते मी पाहू इच्छितो. कालांतराने सुख-दुःखांचे स्वरूप कसे विचित्र होते, हे मला त्यामुळे पाहता येईल आणि अन्य कोणाची जरी झाली नाही तरी माझी उरलेली भोगयात्रा सुखाची होईल.

- ० - ० - ० -

४

जगायचे कशासाठी?

एखादा माणूस आपल्याला रस्त्यात भेटला आणि आपण त्याला विचारले, ''बाबा रे, कुणीकडे चाललास?'' तर तो उत्तर देतो की– मी कामावर चाललो, सिनेमाला चाललो, बाजारात चाललो. याचे कारण कुठे जायचे, हे त्याला नक्की ठाऊक असते. आपण कुठून आलात असा जरी प्रश्न केला, तरीही तो उत्तर देऊ शकतो– मी गोरेगावाहून आलो, पुण्याहून आलो. कारण त्याच्या येण्याचे स्थान त्याला माहीत असते. पण याऐवजी जर आपण असा प्रश्न केला की, ''बाबा रे, तू जन्मलासच का? आणि कशासाठी जगतो आहेस?'' तर मात्र त्याची त्रेधातिरपीट होईल. जन्माला येण्याचे आपल्या हातात नसते. एका स्त्रीला आणि पुरुषाला एकत्र यावेसे वाटले, या घटनेतून जिवाचा जन्म होतो. तेव्हा जन्मायला कारण नसतं, आणि सर्वसामान्य माणूस इंद्रियांची कार्यक्षमता नष्ट होत गेली की, आपोआप मृत्युमुखी पडतो. म्हणजेच, कर्तृत्वाच्या, प्रतिभेच्या किंवा समृद्धीच्या कितीही वल्गना केल्या; तरी आपल्या अस्तित्वाचे कारण आपल्याला निश्चित सांगता येत नाही. केवळ जन्माला आलो म्हणून जगत राहिलो, हे स्पष्टीकरण पुष्कळांच्या लेखी बरोबर आहे; एरवी बहुतेक लोकांच्या जगण्याला तसे कोणतेच कारण नसते. ते केवळ जगत असतात.

जीव जन्माला आला की, त्याला आपोआप भूक लागते आणि ही भूक पुढचे आयुष्य जगायला भाग पाडते. त्यासाठी चरितार्थाला उपयोगी असे साधन निर्माण करावे लागते. मनुष्याच्या अणू-रेणूला वासनेची धग जाळत असते. तीही एक अत्यंत नैसर्गिक भूक आहे. या भुकेच्या तृप्तीसाठी त्याला कोठली तरी मादी पकडावी लागते. तिला पोसण्यासाठी जबाबदारी घ्यावी लागते. त्याशिवाय वासनेची तृप्ती सुखासुखी होत नाही. या कामेच्छेतून संतती निर्माण होते आणि

त्या संततीलाही पोसावे लागते. हा सारा व्यवहार सुखकारक व्हावा, म्हणून समाज नावाची वस्तू निर्माण होते. विवाहबंधने तयार होतात आणि कायदा व नीतिनियम मनुष्य स्वखुशीने पाळू लागतो. जन्माला आलोच आहोत तर जगले पाहिजे, सुखसोई मिळविल्या पाहिजेत, इंद्रियांना तृप्त केले पाहिजे; सबब हा सारा पसाराही स्वीकारला पाहिजे. जगणे सुलभ व्हावे म्हणून माणूस अनेक जोखडांत आपखुशीने अडकून पडतो आणि त्या जोखडांचा काच वाटू नये म्हणून घराण्याचा अभिमान, मातृ-पितृभक्ती, गुरुजनांचा आदर, वात्सल्य, इमानदारी वगैरे शब्दांच्या शृंखला स्वखुशीने तो स्वीकारतो. पण हे काही माणसाच्या जगण्याचे कारण होऊ शकत नाही. ही जगण्याची साधने आहेत आणि साधने कधीच निमित्त होत नसतात.

आपण जगतो कशासाठी? विश्वाचे रहस्य जर कुतूहलजनक वाटत असले, तरच ह्या प्रश्नाचा उद्‌गम निर्माण होऊ शकतो. एरवी सर्वसामान्य मनुष्य एकदा का संसार नामक घाण्याला जुंपला गेला की, त्याला असले गोंधळात टाकणारे प्रश्न पडतच नाहीत; तेवढी त्याला उसंतही नसते. कधी कधी तर माणूस ह्या प्रश्नांची सोपी उत्तरे शोधून काढतो. अपंग नवऱ्यासाठी, मुलाला वाढविण्यासाठी, घराण्याला प्रतिष्ठा देण्यासाठी आपण जगतो आहोत, असा तो स्वत:चा समज करून घेतो. आपल्याला या जगात येण्याचे प्रयोजन काय आणि आल्यानंतर जगत राहण्याची इच्छा कशामुळे होते ह्या प्रश्नांशी तो झटापटच करीत नाही. लहान-सहान निमित्ताने त्याचे समाधान होते. दु:खाचे, दैन्याचे, अपमानाचे आयुष्यदेखील तो जगत राहतो. तोचतोपणा त्याला कंटाळवाणा वाटत नाही. त्याच्या अपेक्षा तो परिस्थितीच्या मानाने बेतून घेतो. थोड्याशा लाभाने तो संतुष्ट होतो, क्षुद्र अधिकारपदाने मस्तवाल होतो, आपत्ती आल्या की हळवा होतो; परंतु हे सारे का करत राहायचे, ह्याचा शोध त्याला घ्यावासा वाटत नाही.

आपले जगणे अपरिहार्य आहे, हे त्याने मनाशी ठरविले की, त्याचे अनेक प्रश्न सुटतात. इतरांपेक्षा मी शहाणा आहे, कर्तबगार आहे आणि म्हणून समाजाला उपयुक्त आहे– अशी भूमिका त्याने स्वीकारली की, त्याला आपल्या जगण्याचे कारण सापडते. क्षणभर त्याला असाही विचार खरा वाटू लागतो की, आपल्यावाचून या जगाचे चालले नसते. मग त्याचे सर्व प्रश्न सुटतात आणि जगायचे कशासाठी या प्रश्नाचा त्याचा शोधही संपुष्टात येतो.

एखादा मनुष्य मृत्युमुखी पडला की, आपण सहजगत्या म्हणतो, "त्याच्या

मृत्युमुळे पोकळी निर्माण झाली.'' खरोखरच पोकळी निर्माण झालेली असते का? या जगात आजपर्यंत किती माणसे निर्माण झाली आणि यापुढे किती होतील, याचा अंदाज आपल्याला वर्तवता येत नाही. त्यांपैकी काही धर्मसंस्थापक होते, काही अपराजित सम्राट होते, काही सृष्टीतील सत्य शोधून काढणारे तत्त्वज्ञानी होते, तर लक्षावधी माणसांना भुरळ घालणारे काही कलावंतही होते. त्यांपैकी फारच थोड्या माणसांची नावे आपल्याला आठवू शकतील. मग ही माणसे मृत्युमुखी पडली, तेव्हा या पृथ्वीवर पोकळी निर्माण झाली होती काय? एखाद्या व्यक्तीचे फार मोठे अस्तित्व जाणवते आहे आणि अकस्मात ती व्यक्ती गेल्याबरोबर आपल्याला असुरक्षित वाटते आहे, यामुळे तर आपण पोकळी निर्माण झाल्याची भाषा बोलत नसू?

वस्तुत: केवळ ही पृथ्वीच नव्हे, तर हे ब्रह्माण्डच एक पोकळी आहे. अनेक सूर्यमंडले आहेत. ह्या प्रचंड अशा ब्रह्मांडात पृथ्वीचे अस्तित्व ते किती क्षुद्र; त्या पृथ्वीवर आपल्या देशाचे अस्तित्व त्याहून क्षुद्र. अशा या देशातील एका प्रांतातील एखाद्या गावातील माणसाचे अस्तित्व वस्तुत: लक्षातही घेण्याच्या योग्यतेचे नसते. पुष्कळ वेळेला असे घडते की, लोकदृष्ट्या मोठी असणारी ही माणसे आपल्या नित्यपरिचयाची असतात, आपल्या ईर्षा आणि आकांक्षांची ती प्रतीके झालेली असतात. असे एखादे प्रतीक नष्ट झाले की, आपल्याला धक्का बसतो. कारण आपल्या जगण्याचे जे गणित आपण केलेले असते, त्या गणितातील काही खुणा किंवा आकडे एकदम अदृश्य झालेले असतात. म्हणून आपली अस्वस्थता आपल्या अशा उद्गारातून व्यक्त होते.

एका रेणूतून आपला जन्म होतो. इथला प्रकाश, हवा आणि अन्न यांच्या योगाने आपल्या देहाला आकार येतो. भोवतालच्या हर्ष-खेदांच्या कल्लोळातून कण-कण जमा करीत आपण एक सुरक्षित किल्ला बनवतो आणि या किल्ल्याच्या रक्षणासाठी आपल्याला जगलेच पाहिजे, अशी समजूत करून घेतो. लहान-मोठ्या घटनांमुळे कधी आपला हुरूप वाढतो, कधी उदासीनता येते; तरीही ही काही जगण्यासाठी खरी निमित्ते नव्हेत.

एक तर आपण पाहत आलो आहोत की, माणसाला जगत राहण्याची प्रबळ प्रेरणा आहे. मृत्यूला माणूस घाबरतो. इतका की, मृत्यूच्या चाहुलीने तो विकलांग होतो. या जगण्यासाठी माणूस वाटेल त्या हीन पातळीवर जाऊ शकतो. प्रसंगी दुसऱ्याचा घात करू शकतो. आपणच केलेले नियम जगण्याच्या अतीव ऊर्मीमुळे तो मोडून टाकतो. जगण्याचा हा लोभ त्याच्या अणू-रेणूंत

वावरत असतो आणि माणूस माणसाचा संहार करत असतो, त्यात त्याचे पर्यवसान होते. अगदी विकलांग झालेल्या माणसाचीसुद्धा जगण्याची इच्छा प्रबळ असते. आजार, उपवास, शारीरिक वेदना, अवमानित जिणे या सर्वांवर मात करून माणूस जगण्याची धडपड करीत असतो. जगण्याची एवढी ओढ का, या प्रश्नाचे त्याच्याजवळ उत्तर नाही.

जगण्याची ही अनावर ओढ माणसाच्या संस्कृतिनामक लांबलचक प्रवासाची कारणमीमांसा आहे. जग सुंदर आहे. इंद्रियांच्या भुका अनावर आहेत. मृत्यू हिडीस आहे; किंबहुना, आजचे माझे अस्तित्व हे सत्य आहे व मृत्यू नामक एका अज्ञात प्रदेशात काय काय वाढून ठेवलेले आहे, हे मला माहीत नाही. सबब– मला जगण्यावाचून पर्याय नाही, म्हणून का माणूस जगत असतो? आपल्या रक्तपेशींचाच तो गुणधर्म आहे का? तसे असेल; तर देश, धर्म, वतन ह्या तशा अर्थाने शाब्दिक मूल्यांसाठी माणसे मृत्यू का स्वीकारतात? आपल्या मृत्यूनंतर मागे काय घडणार आहे, हे त्याला थोडेच पाहायला मिळणार असते? जिवंत राहिलो असतो तर निदान लहान-सहान इंद्रियगम्य सुखे भोगता आली असती, अशी उपरती त्याला कधी काळी होते काय? जगण्याचा अनावर मोह असूनसुद्धा मृत्यूची हाक त्याला का ऐकू येते? त्याच्या जगण्याचे कारण त्याला सापडलेले असते काय? जगण्याला नसते, तसेच त्याच्या मृत्यूलाही कारण नसते. बरे, त्याच्या मृत्यूनंतर त्याचा नावलौकिक मागे राहतो म्हटले, तर तसेही नाही. या सृष्टीतील अनेक लहान-मोठ्या देशांच्या स्वातंत्र्यलढ्यात भोवतालच्या जगाला दिपवून टाकणारी अनेक माणसे मृत्युमुखी पडली; त्यांच्या मृत्यूची नोंद आपण कोठे घेतलेली आहे? अनेक साहसकर्मांत, संशोधनकार्यांत, रुग्णांची सेवा करण्यात, अज्ञात गोष्टी शोधण्यात मृत्यू पावलेल्यांची संख्यासुद्धा थोडी नसेल. ही माणसे जगली कशासाठी आणि मेली कशासाठी?

ह्या प्रश्नांची खरी उत्तरे शोधण्याचा प्रयत्न उदासवाणा आहे. कारण एखादा माणूस इंद्रियजन्य सुखासाठी व्याकूळ होतो, तसाच एखादा समाजपुरुषसुद्धा काही सुखांसाठी व्याकूळ होतो. व्यक्तीप्रमाणेच समूहालाही देह आणि आत्मा ह्या दोन गोष्टी आहेत. व्यक्तीला जसा सुखाचा हव्यास असतो, तसा समूहालाही सुखाचा हव्यास असतो. मग हा जीवनव्यवहार सुखाचा एक शोध आहे काय? मग असे असेल, तर जर्मन वंशजांच्या श्रेष्ठत्वासाठी जगणाऱ्या आणि मरणाऱ्या हिटलरच्याही जगण्याला आणि मृत्यूला अर्थ असला पाहिजे.

जीवन हा जर सुखाचा शोध असेल तर सुख म्हणजे काय, हेही ठरवावे

लागेल. चांगला गंध, चांगला स्पर्श, चवदार पदार्थ, सुरेल संगीत हे सारे सुखाचे सोपे आणि जवळचे रस्ते आहेत. या रस्त्यानेच सर्व जण जात असतात. हा सुखाचा शोध म्हणजे माणसाचे जीवन असे म्हटले, तर माणसावर अन्याय होईल. कारण इतर प्राण्यांच्यापेक्षा माणूस निराळा आहे, तो कशामुळे? या अशा सुखांसाठी माणूस सर्वस्व पणाला लावत नाही.

विनायक दामोदर सावरकर नावाचा एक तरुण बुद्धिमान मुलगा बॅरिस्टरी परीक्षेत जर उत्तम यश मिळवून परत आला असता, तर वर सांगितलेली सारी सुखे त्याच्यापुढे हात जोडून उभी राहिली असती. इंग्रज सत्तेला आव्हान देण्यासाठी स्वत:चे आयुष्य कोलू फिरविण्यात आणि काथ्याकूट करण्यात घालवण्याचे त्याला काय कारण होते? नानासाहेब पेशवे परागंदा झाले, तेव्हा आत्मनाशाकडे फरफटत नेणारी एकाकी धावपळ तात्या टोप्यांनी कशाकरिता केली? ज्योतिर्गणित आणि संस्कृतविद्या यांत ज्याच्या बुद्धीला आव्हान होते व ते पेलण्याची ज्याच्या प्रज्ञेला ताकद होती, त्या बाळ गंगाधराला मंडालेच्या तुरुंगात सडत राहण्याची काय गरज होती? चौदा-पंधरा वर्षांची अनेक कोवळी मुले 'वंदे मातरम्' म्हणत फासाच्या तख्ताकडे हसतमुखाने का गेली? ऐन तारुण्यात कविश्रेष्ठ ज्ञानेश्वर समाधिस्थ का झाला? भगतसिंग, आझाद ही माणसे तर बलदंड होती. काळालाही आव्हान द्यावे, अशी त्यांची मनोधारणा होती. आपले जीवितकमल चुरडून टाकण्याची प्रेरणा त्यांना तरी कोठून मिळाली?

शिवाजी कोण आणि कसले हिंदवी स्वराज्य? त्यासाठी पावनखिंड लढविण्याचे आणि तोफेचे आवाज ऐकू येईतो वेदना होत असताना जगत राहण्याचे बाजी प्रभूंना काय कारण? शहाजीप्रमाणेच शिवाजीलाही मोगलांचा सुभेदार होऊन मोठा जनानखाना बाळगता आला असता आणि ख्याली-खुशालीचे जीवन जगता आले असते. ते सोडून या दगड-धोंड्यांच्या देशात पायपीट करायचे त्याला काय कारण होते? बोट बुडू लागली तरी माझे जहाज मी सोडणार नाही, म्हणून जहाजाचा कप्तान गणवेश चढवून बोटीबरोबर समुद्राचा तळ का गाठतो? बाबा आमटे किंवा शिवाजीराव पटवर्धन निरोगी, सुंदर अशा माणसांच्या संगतीपेक्षा बोटे झडलेल्या महारोग्यांच्या संगतीत राहणे का पसंत करतात? एक क्रूस आणि एक बायबल घेऊन जगाच्या कानाकोपऱ्यांत शेकडो मिशनरी कशासाठी जातात?

हीच काय, पण अशी शेकडो उदाहरणे आहेत की, ज्यांच्या मृत्यूचे गूढ आणि जगण्याचे प्रयोजन रूढ नियमांच्या साह्याने उलगडता येत नाही. रुग्णाईत

जयप्रकाशजींना पुन्हा राजकारणात येण्यात आणि मृत्यू जवळ करण्यात खरोखरीच काय आनंद वाटत होता? ही कोडी तशी उलगडत नाहीत.

नवे विज्ञान आता असे सांगते की, माणसाच्या रक्तपेशी विघटनासाठी आसुसलेल्या असतात. एकाच्या दोन, दोनाच्या चार या प्रमाणात त्यांचे विघटन चालू असते. खरे तर हे विघटन नसते, निर्मिती असते. नव्याने निर्माण झालेली रक्तपेशी भोवतालच्या साधनांमुळे पूर्ण वाढते, पुन्हा विघटित होते, आणि म्हणूनच मूळच्या रक्तपेशीतील गुणधर्म पुढच्या अनेक रक्तपेशींत उतरत जातात. वंशशास्त्राला या घटनेचा आधार आहे. केवळ शारीरिक नव्हे, तर मानसिक गुणधर्मसुद्धा आपण मूळ पुरुषापासून घेत असतो, असे 'जीन्स'च्या शास्त्राने सिद्ध केल्यामुळे सर्व माणसे सारखी असतात– केवळ परिस्थितीमुळे यात बदल होतात, हे तत्त्वज्ञान आता निकालात निघाले आहे. गुण-दोषांची ही वाटचाल म्हणूनच कोणत्याही व्यक्तीला खंडित करता येत नाही.

आपल्याच गुण-दोषांचा अवशेष मागे ठेवण्याची प्रक्रिया ही इतकी नैसर्गिक आहे की, अपत्यांची जबाबदारी नको, असे मानणाऱ्या स्त्री-पुरुषांनाही ह्या आंतरिक ओढीला अखेर शरण जावे लागते. ही गोष्ट तर खरी आहे की, स्त्री-पुरुष एकत्र येतात ते आनंदासाठी. संततीची निर्मिती हे त्याचे कारण नाही; तो त्याचा परिणाम असतो. संतती निर्माण होऊ न देण्याची आता नवनवी साधने निर्माण झाली आहेत. तरीही संतती झाल्याशिवाय आपले आयुष्य पूर्ण होणार नाही असे सतत वाटत असते. आता संतती उत्पन्न होणे, ही काय सोपी गोष्टी आहे? एक तर पोटात जीव वाढविणे, त्यासाठी जीव धोक्यात घालणे, प्रसूतीच्या वेदना सहन करणे, लहानसा मांसाचा गोळा सांभाळणे, हे तसे पाहिले तर फारसे सुखाचे नाही. स्त्रीला आपले आरोग्य आणि रूप गमवावे लागत असेल. पुरुषाला शरीरसुख मिळण्याचा सोपा रस्ता काही काळ बंद ठेवावा लागेल, मुलांसाठी आर्थिक खस्ता काढाव्या लागतील, हिंडण्या-फिरण्यावर बंधने येतील. अगदी व्यावहारिक दृष्टीने मूल ही जबाबदारीच होऊन बसते. तरीही मूल होऊच नये, असे कोणाला वाटत नाही. याचे सर्वांत महत्त्वाचे कारण, माणसांच्या रक्तपेशींना पुनर्निर्मितीची विलक्षण ओढ लागलेली असते आणि त्या ओढीपायी मनुष्यजात किती तरी सुखे फेकून द्यायला तयार असते.

माणसाच्या अस्तित्वाचे आणि जगण्याचे हे एक कारण असावे. त्याची नवनिर्मितीची आकांक्षा कामप्रेरणेलाही अस्तरासारखी चिकटून असते. ह्याच माणसांच्या निर्मितिक्षमतेला नीतीने आणि धर्माने प्रतिष्ठा प्राप्त करून दिली

आहे. मूल झाल्याशिवाय माणसाला सद्‌गती नाही, याचा अर्थ निर्मितीशिवाय माणसाला राहवत नाही, हेच आहे माणसाच्या जगण्याचे त्याला प्रत्यक्ष न जाणवलेले हे एक नैसर्गिक कारण आहे.

निर्मितीची अनेक रूपे आहेत. आपल्याच रक्तपेशींची पुनर्निर्मिती हे त्याचे सूत्र असले; तरी निसर्गात पाहत असलेल्या रंग-छटा, ऐकलेले सूर, काढावे लागणारे आवाज ह्या साऱ्यांची आपल्या हाताने पुनर्निर्मिती करावी, असे माणसाला वाटत असते. लहान बालकाला स्पर्श जसा कळतो तसेच रंगाचे, सुरांचे ज्ञान त्याला निसर्गतःच लाभलेले असते. हे सारे पाहिलेले, ऐकलेले, स्पर्शिलेले अनुभव त्याच्या संस्कारक्षम मनावर साठत राहतात आणि त्या अनुभवांची पुनर्निर्मिती करावी, असे त्याला बालपणापासून वाटत असते. आई-वडिलांची, गुरुजनांची, थोड्या वडीलधाऱ्या मित्रांची नक्कल लहान मुले आपोआपच करतात. डोंगरापाठीमागे मावळत जाणाऱ्या सूर्याचे चित्र आपल्या कल्पनेने काढले नाही, असे लहान मूल विरळाच.

जे-जे पाहिले आणि अनुभवले, त्या साऱ्यांची पुनर्निर्मिती झाली पाहिजे अशी प्रेरणा मानवाला असते. आपले घर कसे सजवावे किंवा कसे बांधावे, याचे मनात जमा होत असलेले चित्र हे अनुभवग्रहणातूनच निर्माण होते. माणसाचा हा निर्मितीबद्दलचा हव्यास हीसुद्धा एक जगण्याची प्रेरणा होऊ शकते. पण ह्यातील पुष्कळशी निर्मिती त्याच्या हातून नकळत होते. आपला देश केव्हा तरी स्वतंत्र होता; असे जे चित्र वाचनाने, श्रवणाने आपल्या मनात तयार झालेले असते, त्यातूनच पारतंत्र्यविरोधी लढे निर्माण होतात. खरे पाहिले तर हौतात्म्य ही संकल्पनाच पुननिर्मितीची असते. जे तिथे होते किंवा व्हायला हवे होते, ते घडविण्यासाठी या जगातले अस्तित्व मी संपवून टाकीत आहे आणि याच भूमीत पुन्हा जन्म घेऊन ते साकार झालेले चित्र मी पाहणार आहे– इथेसुद्धा निर्मितीची मानवाची धडपड असलीच पाहिजे. अशा अनावर हौतात्म्याच्या ऊर्मीमागे, मनुष्य हा शतकानुशतके येथे जगत राहाणार आहे, म्हणून त्याच्या तात्कालिक मरणाला काही अर्थ नाही, अशी उदात्त भावना असते.

अनेक संप्रदायांनी पुनर्जन्म मानलेला नाही, परमेश्वरही मानलेला नाही; तरीसुद्धा प्रत्यक्षात मानवाची अखंडता मानलेली आहे. परमेश्वराच्या या कल्पनेचा विचार करून पाहण्यासारखा आहे. आपण अविनाशी आहोत, असे ज्या क्षणी मानवाच्या लक्षात आले; त्या क्षणीच परमेश्वराबद्दलची कल्पना त्याला भावली असली पाहिजे. मानवाची शक्ती, सौंदर्य, कर्तृत्व, व्यापकता ह्या साऱ्या कल्पना

एकत्र आणल्या म्हणजे परमेश्वराचा जन्म होतो. काही माणसांना आपण परमेश्वराचे अवतार किंवा प्रेषित आहोत असे वाटते, याचे कारण मानवाने परमेश्वर म्हणून कल्पिलेल्या गुणसमुदायातील एखादा गुण त्यांच्याजवळ असतो.

ईश्वराकडे सर्व निर्मितीचे कारकत्व जरी आपण दिलेले असले, तरी मी म्हणजेच ब्रह्म किंवा परमेश्वर, असे माणसाला का वाटू लागते? या सृष्टीत निर्माण झालेली प्रत्येक गोष्ट मीही निर्माण करू शकेन, हा मानवाला आत्मविश्वास वाटतो. ह्या सृष्टीतीलच नव्हे, तर सृष्टीबाहेरील या चैतन्यमय जीवनाची सुनिर्मिती करू शकेन, हा विज्ञानाचा पाया आहे. विज्ञान आणि अध्यात्म अखेरी एकरूपच असतात. सृष्टीमागील अज्ञात रहस्य शोधणे, हाच दोघांचा हेतू आहे. तत्त्वज्ञान म्हणजे समन्वय आणि विज्ञान म्हणजे विघटन. मीमांसक मीमांसा करतो, ती दोन घटकांतील साम्यांची आणि शास्त्रज्ञ चिकित्सा करतो, ती वैधर्म्याची. सारेच पदार्थ सारखे आहेत, असे तत्त्वचिंतकाला वाटते; पण प्रत्येक पदार्थाचे गुणधर्म वेगळे आहेत, असे ठरविण्याच्या प्रयत्नात शास्त्रज्ञ असतात. परंतु, सारे कुतूहल आहे ते निर्मितीच्या रहस्याबाबतच. म्हणून निर्मितीची ओढ हे एक जगण्याचे कारण असू शकेल.

'मी कोण' हा प्रश्न सोडविण्यासाठी तत्त्वज्ञ चौफेर शोध घेतात. 'मी कोण' म्हणजे माझ्या देहाचे घटक कोणते, हे नव्हे. जन्म-मृत्यूच्या दोन टोकांमध्ये असणारा मी माझ्या लहान-मोठ्या आकांक्षा आणतो कोठून, हा या प्रश्नाचा खराखुरा अर्थ होय. या ब्रह्मांडाच्या पसाऱ्यात मनुष्य, प्राणी, पक्षी, जलचर, जंतू, कीटक या भिन्न-भिन्न अवस्थेत चैतन्य पसरले आहे. सूर्याच्या प्रकाशातही चैतन्य पसरले आहे. निर्मितीसाठी निसर्गात असणारी व्यवस्था म्हणजे उष्णता आणि पाणी, हेही चैतन्याचे प्रचंड साठे आहेत. ह्या चैतन्याच्या प्रचंड कोठारातील एक क्षुद्र भाग माझ्या वाट्याला आला आहे, हे माणसाला उमजत असते. त्याचबरोबर इतर चैतन्यकणांना जे जमलेले नाही, ते सार्वत्रिक चैतन्याचे भान मला म्हणजे प्रत्येक विवेकी माणसाला झालेले आहे, ही अहंताही माणसामध्ये जन्म पावते. या सार्वत्रिक चैतन्याचा मी एक भाग आहे खरा, पण तरी मला काही वेगळेपण आहे. चैतन्यविश्वातील अन्य स्वरूपापेक्षा मानवी चैतन्य वेगळेच, आणि त्या मानवी चैतन्यातही माझे चैतन्य वेगळेच, अशी जाणीव माणसाला सतत असते.

हे वेगळेपणाचे भान माणसाला विसरता येत नाही. त्यातून व्यक्तीचा, कुळाचा, जातीचा, धर्माचा, राष्ट्राचा असे अनेक अहंकार निर्माण होतात. हा

वेगळेपणा केवळ रंगात, रूपात, लकबीत असतो, असे नाही. मुख्यत्वेकरून हा वेगळेपणा सृष्टीच्या आकलनासंबंधी असतो. याचीही चिकित्सा केली, तर लक्षात येते की, तशा अर्थाने कसलेच आकलन झालेले नसतानाही मानवाजवळ हा उपजत अहंकार आहे. माझ्यासाठी, परिवारासाठी, देशासाठी, अखिल मानवतेसाठी आणि अखिल चैतन्यसृष्टीसाठी या सृष्टीची निर्मिती झाली आहे, यावर माणसाची श्रद्धा असते. माझ्या रक्तपेशींतून माझ्या गोत्रऋषीचे रक्त सळसळते आहे, असे माणसाला वाटत राहते.

आपण सहजगत्या म्हणतो : माझ्या नावाला बट्टा लागेल, असे मी करणार नाही. मी कोकणस्थ आहे, ब्राह्मण आहे, पुणेकर आहे, महाराष्ट्रीय आहे, भारतीय आहे, आर्यन आहे, हिंदू आहे– अशा अनेक पायऱ्यांनी माझा अहंकार मी जोपासलेला आहे. या सर्व अहंकारांचे एक संतुलन आहे. वरिष्ठ अहंकाराने कनिष्ठ अहंकारावर मात करावी, असे कितीही कळवळून सांगत राहिलो, तरी आपापल्या प्राथमिक अहंकारांचा आपल्याला विसर पडू शकत नाही. वंशाला, जातीला किंवा धर्माला आधुनिक जगात काडीचेही महत्त्व उरलेले नाही; पण आपले चिवट अहंकार इतक्या सहजासहजी आपण सोडत नाही. या धर्माच्या रक्षणापायी, प्रसारापायी, श्रेष्ठत्वापायी कोट्यवधी माणसे आजपर्यंत मृत्युमुखी पडली तरीही मनुष्यजात शहाणी झालेली नाही. वर्णश्रेष्ठतेचे किळसवाणे दर्शन भारतातील जातिसंस्थेने अजूनही टिकवून धरले आहे. हिटलरने त्यासाठीच लक्षावधी ज्यूंची हत्या केली; तरीही जर्मन आर्यवंश श्रेष्ठ आहे, हे सिद्ध होऊ शकलेले नाही. अमेरिकेसारख्या विज्ञानवादी प्रगत देशातसुद्धा आजही वर्णश्रेष्ठत्वाचा पुरस्कार करणारे तत्त्वज्ञ आहेतच. आम्ही भोसले कुळातले आहोत, रजपूत वंशातले आहोत, राजघराण्यांतले रक्त आमच्या अंगातून खेळते आहे किंवा आमची लढाऊ जात आहे– यांसारख्या जाणिवा अजूनही प्रबळ आहेत. हा सारा विकृत मनोवृत्तीचा परिणाम आहे, असे म्हणून तिकडे दुर्लक्षही करता येत नाही किंवा विज्ञानाने माणसे शहाणी होतील, यावर विश्वासही ठेवता येत नाही. इस्लाम श्रेष्ठ आहे म्हणजे काय? आखाती राष्ट्रांतील आजच्या मुसलमानांचे रक्त म्हणजे मूळचे ज्यू-ख्रिश्चनांचेच रक्त ना?

वस्तुत: आपल्याला वेगळे ठरविण्यासाठी माणसाने शोधून काढलेल्या या क्लृप्त्या आहेत. आपण वेगळे असावे आणि तो वेगळेपणा टिकवून ठेवावा, असे माणसाला अंत:करणापासून वाटते, आणि या वेगळेपणाच्या भावनेतूनच माणूस माणसाला नष्ट करून टाकायला उद्युक्त होतो. माणसाची ही वेगळेपणाची

उद्दाम भावना जर आपण नष्ट करू शकलो, तर मानवजातीचा फायदा होईल की, तोटा होईल? सर्व माणसे एक आहेत, हे सूत्र स्वीकारणे आज सोईचे आहे; नव्हे आवश्यकही आहे. पण सर्व माणसे खरोखरीच एक झाली आहेत आणि निसर्गाची संपत्ती योग्य प्रमाणात समान वाटून घेत आहेत, अशी वस्तुस्थिती आपण निर्माण करू शकलो तर? कदाचित आपले काही प्रश्न सुटतील. संघर्ष, द्वेष, विषमता हे सर्व नष्टही होतील. पण अशा जगात आजचा मनुष्य जगू शकेल का? स्वत:च्या वेगळेपणाविषयी असणारी माणसाची अहंता आपल्याला अशा प्रकाराने ठेचून टाकता येईल काय?

याचे अगदी एक साधे उदाहरण आपल्याला घेता येईल. कर्तबगार अशा असामान्य माणसांपुढे दुबळी माणसे मान झुकवितात, ही गोष्ट नाकारण्यात काही अर्थ नाही. व्यक्तिमत्त्व, गुणग्राहकता, स्वप्नाळूपणा, देशावरचे प्रेम ह्या गुणांमुळे पं. नेहरूंना लोकांनी डोक्यावर घेतले. त्यांच्याच तालमीत तयार झालेली त्यांची मुलगी, इंदिरा हिचा कोणताही पराक्रम सिद्ध झालेला नसताना या देशातील लोकांनी तिला अग्रपूजेचा मान दिला. ती नेहरूंची मुलगी, हे अर्थात या मान्यतेचे मुख्य कारण. त्यामागे नेहरूंच्या कार्याविषयी कृतज्ञता दाखविली गेली, यातही काही फारसे चुकलेले नाही.

पण यानंतर इंदिरा गांधींचा मुलगा– की, ज्याला कसलेही राजकीय कर्तृत्व नव्हते व ज्याने कधीही सामाजिक दृष्टी दाखविलेली नव्हती, त्यालाच भारताचा भावी पंतप्रधान म्हणून ओळखावे, ही मागणी कशामुळे निर्माण झाली? केवळ तो नेहरूंच्या आणि इंदिराजींच्या रक्तबीजाचा होता, म्हणून काय? नेहरू इतर भारतीयांपेक्षा वेगळे. अर्थात, त्यांच्या रक्तातून उत्पन्न झालेली त्यांची मुलगीही वेगळी आणि इंदिराजींच्या रक्तातून निर्माण झालेला संजय हा वेगळा, असा त्या मागणीचा अर्थ होता. संजय गांधीला थोडीफार संधी मिळाली. त्याने बरे-वाईट पराक्रमही केले. पण राजीव गांधींचे काय? त्याला तर राजकारणाचा काडीचाही गंध नाही. 'संजय गांधी हमारा नेता!', 'राजीव गांधी हमारा नेता!' असे जेव्हा लोक प्रामाणिकपणे गर्जू लागतात; तेव्हा सर्व माणसे सारखी आहेत या गोष्टीपेक्षा वंशश्रेष्ठता आहे, रक्तश्रेष्ठता आहे व कुळश्रेष्ठता मान्य आहे, हे लक्षात येते. नेहरू घराणे देशभक्तीसाठी प्रसिद्ध आहे, असे एकदा इंदिराजी म्हणाल्या होत्या. म्हणजे घराण्याचे महत्त्व त्या मानतात व एकेका घराण्याचा एकेक गुणधर्म असतो, यावर त्यांचा विश्वास आहे. तसेच असेल, तर शिवाजीचे वंशज किंवा बाप्पा रावळाचे वंशज या देशावर राज्य करण्यास अधिक लायक

आहेत, असा अर्थ निघतो.

हे सारे उदाहरण देण्याचे काही प्रयोजन आहे– ह्यात इंदिरा गांधी, संजय किंवा राजीव गांधी ह्यांचा अधिक्षेप करण्याचा अजिबात हेतू नाही. इतरांपेक्षा माझ्यामध्ये आणि माझ्या मुलांमध्ये काही दैवी गुण आहेत व आम्ही भारतावर चिरंतन राज्य करण्यास लायक आहोत आणि तुम्ही ते राज्य करून घेण्याच्या लायकीचे आहात, हा त्यांचा विचार त्यांच्या बोलण्या-वागण्यातून स्वच्छ व्यक्त होतो. यातून एक विलक्षण अर्थ निघतो. तो असा की, त्यांच्या रक्ताचा जर राज्य करण्याचाच गुणधर्म असेल, तर जगजीवन रामबाबूंच्या रक्ताचा गुणधर्म जनावरांची कातडी फाडण्याचाच असला पाहिजे. मग भंग्यांनी भंगी म्हणून राहायचे अन् ढोरांनी ढोर म्हणूनच जगायचे काय?

थोडक्यात, रक्तगुणाप्रमाणे झालेली ही मानवी समूहाची विभागणी आजच्या राज्यकर्त्यांना मान्य आहे काय? मग आजच्या सामाजिक समतेला काहीही अर्थ राहणार नाही. रक्ताचेच गुणधर्म जर सर्व गोष्टींत प्रभावी ठरणार असती, तर वर्षानुवर्षे चालत आलेले आपापले व्यवसाय करणे, हेच नैसर्गिक होईल. आपल्या जगण्यासाठी हेच जर कारण माणूस शोधू लागला, तर दुसऱ्यावर अन्याय करण्याचा कायमचाच परवाना द्यावा लागेल. रक्तगुणाचे वेगळेपण, त्यामुळे माणसा-माणसात निर्माण झालेला अहंकार आणि त्या अहंकाराला मिळत असलेली सामाजिक मान्यता ही धोकादायक नाही काय? आर्यन वंशाचे श्रेष्ठत्व आपण मान्य करावयाचे काय? गोऱ्या लोकांना जगावर राज्य करण्याचा परवाना आपण देणार काय? ब्राह्मणांना बहुजन समाजावर कायमचे स्वामित्व ठेवण्याचा अधिकार आपण त्यांना देणार काय?

म्हणून जगण्याची प्रयोजने कोणकोणती असतात किंवा असावीत, हा विचार दुर्लक्षित करण्यासारखा नाही. एखाद्या व्यक्तीने आपले कर्तृत्व सिद्ध केले, तर त्या व्यक्तीपुढे शरण जावे, ही मानवी मनाची प्रेरणा आहे. पण याचा अर्थ ती व्यक्ती इतरांपेक्षा वेगळी आहे व या व्यक्तीचे रक्तगुण श्रेष्ठ आहेत आणि त्या व्यक्तीच्या रक्तबीजातून निर्माण झालेल्या घराण्यातही श्रेष्ठत्व आहे, या चमत्कारिक निष्कर्षापर्यंत आपण येऊन ठेपतो. आपला अनुभव तसा नाही. टिळक, गांधी हे प्रज्ञावंत पुरुष होते; पण त्यांची मुले सामान्य निघाली. रक्ताचा म्हणून खास गुणधर्म असतो, असे काही त्यांच्या मुलांच्या बाबतीत जाणवले नाही. एखादा वंश पिढ्यान् पिढ्या आपली गुणपरंपरा सांभाळू शकतो असे जगात कोठेही घडलेले नाही.

माणूस निर्मितीसाठी जगत राहतो, वेगळेपणाच्या जाणिवेने जगत राहतो; तसाच एकरूपत्वाच्या भावनेनेही जगत असला पाहिजे. मी म्हणजेच जर ब्रह्मांड असेन, तर या विश्वातील सारी सुखे आणि दु:खे ही माझीच असतात. सुखाच्या स्पर्शाने माझे मन मोहोरून जावे, हे जितके खरे; तितकेच या जगातील कोठेही घडत असणारी वेदना किंवा दु:ख याने माझे डोळे ओले व्हावेत, हेही खरे. मला पोटभर जेवताना आनंद होतो, तसाच आनंद दुसऱ्याला पोटभर जेवत असताना पाहून मलाही व्हायला हवा. मला दोन घास कमी खायला मिळाले, तर माझा आनंद किंचित उणावेल हे जरी खरे असले; तरी समोरचा माणूस अन्नग्रहण करताना जो आनंद मिळवीत असेल, त्या आनंदाने माझ्या सुखात वृद्धी होईल. मिळवण्यात जसा आनंद असतो, तसा देण्यातही आनंद असतो, याचे भान समोरचा माणूस ही माझीच प्रतिमा आहे, असे मानले तरच होईल. हिंदुस्थानातील गरीब मुलांना खेळणी मिळावीत म्हणून डेन्मार्कमधली मुले मधल्या वेळचे खाणे न खाता येथे पैसे का पाठवितात? किंवा हजारो मैलांवरून हिंदुस्थानातल्या रोग्यांची सेवा करण्यासाठी ख्रिश्चन मिशनरी का येतात? महाराष्ट्रातली तरुण मुले हेमलकसातील आदिवासींची सेवा करण्यासाठी धडपडत का जातात? किंवा चांगल्या मध्यमवर्गीय सुशिक्षित कुटुंबातील माणसे ब्रह्मचर्याची शपथ घेऊन संघासाठी आयुष्य का घालवतात?

या ठिकाणी माणसाच्या जगण्याचे आणखी एक प्रयोजन लक्षात येते. ज्या एका चैतन्यकोठारातून माझ्या जीवनातले चैतन्य मी शोषून घेतले, तेथूनच निघालेले चैतन्यकण या जगात पसरलेले आहेत. म्हणजे आमचे सर्वांचे गोत्र एकच आहे. माझे चैतन्य जगात पसरलेले असल्यामुळे त्या चैतन्याचा शोध घेणे माझे काम आहे. मग माझ्या शरीरातील सळसळते चैतन्य आसमंतात फिरू लागते; तेव्हा दलितांचे दैन्य, आदिवासींची दु:खे, देहविक्रय करणाऱ्या स्त्रियांचे उसासे किंवा या विश्वातील सारी करुणा माझ्या ठिकाणी जमा होते. सारेच पराक्रम माझेच होतात आणि सारे पराभवही माझेच होतात. माझ्यातला इवलासा चैतन्यकण होता-होता एवढा मोठा होतो की, तो अवघे ब्रह्मांड व्यापून टाकतो. होता-होता माझे इवलेसे हात इतके मोठे होतात की, सारे ब्रह्मांड माझ्या कवेत मावू लागते. माझ्यात 'अहं' असतोच; पण हा अहं एकदम 'ब्रह्मास्मि!' होतो, हेही माझ्या जगण्याचे प्रयोजन होऊ शकते.

मग शेअरबाजारमधील बेछूट जुगारी मीच होतो. आकाशाकडे डोळे लावून पाहणारा शेतकरी मीच होतो. ॲटमबाँबने उद्ध्वस्त झालेला हिरोशिमातील

नागरिकही मीच होतो आणि ही अवनी मला लहान वाटते म्हणून चंद्रावर जाणारा आर्मस्ट्राँगही मीच होतो. माझे हे जगड्व्याळ रूप कधी कधी मलाच भयचकित करते. मग एकदम मी एखाद्या लहानशा गोष्टीसाठी शेजाऱ्याचा खून करतो, एवढीशी झोपडी रक्षण करण्यासाठी दुसऱ्यांची घरेही पेटवितो.

मी जगतो का आणि मरतो कशासाठी, हे मला नीटसे उमगलेले नाही; पण जगण्याची मला विलक्षण ओढ आहे. जगण्यावाचून माझे भागणार नाही आणि केवळ मलाच नव्हे तर माझ्या मुलांना, नातवांना व त्यांच्याही नातवांना जगत राहिलेले मला पाहायचेय. मला जाती-जातींतल्या आणि देशोदेशींच्या भिंती मोडायच्यात. ग्रहमालिका आणि पृथ्वी यातले अंतर मला भेदायचेय. मी अगदी क्षुद्र आहे– जंतूसारखा, तरीही मला जगायचेय. पण मी जगड्व्याळ आहे, ब्रह्मांड व्यापून टाकणारा आहे. जगायचे किंवा नाही, हा माझ्या पुढे प्रश्नच नाही; दुसऱ्यांच्या मरणात माझे जगणे आहे आणि माझ्या मृत्यूत दुसऱ्यांचे जगणे आहे. हे अटळ आहे, अनिवार्य आहे. जगायचे कशासाठी, म्हणून प्रश्न उभा राहतो; तेव्हा माझ्या पूर्वजांचे रक्त एक अमृतकुंभ घेऊन माझ्याजवळ येते. मी जेव्हा मरणासाठी आतुर होतो, तेव्हा माझ्यावर त्या अमृताचा वर्षाव होतो आणि जगण्यासाठी जेव्हा दुसऱ्यांच्या मृत्यूला मी आवाहन देतो, तेव्हा ते दुसऱ्यावरही अमृताचे सिंचन करते. जन्माला आणि मृत्यूला दोघांनाही जगात ठेवण्याचे काम माझ्यातले रक्ताणू करीत आहेत; मग जगण्यापलीकडे मी तरी काय करणार?

-०-०-०-

५

सरपटणारे, चालणारे आणि उडणारे

आपण सभोवती पाहतो की, झुरळे, पाली ह्यांसारखे सरपटणारे प्राणी जसे असतात, तसे हरण, कोल्हा ह्यांसारखे चालणारे-धावणारे प्राणीही असतात; त्याचबरोबर आकाश तर उडणाऱ्या पक्ष्यांनी भरून गेले आहे. सगळेच प्राणी सरपटू लागले किंवा चालू लागले, तर कदाचित हालचाल करायला सर्वांना जागाही पुरणार नाहीत; म्हणून निसर्गातील वेगवेगळ्या प्राण्यांच्या वाटचाली वेगवेगळ्या आणि जीवनपद्धती आगळ्या.

माणसांचेही तसेच होते. म्हणजे काही माणसे रखडत-रखडत आयुष्य ओढून काढणारी असतात, काही माणसे आपल्या पायांवर उभी राहून कालक्रमणा करीत असतात, तर काही माणसे मुळातच पंख असलेल्या पक्ष्याप्रमाणे नेहमीच हवेत तरंगत असतात. पृथ्वीवरच्या धुळीतून त्यांना चालणे मानवत नाही. हळूहळू जीवनक्रम व्यतीत करणे त्यांना मानवत नाही. त्यांचे लक्ष गगनाकडे असते. सुसाट वेगाने, किंचित वेडसरपणाने ही माणसे पोकळीचा शोध घेत-घेत अवकाशाच्या जगात वावरत असतात. अशी माणसे अर्थात थोडी असतात आणि आता तर पंख असणारी स्वप्नाळू माणसे दिवसेंदिवस लोपत चाललीत.

माणूस जरी रक्त, मांस, हाडे ह्यांचा बनलेला असला; तरी तो मनोदौर्बल्याचा शाप घेऊनच जन्माला आलेला असतो. काम-क्रोध-लोभ-मद-मत्सर आदी विकारांनी तो ग्रासलेला असतो. प्रत्येक माणूस दुसऱ्या माणसापासून जो वेगळा असतो, तो त्याच्या निरनिराळ्या विकारांच्या प्रमाणावरच. केवळ चेहरे वेगळे असतात, म्हणून माणसे वेगळी नसतात; तर त्यांच्या मनांचे चलन-वलन वेगळे असते, म्हणून माणसे वेगळी असतात. नवनव्या वैज्ञानिक प्रगतीमुळे, औषधांमुळे, प्लॅस्टिक सर्जरीमुळे शारीरिक दृष्ट्या माणसासारखा माणूस बनविणे कदाचित

शक्य होईल; परंतु सारख्या मनाची माणसे घडविणे कदापिही शक्य नाही. माणसाच्या निर्मितीचे कारण कोणते आणि प्रक्रिया काय, ह्याचेही जीवशास्त्रदृष्ट्या आपण विच्छेदन करू शकतो; परंतु माणसा-माणसांतील मानसिक भिन्नतेचे रहस्य आपल्याला सापडत नाही आणि सापडूही नये. झाडांचे सौंदर्य त्यांच्या सारखेपणात असते, परंतु माणसाचे सौंदर्य त्याच्या वेगळेपणात असते. सात रंगांच्या लक्षावधी छटा निर्माण होतात, सात सुरांच्या अगणित रागिण्या तयार होतात; त्याचप्रमाणे षड्विकारांच्या वेगवेगळ्या प्रमाणांचे असंख्य मानवी नमुने तयार होतात आणि ह्या लहरी वैचित्र्याने भरलेल्या सृष्टीला एक निराळेच सौंदर्य प्राप्त करून देतात.

आपण अलीकडे समानतेची भाषा बोलू लागलो आहोत. ही समानता खरे तर अतिरिक्त अशा विषमतेच्या निर्मितीमुळे आपल्याला हवीशी वाटते आहे, कारण निसर्गाच्या न्याय्य तत्त्वांविरुद्ध माणूस वागू लागल्यामुळे बहुसंख्य माणसांवर अन्याय होऊ लागला. ही समानता सार्वत्रिक नव्हे, हे लक्षात ठेवले पाहिजे. समानतेच्या ह्या नव्या कल्पनेत छापाच्या गणपतीप्रमाणे किंवा छपाईयंत्रातून निघणाऱ्या प्रत्येक प्रतीप्रमाणे प्रत्येक माणूस एकसारखा निर्माण करण्याची कुठेही मागणी नाही. ही समानता संधीची आहे, साधनांची आहे. माणसाच्या गुणाला व अस्तित्वाला अडचण उत्पन्न करणाऱ्या संपत्तीच्या असमान मागणीविरुद्ध ही मागणी निर्माण झालेली आहे. एखाद्या आदर्श राज्याची कल्पना करून पाहिली, तर अतिरिक्त समानतेचे एक भयप्रद चित्र दिसेल. सर्वांची घरे सारखी असतात. कपडे सारखे असतात. सर्व एकाच प्रकारचे धान्य खातात. सर्व जण एकाच प्रकारची पादत्राणे वापरतात. सर्वांच्या लेखी एकाच रंगाचे अस्तित्व असेल, प्रशंसेचा एकच उद्‌गार बाहेर पडू लागेल, दुःखाचा एकच आक्रोश येऊ लागेल. सारे रस्ते, दुकाने, वाहने एकसारखीच असतील. सर्वांना सारखेच पाणी प्यावे लागेल. एवढेच नव्हे, सगळ्यांची उठण्याची व झोपण्याची वेळ एकच असेल. सर्वांच्या घरांत भोजनाचे एकाच प्रकारचे स्वाद येत राहतील व स्त्री-पुरुष संबंधांतील शृंगारही एकाच पद्धतीने करावा लागेल. खरे तर अशा आदर्श समानतेच्या राज्यात शब्दांची गरज संपून जाईल, कारण शब्दांनी व्यक्त करण्याजोगी वेगळी भावनाच शिल्लक राहणार नाही. समान उंची व समान रंगाची माणसे निर्माण करण्यासाठी विज्ञान राबू लागेल. एका गावाहून दुसऱ्या गावाला जाण्याचे प्रयोजनच उरणार नाही, कारण ते गाव पहिल्या गावासारखेच असेल. नाटक-कादंबऱ्या ह्यांना मानसिक झगड्याचे कथानकच असणार नाही, कारण मानसिक झगडा

संपुष्टात आलेला असेल. लॅबोरेटरीत मांडून ठेवलेल्या बाटल्यांप्रमाणे माणसे मांडून ठेवली जातील आणि हवे ते माणूस हव्या त्या माणसापाशी कारणपरत्वे आणण्यात येईल. तसे माणसातील विकृत समानतेचे वर्णन वाटेल तेवढे करता येईल, समानतेच्या अतिरेकी कल्पनेला कोणत्याही टोकाला नेता येईल; पण अशी समानता कुणाच्या डोक्यात नसावी. समानतेच्या नादात माणसाचे माणूसपण हटविण्याची शक्यता मात्र गृहीत धरली पाहिजे. विज्ञानाने माणसे, जग कृत्रिम केलेच आहे. प्रत्येकाच्या घरातील फर्निचर तेच, चौकोनी कॉंक्रिटची घरे तशीच, सगळीकडचे डांबरी रस्तेही एकसारखेच. हळूहळू वैचित्र्याचा लोप होऊ लागलेला आहे. हळूहळू सरकार एकेका गोष्टीचे उत्पादन आपल्या हातात घेऊ लागेल तसतसा वस्तूंचा सारखेपणा वाढेलच. काही दिवसांत एकच मोटार गाडी पाहावयास मिळेल. एच्. एम्. टी. शिवाय दुसरे घड्याळ दिसेनासे होईल. स्वस्त आणि पुष्कळ वस्तू निर्माण करण्याच्या नादात वस्तूंचा तोच-तोपणा अपरिहार्य आहे. एकाच प्रकारची शाई-पेन, एकच सिगारेट, एकाच जातीचे कापड ह्या गोष्टी फारशा दूरच्या टप्प्यातील नाहीत. लोकसंख्या एवढ्या प्रचंड प्रमाणावर वाढते आहे की, ह्या लोकसंख्येला पुरे पडण्यासाठी रेजिमेंटेशन अपरिहार्य होत चालले आहे. हळूहळू वैविध्य व रुचिभिन्नता ही चैनीची गोष्ट वाटू लागेल; नव्हे, आजच वाटू लागलेली आहे. ह्यात माणसाच्या मनाचे काय होणार?

रशिया-चीन यांसारख्या टोटॅलिटेरियन समाजरचनेत ह्या गोष्टीचे दुष्परिणाम दिसू लागलेले आहेत. माणूस जगविण्यासाठी विपुल साधने निर्माण केली पाहिजेत, ही गोष्ट खरी आणि म्हणूनच त्यासाठी रुचिभिन्नता व वैचित्र्य ह्यांचा त्याग करायला पाहिजे, हेही पटण्यासारखे. पण अखेरीस माणसाचे अस्तित्व टिकविणे म्हणजे काय? कमीत कमी खाऊन भरपूर काम करणारे एक मानवी यंत्र निर्माण करणे, हे तर मानवाचे उद्दिष्ट नाही?

आज मित्रांची घरे वेगवेगळी आहेत, म्हणून त्यांच्याकडे जाण्यात मला आनंद वाटतो. काही माझ्यापेक्षा श्रीमंत आहेत. त्यांच्याकडे मी गेल्यानंतर माझ्या मनात कदाचित वैषम्यही उत्पन्न होत असेल; पण तरीही माझे डोळे तेथे सुखावतात, हे मान्य केले पाहिजे. झोपडपट्टीत एखाद्या मित्राकडे गेलो की, तेथे फुटक्या कपातून चहा पिताना माझ्या मित्राच्या दारिद्र्याची खंत वाटते. आपल्या बऱ्या अवस्थेची शरम वाटते. तरीही त्याच्याकडे पुनः पुन्हा जावेसे वाटतेच. पुण्यापासून दहा-पंधरा मैलांवर असणाऱ्या एका माझ्या शेतकरी मित्राकडे मी जातो. तेथे कोणत्याही नागरी सुविधा उपलब्ध नसतात, तरीही तेथे जाण्याचे

मला आकर्षण वाटते. वेगवेगळी माणसे भेटावीत, असे मला वाटते. कारण त्यांचे केवळ शब्द वेगळे नसतात; तर ती माणसे अंतर्बाह्य वेगळी असतात. नामदेव ढसाळ जेव्हा कधी कधी माझ्या कार्यालयात किंवा घरी येतो; तेव्हा त्याच्या तोंडचे शब्दच केवळ बंडखोरीचे नसतात, तर तो एक बंडच बरोबर घेऊन येतो. कुमार सप्तर्षी किंवा बाबा आढाव ह्यांच्या संगतीत गेलो एखाद्या सिनेमातील हीरोसारखा की, थोडेफार सुखवस्तू आयुष्य जे आपण भोगतो, ते फेकून द्यावेसे वाटते. नुसते वाटतेच एवढे नव्हे, तर काही तरी हातून केलेही जाते. मी स्वत: हिंदुत्वनिष्ठ आहे; तरी हमीद दलवाई जेव्हा त्याच्या कामाने भडभडून बोलत राहतो, तेव्हा आपल्या कामासाठी म्हणून गोळा केलेला काही पैसा त्याला दिला पाहिजे, असे वाटून तो दिला जातो. अ. ज. करंदीकरांसारखा महापंडित महाभारतावर जेव्हा बोलू लागतो, तेव्हा आपल्याला महाभारत कसे समजले नाही, हे कळून येते. त्या ग्रंथावरील धूळ पुसली जाऊन पुन्हा एकदा नव्याने अभ्यासाला सुरुवात होते. पैशाने काहीही विकत घेता येते, असा सिद्धांत भोवतालच्या भरकटलेल्या जगात जाणवला जात असताना किती तरी आडदांड, निर्भय कार्यकर्ते भेटतात; तेव्हा पैशाची महती आपोआपच ओसरून जाते. क्वचित तडजोडीसाठी व्यवहारवादी विचार येऊ लागलेले असतात, ते गळून पडतात आणि पुन्हा एकदा ताठ मानेने प्रवास सुरू करता येतो. मला तरी आयुष्याचा अर्थ कळतो, तो अशा भिन्न माणसांच्या संगतीमुळेच. एरवी सगळीकडे लाचार माणसांचा जमाव पसरलेला आहे. जग फार निसरडे झालेले आहे. भूमीत पाय रोवून घट्ट उभे राहायला जागा नाही. पण एकाकीपणाने एखाद्या वेळेस आयुष्य झोकून देणारी माणसे पाहिली की, भोवतालचा चिखलसुद्धा सुसह्य होतो. दु:ख इतकेच आहे की, हळूहळू हे आधार कमी होत चालले आहेत. आकाशाकडे पाहणारी माणसे कमी होत आहेत. असत्याशी झगडणाऱ्या जटायूंचे पंख अनेक रावण सपासप कापीत आहेत.

हे असे का व्हावे? अगदी आपल्याच समाजात अशी अनेक वेडसर माणसे होऊन गेली की ज्यांनी निंदा, नालस्ती, अवहेलना ह्यांकडे तुच्छतेने पाहिले; कारण ह्या साऱ्या गोष्टी पृथ्वीवरच्या मातीत उगवतात आणि खुज्या लोकांना सतावतात. ज्यांचे डोळेच आकाशाकडे आहेत, त्यांच्या नजरेच्या टप्प्यातच ह्या असल्या गोष्टी येत नाहीत. इतिहासाचार्य राजवाडे, आगरकर, महर्षी कर्वे, लोकमान्य टिळक, बाळूकाका कानिटकर, सेनापती बापट ह्यांसारखी एक नव्हे, लहान-मोठी अनेक माणसे ब्रिटिशांच्या गुलामगिरीच्या राज्यात प्रकाश देत होती.

आता तर स्वातंत्र्याने नवे अवसान आलेले आहे. ज्ञानाची अनेक क्षितिजे उपलब्ध आहेत. दारिद्र्य, अज्ञान, धर्मभोळेपणा, दुष्काळ ह्या अनेक आपत्तींत समाज सापडलेला आहे. आता तर खऱ्या छांदिष्ट आणि ध्येयवेड्या माणसांची जास्त गरज आहे, आणि ह्याच वेळेला ज्यांनी सरपटणाऱ्या माणसांना हात द्यायला हवेत, ती माणसे भुईत तोंड घालून स्वास्थ्याच्या खातेऱ्यात तोंड लपवीत आहेत. जेव्हा आव्हाने द्यायची, तेव्हा त्यांनी कान बंद केले आहेत. जेव्हा सेवेसाठी कंबर बांधायची, तेव्हा पक्षाघात झालेल्या माणसाप्रमाणे ती लोळागोळा होऊन पडलेली आहेत.

खरे तर आपला सारा इतिहास आपल्याला पुन्हा लिहायचा आहे. सारे डोंगर पुन्हा तपासायचे आहेत. साऱ्या नद्या-नाले अडवून पाण्याचा थेंब न् थेंब तृषार्त भूमीला आणि माणसाला देऊ करायचा आहे. अनेक नवी पिके शोधून काढायची आहेत. डोंगरावर लागवडी करावयाच्या आहेत. प्रयोगशाळांतील उपकरणे आपली वाट पाहत आहेत. अनेक खेळांची मैदाने विजयी घोषासाठी तळमळत आहेत. अवकाशातील सारे ग्रह 'या, या' म्हणून खुणावीत आहेत. ह्या भूमीला सहस्त्र डोळ्यांनी, सहस्त्र हातांनी आणि सहस्त्र मुखांनी चेतना आलेली आहे. पगाराप्रमाणे काम करून ही भूमी तृप्त होणार नाही. कोठून तरी आतूनच आपल्या मनाजोगते काम आपण निवडले पाहिजे. त्याची व्यावहारिक किंमत काय आहे, ह्याचा विचार करता कामा नये. परिणामाची क्षिती न बाळगता स्वत:ला त्यात लोटून घेतले पाहिजे. आपण इतरांपेक्षा कोणी तरी वेगळे आहोत, हा अहंकार प्रत्येकाने जोपासला तरी त्याने काही बिघडत नाही; फक्त त्या वेगळेपणाला आपल्या आयुष्याची किंमत दिली पाहिजे. तसे खरे पाहिले, तर माणसाचे आयुष्य किती लहान आहे? आयुष्याची पहिली वीस वर्षे तर माणसाचे डोळे उघडण्यातच जातात. मग काही काळ त्या डोळ्यांचे कुतूहल शमविण्यात जातो. जरा कोठे समजू लागते, तोच जग सोडून जाण्याची वेळ येते.

झाड लावण्याचे वेड हवे. झाडाला फळे आली तर उत्तमच; ती खाता आली तर नशीब! कर्व्यांनी स्त्री-शिक्षणाचे रोपटे हिंगण्याच्या माळरानात लावले आणि त्याची फळे-फुले सर्व महाराष्ट्रात– नव्हे, भारतात निर्माण झाली. ती त्यांच्या आयुष्यातच त्यांना चाखायला मिळाली. पण ज्या आगरकरांनी स्त्री-स्वातंत्र्याचा वृक्ष लावला, त्याची फळे काही ते चाखू शकले नाहीत; पण म्हणून काही बिघडलेले नाही. पुरुषांच्या बरोबरीने समाजात वावरणाऱ्या स्त्रीचे पितृस्थान म्हणजे अखेरीस स्वत:ची प्रेतयात्रा डोळ्यांसमोर पाहणारे आगरकरच होत. लोकमान्य

टिळकांनी तेल्या-तांबोळ्यांचे पुढारीपण स्वीकारून असंतोषाचा प्रचंड वृक्ष ह्या देशात निर्माण केला; तर त्यांच्या हयातीत त्या वृक्षाला फळे आली ती कारावास, अत्याचार आणि नागरिकांची ससेहोलपट. पण त्याच असंतोषातून स्वातंत्र्याचा संतोष-वृक्ष निर्माण झाला, हे कसे विसरणार? आज आपण जो स्वातंत्र्याचा ध्वज फडकवितो, तो ज्या स्तंभावर लहरत असतो, तो टिळकांच्या ताठ कण्याचाच. आज अस्पृश्य समाजातील नेते जेव्हा गळ्यात फुले घालून गौरविले जातात, तेव्हा जातिव्यवस्थेविरुद्ध बंड करणाऱ्या फुल्यांना, केवढा अभिमान वाटत असेल!

पण आजच्या समाजात सर्वस्वाचा त्याग करून वेड्या स्वप्नात मश्गूल होणारी माणसे दिसेनाशी झाली आहेत, ही गोष्ट खरी. अर्थात अशा प्रवृत्ती संपूर्णतया नष्ट होत नाहीत. बाबा आमट्यांसारखा एखादा ऋषी आपल्या आनंदवनात तप:साधना करीत लक्षावधी माणसांच्या आयुष्याचा अर्थ सांगत बसलेलाच आहे. अशी लहान-मोठी वेडी माणसे समाजाच्या वेगवेगळ्या स्तरांत असतील, नाही असे नाही; पण त्यांच्या मार्गात काटे पसरण्याचे कार्य मात्र चालू आहे. बाबा पुरंदऱ्यांचे शिवाजी– वेड कदाचित थोडे अतिरेकी असेल पण अतिरेकी असल्याशिवाय वेड कसे होईल? आणि वेडाने झपाटल्याशिवाय माणसाच्या हातून काम तरी कसे होईल? गो. नी. दांडेकरांच्या डोंगरी किल्ल्यांच्या भ्रमणाची चेष्टा होते; पण एके काळच्या ह्या प्रतिष्ठेच्या वास्तू तरुण मुलांच्या डोळ्यांसमोर आणणार तरी कोण? अ. ज. करंदीकरांसारखा रोगजर्जर वृद्ध माणूस महाभारताशी जी झटापट करीत आहे, ती कशासाठी? महाराष्ट्राच्या कानाकोपऱ्यांत असे लहान-मोठे वेडे लोक आहेत, म्हणूनच या देशाला 'महाराष्ट्र' असे नाव पडले असले पाहिजे. स्वतंत्र राज्याचे वेड जर शिवाजीने डोक्यात भरवून घेतले नसते, तर महाराष्ट्रातही सांज-सकाळ कुराण पठण करीत आपण मध्ययुगात वावरलो असतो. पाच-पन्नास वेडसर माणसे जमवून भारत मुक्त करण्याचे वेड सावरकरांनी डोक्यात घेतले नसते, तर सरपटणाऱ्या गांडुळांचा प्रदेश म्हणूनच ह्या देशाचा दुर्लौकिक झाला असता.

प्रत्येकाच्या पोटात अन्न जाते आणि त्याचे रक्तच होते; पण काही लोक चिमण्या-कावळ्यांसारखी घरे बांधून वीण वाढविण्यात आयुष्याची इतिकर्तव्यता मानतात, तर काही लोक पै-पै पैने पैसा जमवून निर्जीव दगड-धोंड्यांचे इमले उभे करतात. काही लोकांना ज्या सत्तेला काडीचीही किंमत नाही, अशी सत्ता मिळविण्यासाठी लाचार फौज जमा करावी लागते. अन्न तेच, हवा तीच; पण माणसाच्या आयुष्याचा अर्थ निरनिराळा असतो. आपण आज समानतेच्या युगात

आहोत. सर्वांना किमान अन्नधान्य आणि निवारा देण्याची जबाबदारी आपल्यावर आहे. वंचित आणि शोषित समाजाची मान उंच करण्याची आवश्यकता आहे. माणसाला अन्न, वस्त्र, निवारा लागतोच; पण जगण्यासाठी काही कारणही लागतेच. ते कारणच माणूस आणि पशू ह्यांच्यात वेगळेपण उत्पन्न करते, हे कारण आपण माणसाला देणार आहोत की नाही? माणसाला जमिनीवर राहावे लागते; पण म्हणून त्याचे पाय जमिनीत तर गाडून टाकावयाचे नाहीत? ज्याचा थांग लागत नाही, असे अवकाश माणसासमोर सदैव प्रश्नचिन्ह उभे करीत आहेत. ह्या अवकाशातच ज्ञानाचा, सेवेचा, संशोधनाचा समुद्र पसरलेला आहे. माणसाचे डोळे अवकाशाकडे वळविण्यासाठी आपण काय करतो? समानतेच्या नादात पंख असलेल्यांचे पंख छाटणे किंवा धावणाऱ्याचे पाय पंगू करणे, असा अर्थ लावला जाण्याची शक्यता आहे.

–म्हणून हरवलेले वेडेपण, दुर्मीळ झालेला छांदिष्टपणा शोधून जोपासायला हवा.

-०-०-०-

६

तेच ते, तेच ते

सकाळी उठल्यापासून ते रात्री निद्रिस्त होईपर्यंत माणूस नेमके काय करतो? त्याचा आहार, शरीर-स्वच्छतादी दिनक्रमातील भाग सोडला; तर तो द्रव्यार्जनासाठी नोकरी, मजुरी, वैद्यकी, वकिली– काही ना काही करीत असतो. अगदी शारीरिक काबाडकष्ट करणारे लोक आठ तास घाम गाळतात, यंत्रे फिरवितात, भारे उचलतात, साचे चालवितात, नावा वल्हवितात, मोटारी चालवितात; तथाकथित बुद्धीचे समजले जाणारे, परंतु बुद्धी नसणारे कारकून, विक्रेते वगैरे इस्त्री न बिघडविणारे व्यावसायिकही तेच ते, खरे तर कंटाळवाणे काम वर्षानुवर्षे करीत असतात. वैद्य, वास्तुशिल्पज्ञ, रचनाकार आदी लोक बौद्धिक काम करतात; पण एका विशिष्ट सवयीनंतर ते काम तसे बुद्धीचे राहत नाही, ठोकताळ्यांचेच राहते. घरकाम करणाऱ्या स्त्रिया केवळ चुकांमुळे घरकामात किंवा स्वयंपाकात नावीन्य आणतात. पण तसेच अन्य कामांप्रमाणे तेही काम कष्टाचेच, पुनरुक्तीचेच आणि म्हणून अरुचीचेच असते.

तोचतोपणा हा जीवनाला लागलेला शाप आहे. तोच चहा, तोच भात, तीच भाजी-भाकरी, तेच धुवट कपडे, तेच कोमट संभाषण, तेच नमस्कार-प्रतिनमस्कार, त्याच त्या हवा-पाण्याच्या चर्चा, तीच यंत्रांची घरघर, त्याच रंगहीन फायली, तीच भुरकट मातीची ढेकळे आणि खरे सांगायचे तर कामवृत्तीतही तेच ते झोके, तोच लडिवाळ शृंगार, तेच तृप्तीचे हुंकार किंवा अतृप्तीचे हुंदके.

तोच-तोपणाने माणसाचे आयुष्य खरे तर काळवंडून जायला हवे, पण ते काही काळवंडून गेलेले दिसत नाही. यंत्रयुगाने पाश्चिमात्य देशांत एक पोकळी निर्माण झाली, असे म्हणतात. त्याच पोकळीचा आणि कंटाळवाणेपणाचा नववाङ्मयात आढळ होतो आहे. युरोपात संहारामुळे अशा प्रकारची भयानक

पोकळी निर्माण झाली आहे, असे म्हटले जाते. गती, अतिसमृद्धी, मानवी हत्या आणि भोगवादाचा अतिरेकी हव्यास या साऱ्यांमुळे मानवी आयुष्यावर काजळी साचू पाहत आहे, असेही म्हटले जाते. पण आपल्या या देशात म्हणण्यासारखे यंत्रयुगही आले नाही, कसला संहारही घडला नाही. गतिमान आयुष्य शहरापुरते मर्यादित राहिले तरीही हा समाज नैराश्यग्रस्त आहेच की हो, हे नैराश्य भुकेमुळे तर निर्माण झाले नसेल? अज्ञान आणि दारिद्र्य हीसुद्धा माणसाचे आयुष्य तितकेच काळवंडू शकतात. अतिरिक्त गती काय किंवा अतिरिक्त स्थिरता काय, दोघांचा परिणाम एकच. मानवी हत्याकांड काय किंवा भूकबळी काय, परिणाम एकच. एकाच यंत्रावर काम केल्यामुळे मानवी स्नायूंनाही यंत्राचीच गती येते आणि आकाशाकडे तोंड करून पाहणारा शेतकरीही जमिनीवरच्या निवलेल्या ढेकळाइतकाच थंड झालेला असतो.

तरीसुद्धा माणूस तेच ते आयुष्य जगत आला आहे आणि जगणारही आहे; कारण मानवाच्या इंद्रियांच्या मर्यादा त्याला माहीत आहेत. त्याच तोच-तोपणावाचून माणसाचे निभणार आहे कुठे? माणसाला तोच तो रोगिष्ट देहसुद्धा अखेरपर्यंत जतन करून ठेवावासा वाटतो. माणसाला वैविध्याची आवड आहे, का त्याच त्या गोष्टींवर त्याचे प्रेम असते, हे सांगणे कठीण आहे. केवळ सवयीनेच त्याच त्या गोष्टींचा तो गुलाम होतो, का केवळ सवयीनेच त्याच त्या गोष्टी त्याला प्रियसुद्धा होऊ लागतात? त्याच त्या त्या जुन्या वस्तू शक्यतेच्या अभावी पुष्कळांना वापराव्या लागतात– तीच ती अवजारे, तेच कपडे, जुने ग्रंथ, जुनी पायताणे, जुने घर. परंतु ज्यांच्याजवळ समृद्धी आहे, तेसुद्धा सवयीच्या गोष्टी सहजगत्या टाकून देत नाहीत. त्या गोष्टी फाटल्या, नादुरुस्त झाल्या, कळाहीन झाल्या; तरी त्यांना त्याचा लोभ सुटत नाही. मग कोणी वीस वर्षांपूर्वीचा स्वेटर जपून वापरतो, तर कोणी बापाने वापरलेल्या वस्तऱ्यानेच दाढी करतो. कोणी म्हाताऱ्या, भाकड गाई सांभाळतात, तर कोणी पडू लागलेले वडिलार्जित घर वीट लावून, टेकू उभे करून सांभाळण्याचा प्रयत्न करतात.

या सर्वांना वैविध्याची आवड नसते, असे मुळीच नाही. पण त्यांपैकी पुष्कळांना त्याच वासाचे कालवण हवे असे, तर काहींना त्या शिंप्याने वर्षानुवर्षे तशाच पद्धतीने शिवलेले कपडे हवे असतात. कोणाला 'सकाळ' किंवा 'महाराष्ट्र टाइम्स' वाचल्याशिवाय दिवस सुरू करता येत नाही, तर पुष्कळांना त्याच त्या गायकाने गायलेल्या रागदारी ऐकण्यात धन्यता वाटते. माणसाला बदल किती हवा असतो, कोणत्या गोष्टीत हवा असतो, हे सारे कोणत्याही नियमात ठरविणे

कठीण आहे. त्याच त्या वस्तू, तोच तो जीवनक्रम, तोच तो व्यवसाय, तेच शब्द, त्याच क्रिया माणूस करीतच राहतो, आणि तरीही तो फारसा थकल्यासारखा वाटत नाही. मग कधी कधी जाणवणारा 'बोअरडम्' किती खरा आहे व कोणापुरता खरा आहे?

नवी जागा, नवे घर या साऱ्यांबद्दलची माणसाची जिज्ञासा फार कमी आहे. जुन्याचा कंटाळा आणि नावीन्याची ओढ असे त्यांचे स्वरूप नसते, तर सवयीचे ते सांभाळावयाचे व काही नव्याची सवय करावयाची– बहुश: ही अशी क्रिया असते.

शेकडा नव्याण्णव टक्के लोक तसे 'मिडिऑकर'च असतात, आणि म्हणूनच नव्या गोष्टी चट्कन स्वीकारण्याचा धोका ते पत्करू शकत नाहीत. नव्याची त्यांना भीती वाटते. शेतकरी प्रयोगादाखलसुद्धा थोडे नवे बी लावायला घाबरतो, तो केवळ त्यातील धोक्यामुळे नव्हे; तर अपरिचित रस्त्यावरून प्रवास करणे त्याला त्रासदायक वाटते. स्वत:ला पुरोगामी समजणारे समाजवादी लोकदेखील किती तरी पुराण्याच गोष्टी करताना दिसतात. ते वडिलांचे श्राद्ध करीत नाहीत, परंतु वडिलांचा मृत्युदिन त्यांच्या लक्षात जरूर राहतो आणि वाढदिवस तर ते आवर्जून साजरा करतात. घरात वडिलोपार्जित किती तरी निरुपयोगी वस्तू ते जतन करून ठेवतात. कुटुंबातील इतर व्यक्तींच्या स्वातंत्र्याच्या नावाखाली घरातला सवयीने चालत आलेली किती तरी कर्मकांडे चालू राहतात. लग्न आधुनिक पद्धतीने झाले तरी सून घरी येताच तिला ओवाळले जाते. क्वचित देवाच्याही समोर वाकविले जाते. नवे घर बांधले, तर वास्तुशांतीचा विधी न करता भटजींना गुपचूप दक्षिणा दिली जाते. निदान 'हाऊस वॉर्मिंग'चा समारंभ तर होतोच होतो. पुस्तक-छपाईचे मुहूर्त पाळले जातात. लग्नाला गेले, तर अक्षता उधळल्या जातात.

यात बुद्धिवाद्यांनी बुद्धिवाद सोडला, असे मी मानीत नाही. हा बुद्धीचा पराभव नाहीच नाही. माणसाला मन असणाऱ्या या खुणा आहेत, आणि मन हे केव्हा तरी गाठ-भेट झालेल्या प्रत्येक गोष्टीचा पुरावा ठेवत असल्याने जिव्हाळ्याचा एखादा थेंब अधून-मधून ठिबकतो. 'आजपासून मी सारे काही नव्याने सुरू करीन', या घोषणेला काही अर्थ नाही; कारण माणसाला काहीच सुरू करता येत नाही आणि काही संपवताही येत नाही. माणसाच्या मनाबरोबर ती घटना चिकटून येणारच. नवी काच निर्माण करताना काही जुन्या काचेचे तुकडे भट्टीत टाकावे लागतात, त्याशिवाय नवी काच निर्माणच करता येत नाही. माणसाच्या मनाचेही

तसेच आहे. माणसाला काही नवे सुचण्यासाठी किंवा काही अंगीकारण्यासाठी जुन्याचा स्वीकार करावा लागतो. अडेलतट्टू लोक तो नकळत करतात, अडाणी लोकांना नव्या-जुन्यांतील अंतरच कळत नाही; पण सर्वसामान्य शहाणे लोक पुष्कळदा हेतुपुरस्सर, तर कधी अपरिहार्य म्हणून त्याचा स्वीकार करतात आणि म्हणूनच ते सुखी होतात.

माणूस बुद्धिवादी असतो, म्हणजे खरोखर काय? सर्वसामान्य माणसाची बुद्धी ही खरोखर काय लायकीची असते? जे काही थोडेफार वाचलेले असते व ज्या वाचनाचा पौगंडावस्थेत आपल्यावर प्रभाव पडलेला असतो, तीच आपल्या बुद्धीची कक्षा. पुढे केव्हा तरी शाळा-कॉलेजमध्ये एखादा हटवादी शिक्षक आपल्या डोक्यात जे आक्रस्ताळे विचार घुसवतो, ते आपले बुद्धिवैभव. खरे तर पुरती समज येण्यापूर्वीच आपली पुष्कळशी मते ठरून जातात. स्वत: वाचून, अनुभवून, विचार करून बुद्धिवादाने जे निर्णय घ्यावयाचे; ते घेण्याची क्षमता येण्यापूर्वीच आपण पुरोगामी, प्रतिगामी, बुद्धिवादी आणि परंपरावादी अशा कोणत्या तरी कोंडाळ्यात अडकतो. मग आपले सारे वाचन किंवा मनन आपल्या डोक्यात कोंबल्या गेलेल्या विचारांच्या समर्थनार्थ सुरू होते, आणि बुद्धिवादी, पुरोगामी हे शब्द म्हणूनच आपल्या त्या-त्या काळच्या बुद्धीच्या तोकडेपणाची साक्ष देतात. नवे ते चांगले व जुने ते वाईट, असे समजून चालण्याचाही आयुष्यात एक काळ असतो. पुरोगामी म्हणजे पुढे नेणारे. पण खरोखरीच आपण पुढे जात नसतो किंवा कधी कधी प्रतिगामीही बनलेले असतो, हेच नव्या धिटाईखोर शब्दांच्या भ्रमामुळे ध्यानात येत नाही.

म्हणून त्याच त्या गोष्टींवर, त्याच त्या जीवनक्रमावर पुष्कळ माणसे नाराज असतात; तर पुष्कळ माणसे रुळलेला रस्ता सोडून नव्या रस्त्यावर येण्याचे नाकारतात. तोच तोपणा कंटाळा आणत असेल; पण त्यात सुरक्षितताही असते आणि कंटाळा असतो, असे तरी कसे म्हणावे? कारण तसा कंटाळा येत असता, तर आपण रोज नवी मांडामांड केली नसती काय?

खरी गोष्ट अशी आहे की, माणूस पुनरुक्तीचाच भुकेला आहे. कोणतेही सुख हे क्षणजीवी असल्यामुळे आणि माणसाची विस्मरणशक्ती जागी असल्यामुळे अस्पष्ट होत जाणाऱ्या सुखाचीही त्याला पुन्हा याद येते. त्या सुखाच्या रंगदार क्षणांचे रंग फिकट होत जात असल्यामुळे त्याची त्या क्षणांची ओढ पुन्हा वाढते. तोच पूर्व-सुखानुभव, परिचित वस्तू, हर्ष-खेदांत एकत्र आलेले जीवनाच्या प्रवासातील सोबती, परिचित पायवाटा, विसाव्याच्या जागा, स्पर्शाच्या आठवणी

करून देणाऱ्या मिठ्या– या सर्वांना माणूस पुन: पुन्हा स्मरत असतो. कळत असते की, आपल्याजवळच्या सुख-साधनांपेक्षा अन्य सुखसाधने अधिक रंगतदार, गंधमंडित आणि स्पर्शमधुर आहेत. पण तसे असूनसुद्धा तिकडे पाठ फिरवून माणूस आपल्या जुन्या सुखसाधनांकडे वळतो. एक तर त्याला पूर्वपरिचित सुखाचे आवर्तन माहीत असते. वर्षा-दोन वर्षांनी आपल्या खेड्याकडे परत येणाऱ्या माणसाला इतर समृद्ध राजधान्या, निसर्गाने नटलेली नगरे, डोंगर, पर्वत या सर्वांचे आकर्षण नसतेच, असे नाही. नवागत आनंदालाही त्याच्या मनात जागा असते. परंतु, स्मृती अस्पष्ट झालेला आपल्या गावातील उन्हाळा त्याला तेव्हा जाणवत नाही. रस्त्यावरील धूळ त्याला अस्वस्थ करीत नाही. तो सुखाच्या पुन:प्रत्ययासाठी आलेला असतो, आणि गमतीची गोष्ट अशी की, त्याच्या सुखाचे प्रासाद त्याच्या खेड्यात नसतात, तर त्याच्या मनात असतात.

माणूस तीच ती कंटाळवाणी कामेसुद्धा चवीचवीने करीत असतो– मग ते दाढी करणे असो, लोकलमधील कंटाळवाणा प्रवास असो, ऑफिसमधील कंटाळवाणी खर्डेघाशी असो, नाही तर भकास माळरानावरील नांगरट असो. आपल्या नित्यपरिचित त्याच त्या गोष्टींनीसुद्धा तो सुखावतो. त्या नसल्या, तर तो अस्वस्थ होतो. त्यात त्याला एका नियमित आयुष्याची ग्वाही असते, दिलासा असतो. आपल्या अस्तित्वाला अर्थ असतो. कारकून जगतो तो त्या लोकलमधील धक्क्या-बुक्क्यांसाठी, कळकट टेबलासाठी, फाईलींसाठी, भटाकडील चहासाठी. त्याला दुसऱ्याच वातावरणात नेऊन ठेवले, तर एरवी दु:खमय वाटणाऱ्या गोष्टींसाठीसुद्धा तो तडफडू लागेल. कारण त्या तोच-तोपणात अनेक गंध आहेत, अनेक रंग आहेत की ज्यांवाचून त्याच्या जीवनाची चौकट पुरी होत नाही. त्याच्यापुरते त्याच्या भोवतालच्या प्राणवायूचे स्वरूपसुद्धा तेव्हा निराळे असते. गवळ्याला गाई-म्हशींच्या मुताचाही सुगंध येतो. चांभार चपलेवरून हात फिरवतो तोसुद्धा धर्मेंद्रने हेमामालिनीच्या अंगावरून हात फिरवल्यासारखा. एकटा नांगरट करणारा शेतकरी वरून येणाऱ्या सूर्यकिरणांशी दोस्ती करीत असतो आणि त्याच्या जिवाभावाच्या ढवळ्या-पवळ्यांशी गप्पा मारीत असतो. झोपडपट्टीत दु:ख असते; पण झोपडपट्टीतही शृंगार असतो– भोजनानंतर तृप्ती असते, आणि तहान लागल्यावर पाणी मिळाले की, समाधानाचा हुंकारही असतो. अलगपणे विचार केला, तरच आपल्या भोवतालची घाण, दैन्य ही मनाला त्रास देतात. एरवी जीवन जगताना मात्र त्यांची सोबत असते. माणसाला झालेला एखादा रोग बरा झाला, तरी तो अस्वस्थ होतो; कारण रोगाने त्याला सोबत

केलेली असते. सेवानिवृत्त झालेला शिक्षक रस्त्यावरून कुतूहलभरल्या लहान मुलांच्या डोळ्यांना शोधीत राहतो. माणसांना सुखाची असते तशी दुःखाची सोबत असते. मित्राची असते तशी शत्रूचीही आवश्यकता असते. अमेरिकेत गेलेल्या मराठी माणसाला पिठले-भाताची आठवण येते. या साऱ्या गोष्टी तेव्हा चांगल्या होत्या म्हणून नव्हे; तर त्यांच्या आयुष्यात त्या होत्या, म्हणूनच.

माणसाचे आयुष्य तेच ते असते, ही गोष्ट मुळातच चुकीची आहे. जोपर्यंत माणसाला डोळे आहेत, अफाटपणे कल्पना लढविणारे मन आहे, दुसऱ्याच्या सुखाविषयीचा मत्सर आहे आणि दुसऱ्याविषयी अनुकंपा आहे; तोपर्यंत प्रत्येक माणूस प्रत्येक क्षण वेगवेगळ्या प्रकारांनी जगतो. प्रत्येक चहाच्या कपाची चव वेगळीच लागते. कोंदटलेल्या खोलीतील शृंगारलेली प्रत्येक मिठी वेगळी भासते. जिथे आपण असू तेथील अभिमान, जेथे आपण नसू तेथील कुतूहल आणि जेथे आपण कधीच असू शकणार नाही त्याची स्वप्ने तो जगत राहतो; म्हणून प्रत्येक क्षणाला प्रतीक्षेची प्रेरणा आहे. कंटाळा येण्यापूर्वीच नव्या उमेदीने उन्हातून त्याच ठिकाणाकडे तो झेप घेतो. कधी नवा अनुभव आलाच, तर त्याची जुन्याबरोबर तुलना होऊ नये, हेच खरे.

माणसाचे मन तेच आहे; पण ते प्रत्येक क्षणी वेगवेगळे होते, होऊ शकते. आपल्याला अंदाजही येणार नाही– अशा ठिकाणी ते जाऊ शकते. अंतर, काळ या साऱ्या गोष्टींच्या पलीकडे धाव घेणारी, जगात एकच गोष्ट आहे– आणि ती म्हणजे मन. 'तोच-तोपणा'चे त्याला काय?

-०-०-०-

७

विडा न रंगे कातावाचून

आयुष्यातील कोणताही आनंद आपल्याला कसा लाभतो? आनंद निर्माण होण्याची क्रिया वेदनेतूनच सुरू होते हाय? चुरगळल्याशिवाय फुलांचा खरा सुगंध कोठे मिळेल? अगदी सुरतक्रीडेतसुद्धा पुष्कळ गोष्टी चुरगळाव्याच लागतात; किंबहुना, तोही विडा 'काता'वाचून रंगत नाहीच.

खरे तर आपले सारे आयुष्यच असे आहे; फक्त ते आपल्याला समजत नाही, अर्थ उलगडत नाहीत. फुलांत, फळांत, पशू-प्राण्यांत, लता-झुडपांत– जेथे जेथे म्हणून चैतन्य आहे, तेथे तेथे सूत्र लपलेले आहे. सूर्याच्या दाहक प्रकाशात भाजल्याशिवाय धरित्रीला संभव नाही. झाडांना फळ नाही, वेलीला फूल नाही. प्रात:कालच्या आणि संध्याकाळच्या पानात थोडा दाहक कात घातलाच पाहिजे, म्हणजे मग रात्रीच्या गर्भात चैतन्याचा संभव होतो. स्त्रीला तरी काय, संभवासाठी किती दाह स्वीकारावा लागतो! कोवळ्या मांसाचा एक गोळा वाढविण्यासाठी किती रक्त जाळावे लागते... किती सुस्कारे, किती वेदना केवळ एका चिमुकल्या मांसाच्या अर्भकाच्या मुखातून पहिला रुदनस्वर प्रकट व्हावा, म्हणून भोगाव्या लागतात! माणसाच्या गळ्यातून निघणारा पहिला स्वर रडण्याचाच का असावा? रडत-रडतच माणूस जन्माला का यावा? आपण हसतो तोंडावाटे आणि रडतो डोळ्यांवाटे. पण हसणे जास्त झाले की, डोळ्यांतून पाणी का येते? असे म्हणतात, हसता-हसता डोळ्यांच्या आतल्या कडा जेव्हा ओलावतात तोच अभिजात विनोद; बाकीचा बाष्कळपणा.

पानाचा विडा रंगायला हवा. ओठ लाल व्हायला हवेत. काळी जीभ अंजिरी व्हायला हवी. गुलाबी जीभ लाल व्हायला हवी. कारण प्रत्येकाला रंग तर हवा असतो. एक अवयव रंगला की, सगळे अवयव रंगतात. मुलायम स्पर्श

मिळाला की, केवळ स्पर्शेंद्रिये तृप्त होत नाहीत; सर्व भोगेंद्रियेही तृप्त होतात. रसनातृप्ती झाली तरीही कान-डोळे तृप्त होतात. तृप्ती सर्व इंद्रिये वाटून घेतात आणि एकाचे रंगणे दुसऱ्याचे भोगणे होते. आयुष्य रंगायला हवे, म्हणून तर रंगाचा शोध चालू असतो. हिरव्या पानांना लाल रंग कोठून येतो? हा रंग आणणारा कात प्रत्येकाला बरोबर बाळगावाच लागतो. यासाठी पानांना मात्र चुरगळून घ्यावे लागते. मग रंगते ते पान, रंगते ते मन. एकटा असलो की, रंगलेला जिभेचा शेंडा डोळ्यांना पाहावासा वाटतो. लोकांत असलो तर एखाद्या भिंतीवर रंगपंचमी करून रंग पाहिले की, बरे वाटते. तेव्हा पिंक हा देहधर्म नसतो; तर ती डोळ्यांची तृप्ती असते, रंगल्याची निशाणी असते. ज्यांचा विडा रंगलेला नसतो, त्यांनासुद्धा रंगल्यानंतर शहारे येतात.

संसारात व्यवहाराचा चुना लावून एक कोवळे आणि एक जून पान बरोबर बाळगलेलेच असते. घराच्या चांदीच्या डब्यात ते शोभिवंतही दिसते. त्याला लहान-लहान मुलांच्या वेलचीचा गंध असतो. वैभवाचे केशर असले तर चांगलेच. खानदानी कस्तुरी दुर्मीळ खरी, पण तिची उणीव रसिकतेने भरून काढता येते. मैफलीची एखादी लवंग त्याच्यावर खोचली, म्हणजे मग विड्याचा सारा सरंजाम पूर्ण झाला. मूर्ख लोक खुशामतीची बडीशेप त्यात घालतात. तरी विडा रंगतोच, असे नाही. विडा काही भाजीभाकरी नाही. परंतु हा विडा रंगला तर भाजी-भाकरीचीसुद्धा पक्वान्ने होतात. विटकी बसकुरेसुद्धा गालिचे होतात; मात्र हा विडा रंगला पाहिजे. त्यासाठी कात हवा. त्यासाठी माणसाने आपली 'कात' सदोदित टाकली पाहिजे.

किती वर्षे मागे गेली, हे सांगणारी कॅलेंडरे आणि पंचांगे भिंतीवर टांगायची नसतात किंवा चेहऱ्यावर बाळगायची नसतात. वर्षे मागे गेली म्हणून काय झाले; वर्षांचे हिशेब चित्रगुप्ताने ठेवायचे. माणसाचे आयुष्य म्हणजे न संपणारी पहाट. सारे गुलाबी, नारंगी रंगांनी भारलेले आकाश म्हणजे माणसाची वाटचाल. हा रंग हवा घरात, दारात– खरे तर हा रंग माणसाच्या मागे इमानी कुत्र्याप्रमाणे सारखा ओढाळपणे घोटाळायला हवा. हिशेब करणाऱ्या माणसाचा विडा कधी रंगतच नाही; मग हे हिशेब देण्या-घेण्याचे असोत, राग-ताल ओळखण्याचे असोत, त्यागाचे असोत किंवा भोगाचे असोत.

माणसाचा विडा रंगतो तो त्याच्यात जी काही 'इच' असते ना, त्यामुळे. 'खाज' हा शब्द अशिष्ट समजला जातो, परंतु 'जगण्याची खाज' या शब्दाला दुसरा पर्याय नाही. साधे नळात मिळणारे पाणी पितानासुद्धा स्कॉच पितानाचा

कैफ झाला पाहिजे. जीवन जगण्याचे एक शास्त्र आहे. कोणी ते घरीही शिकवीत नाही, शाळेतही शिकवीत नाही. माणसे आपापला रस्ता धुंडाळतात आणि आपल्या आयुष्याचा अन्वयार्थ लावतात. आई-बाप रसिक असतील, तर प्रश्नच नाही. मग मुलगा वेलीप्रमाणे वाढत राहतो. फुलत राहतो. शिक्षक, मित्र, आयुष्यातील जोडीदार हे जर सुदैवाने चांगले भेटले, तर मग जीवनाचा विडा चांगला रंगतो.

खरे म्हणजे कात हा अगदी नगण्य पदार्थ आहे. पण त्या एवढ्या कणभर काताने विडा रंगतो, मुखाला स्वाद येतो. आयुष्यसुद्धा अशा लहान-सहान धाग्यांनी विणलेले वस्त्र असते. महत्त्व नाही असे वाटणाऱ्या गोष्टींनाच आयुष्यात फार महत्त्व असते. अन्नासाठी माणूस दाही दिशा हिंडतो आणि ते अन्न जठरात कसेही गेले तरी रक्त निर्माण होते. केवळ जगायला हे पुरेसे आहे. केवळ 'उदरभरण' हीच ज्यांच्या आयुष्याची सार्थकता आहे; त्यांना हे अन्न कसे शिजवावे, कसे खावे, याचा विचारच करता येत नाही. अंगभर पुरेसा कपडा घालून थंडी-वाऱ्यापासून संरक्षण जरूर होते. वस्त्राच्या रंगाचा, पोताचा आपण खूप विचार करतो, अशी आपली समजूत आहे; पण तीही खरी नाही. अलीकडे वैचित्र्य हाच कपड्यांचा गुणधर्म झाला आहे. कपड्यांनाही स्वत: काही म्हणायचे असते, याकडे कोण लक्ष देते? जी आपल्याला निवांत झोप देते; अशी शय्या कुरकुरत असते, ती आपल्या गैदीपणाबद्दलच. आपले स्वयंपाकघर, बसण्याची खोली, कार्यालयातील किंवा कारखान्यातील जागा– साऱ्या गोष्टींत लपून बसलेल्या किती तरी सुंदर जागा आहेत. आपल्याला त्या शोधून सापडत नसतील, तर आपण करंटे.

रंगणारी पाने आपल्याभोवती आहेत, परंतु ती रंगण्यासाठी आपल्याजवळ कात नाही. धर्माने ऐहिकातील सारा रंग उडवून टाकला. ठीक आहे. पण धर्मातील रंग तरी आपल्याला कोठे सापडला आहे? एकदा रंग हरवला म्हणून बिघडत नाही. दुसरा कोठलाही रंग आपल्याजवळ असला म्हणजे झाले. रंगांची एवढी अफाट दुनिया आपल्याजवळ पसरली आहे– जीवनात तर ती ठायी-ठायी डोकावते आहे. खरे म्हणजे, सर्वसामान्य असणारी आपली सहचारिणी आपल्या रंग-स्पर्शाने स्वरूपसुंदर होऊ शकते; निदान होण्याचा प्रयत्न करते; निदान आपल्याला तशी जाणवते. कुरूप गोष्टींना सुंदर, दारिद्र्याला श्रीमंत आणि कोमट आयुष्याला तृप्त करण्याचे सामर्थ्य एका कातात आहे किंवा कात टाकणाऱ्यात आहे.

-०-०-०-

८

मरणाची भीती वाटायला हवीच का?

'शिक्षकाने मरावे केव्हा?' या शीर्षकाचा प्रा. बापूसाहेब माटे यांचा एक लेख आहे.

खरे तर साहित्यिकाने, कलावंताने, पुढाऱ्याने केव्हा मरावे; यासंबंधीसुद्धा विचार करायला हवा, कारण जगण्याइतकेच योग्य वेळी मरणे आवश्यक असते. मरण कोणाच्या हातात नाही, ही गोष्ट खरी. तरीही मरण्याची तीव्र इच्छा निर्माण होते, हेही काही कमी नसते. मरण्याचा स्वत:हून प्रयत्न केला, तरी तो गुन्हाच आहे. निसर्गाच्या इच्छेनुसार जेव्हा मरण येईल, तेव्हाच मेले पाहिजे. नानाविध औषधयोजनांमुळे गलितगात्र झालेल्या माणसांनासुद्धा सुखाने मरण येणे कठीण आहे. कुटुंबीयांना नकोशा झालेल्या माणसांनासुद्धा जगवावे लागते. लोकलज्जेखातर सेवाशुश्रूषाही करावी लागते. कित्येकदा तर त्या माणसालासुद्धा स्वत:चे आयुष्य नको असते, इतरांनाही नको असते; पण करणार काय? अशा वेळेला मर्सी-किलिंगला (करुणा-मृत्यूलाही) आपल्या देशात परवानगी नाही.

खरे म्हणजे वैतागाने माणूस पुष्कळदा म्हणतो, "सोडव रे बाबा, या जिण्यातून!" तेसुद्धा फार थोड्यांच्या बाबतीत खरे असते. रोगाच्या यातना होत असतात. सून, मुलगा तुच्छतेने वागवत असतात; तर कित्येकदा निरुपयोगी माणसे पोसण्याची पुष्कळांची ताकदही नसते. असे असूनसुद्धा माणसाची जीवनेच्छा प्रबळ असते. काहीही करून जगण्याची धडपड करणे, हा माणसाचा स्वभावधर्म आहे आणि स्वभावाला औषध नाही. कित्येक माणसे का जगतात, असा पुष्कळदा प्रश्न उद्भवतो. पण मग लक्षात येते की, आपण त्या स्थितीत असतो, तर आपल्या मनात काय काय बरे आले असते? मग अशा माणसांकडे पाहून कणव उत्पन्न होते.

गमतीची गोष्ट अशी आहे की, तरुणपणी माणसाला मृत्यूचे जेवढे भय वाटत नाही तेवढे त्याला उतारवयात वाटू लागते आणि ते बरोबरही आहे. परिचित जगापासून अपरिचित जगात जायला त्याला भीती वाटते. मृत्यू म्हणजे काय, हे नेमके कोठे आपल्याला माहीत आहे? एक वस्त्र टाकून दुसरे वस्त्र नेसणे त्याप्रमाणे एक देह टाकून दुसरा देह धारण करणे, या कविकल्पनेने माणसाचे समाधान होत नाही. कारण दुसरे वस्त्र कसे असेल, हे त्याला कुठे माहीत असते? माणसाचे आपल्या देहावर अमाप प्रेम असते, कारण या जगातले सारे सौंदर्य आणि आनंद देहामार्फतच त्याने भोगलेले असतात. ज्या इंद्रियांनी आयुष्यात आनंद आणला, ती इंद्रिये कशीही असली तरी माणसाला प्रिय असतातच. किती तरी निरुपयोगी जुन्या गोष्टी उपयोग संपला तरी आपण सांभाळत असतो. का; तर केवळ त्या आपल्या वाटचालीच्या खुणा असतात. म्हणून मग आपल्या प्रत्येक इंद्रियांने किती तरी खुणा मागे ठेवलेल्या असतात. बोटांनी वा ओठांनी मांसल स्पर्श भोगलेले असतात. डोळ्यांनी रंग, रूप सौष्ठव शोषून घेतलेले असते. शब्दांची सारी किमया कर्णसंपुटांत साठवलेली असते. या देहाचा कोणताही भाग असा नसतो की, ज्याने सुखाचे रस्ते तुडवलेले नाहीत. रस्ते संपले, तरी ते संपल्यासारखे वाटत नाहीत. भोगण्याची क्षमता संपली, तरी इंद्रिये थकल्यासारखी वाटत नाहीत. संपलेले गाणे अजून चालूच आहे, असे वाटते. गोष्ट आता कोठे सुरू झाली आहे, असे वाटत राहते. तज्ज्ञ सांगू देत की, आत्मा अमर आहे. पण आत्मा काही डोळ्यांनी पाहता येत नाही. बोटांनी चाचपडता येत नाही. असेल, देह अमंगलही असेल; पण स्वत:ला तो कधी अमंगल वाटत नाही, कारण आपल्या प्रत्येक कृतीतून आणि भोगण्यातून चांगल्या-वाईटाचे हिशेब करायचे असतात. 'देहाचा भरवसा धरू नका' हे भजनात ऐकायला ठीक आहे; पण जांभई आली की, देहाला शरण जावे लागते. आमच्या साऱ्या अध्यात्मवाद्यांनी देहाची मनसोक्त टिंगल केली आहे. पण बहुतेकांनी आपल्या देहाचे कोड मनसोक्त पुरविलेलेच आहेत.

म्हणून माणसाला मरावेसेच वाटत नाही; तो आपला जगतच राहतो आणि जगतच राहण्याची इच्छा बाळगतो. अत्रे, फडके ही माणसे थोडीशी जास्तच जगली. नेहरू, जयप्रकाशजी हेसुद्धा थोडे जास्तच जगले. बालगंधर्व, मास्टर कृष्णा यांनी कित्येक प्रौढ मनांना तरुण केले. लोकांच्या लेखी ते चिरतरुणच होते; तरुणच असायला हवे होते, कारण त्यांचे म्हातारपण म्हणजे अखेर हजारो रसिक माणसांचे म्हातारपण. कलावंतांचे म्हातारपण आणि म्हणूनच

त्यांना आलेले कुरूपपण हे केवळ त्यांचेच नसते, तर एका पिढीचे म्हातारपण असते. ज्यांच्या डरकाळ्या ऐकताना चिमण्यांचे गरुड झाले त्याच डरकाळ्या जेव्हा गलितगात्र होतात, तेव्हा गरुडांचेही पंख गळालेले असतात. म्हणूनच जन्माला जसा मुहूर्त लागतो तसा मरायलाही मुहूर्त हवा! ग. दि. माडगूळकर बघा– कसे वेळच्या वेळी गेले. कवी असतानाच गेले आणि म्हणूनच त्यांच्या मृत्यूने फत्तरांच्या डोळ्यांतसुद्धा अश्रू आले. स्वत:ची भरभरून वाहणारी जीवनसरिता संपताच त्यांनी अनेकांच्या डोळ्यांतून सरिता वाहू दिली. कवीने मरावे ते असे. कारण या मरण्यामागे अधिक काळ जगल्याची कृतार्थता असते. नुसतेच जगत राहण्यापेक्षा मरून जाण्यात कधी कधी जगण्याचा अर्थ प्राप्त होतो. एखादा कलावंत रंगभूमीवर काम करता-करतानाच मरावा; म्हणजे नुसती माणसेच रडतात असे नाही, तर त्यांनी पूर्वी केलेल्या भूमिकासुद्धा रडतात. एरवी निर्जीव असणारे रंगभूमीवरचे पडदेसुद्धा क्षणभर ओलावून जातात. शंकर घाणेकरही मेला, चिंतोबा गुरवही मेले. अखेरीस स्वर उमटू न शकणारे कृष्णरावही गेले, लोळागोळा झालेले बालगंधर्वही गेले. जायचे सर्वांनाच असते; पण नाटकात जसे एन्ट्री आणि एक्झिटला महत्त्व आहे, तसे आयुष्यतही एन्ट्री आणि एक्झिटला महत्त्व आहे. लालबहादूर शास्त्री, भगतसिंग, लक्ष्मीबाई, म. गांधी यांचे मरण मोलाचे. नाटकातले काम संपले की, रंगभूमीवर कोणी रेंगाळत राहते का? परंतु, जगात हौशी कलावंतच फार असतात. त्यांना नाटकातली भूमिका नाटकापुरतीच असते, ह्याचे भानच राहत नाही.

मरण क्रूर असते, कारण जीवनाचे आणि आपले नाते त्यामुळे संपते. पण ते सुंदरही करता येते– जीवनाचे नाते समजून घेऊन. केळीचा घड आल्यावर केळीचे झाड न रडता, न भेकता मरते. कारण त्या झाडाच्या पायाशी नवे अंकुर उगवलेले असतात. त्यांच्या रूपाने खरे तर आपण जगायचे असते. सर्जनाची माणसाची शक्ती ही माणसाला कधीच मरू देत नाही, कारण ती आपले रक्तबीज मागे ठेवते. वात्सल्यासाठी अपत्य नको असते; ते हवे असते स्वत:च्या अस्तित्वासाठी. आपलेच डोळे जग पाहणार असतात. आपलेच रक्त तापणार असते. देह भोगणार असतो. हार-प्रहार सारे काही झेलणार असतो. मग आपणच जर असणार असू, तर आपण मरणार कसे? उलट, ताजी टवटवीत कातडी, सुंदर अवयव, नव्या रसना बरोबर घेऊन आपल्याला जगायला मिळणार असते. नवे कपडे घातले की, माणसाला सुंदर झाल्यासारखे वाटते. तसेच आज हजारो वर्षे प्रत्येक मरणाने माणूस सुंदर होत आला आहे आणि पुढेही होत राहणार

आहे. आत्म्याचा नव्हे, तर देहाचा प्रवासही अखंड चालू आहे. हजारो वर्षे मी जगत आलो, म्हणून मी अवध्य आहे. माझा नाश कोणी करू शकणार नाही. आता ते परमेश्वराच्या हातातही नाही. म्हणूनच माणसाने मधून-मधून मरावे, तरच त्याला चांगले जगता येते. एका नव्या, सुंदर तनूच्या शोधात आत्मे भरकटत असतात, असे म्हणतात; परंतु माझा आत्मा माझ्याच देहात प्रवास करणार आहे; मग सांगा– मरणाची भीती वाटायला हवीच का?

- ०- ०- ०-

९

जगण्याचे निमित्तकारण

आकाश भरून आलेले असते.

हवा कुंद झालेली असते.

श्वास कोंडू लागलेला असतो.

धड पाऊसही कोसळत नाही किंवा उन्हाचा सोनेरी विळखाही पडत नाही. बाहेरही पडता येत नाही, घरातही राहता येत नाही.

धुवांधार पाऊस पडू लागला, तर एक तर लहान मुलाच्या स्वच्छंदीपणासारखे मनाने नागडे-उघडे होऊन पोटभर भिजून घेता येते किंवा प्रौढ सुरक्षित जीवनक्रमानुसार शाल पांघरून उबेला तरी बसता येते. हवेचा कोंडमारा होतो आणि जगाचा कोंडवाडा होतो, तेव्हा मात्र जगण्याची निमंत्रणे संपून जातात. उरते फक्त जगणे– जे केवळ असते मरण. त्या मरणात सुन्न शांतताही नसते किंवा जगण्याचे चैतन्यही नसते.

माणसाला निरोगी देह, प्रसन्न मन आणि सुखदायी भवताल जगण्याचे निमंत्रण देतो. तसे सर्व जण जगतच असतात. खातात, पितात, झोपतात; परंतु हे जगणे मरण्याहूनही थंड असते. जगणे असे हवे की, समोरच्या जगणाऱ्यालाही त्याचा हेवा वाटावा आणि मृतालाही संजीवनी प्राप्त व्हावी. दुसऱ्याला आतून बाहेरून प्रेरणा लाभावी, त्याच्या हातात वरचे आकाश यावे आणि ओंजळीत सारा समुद्र घेऊन त्याने तो लांब कोठे तरी भिरकावून द्यावा. पण असे जगणारे थोडे; लक्षातही न येता मरून गेलेलेच जास्त. पावसाळ्यात हजारो कीटक जन्म पावतात आणि बघता-बघता नष्ट होतात. तशीच माणसे जन्मण्यापूर्वीच मरून जातात. मरता येत नाही म्हणून जगणे निराळे किंवा जगण्याचा आनंदही न कळता जगणे निराळे. खरे जगणे असे की, जे मरणाला हास्यास्पद बनविते.

जगण्याला एखादे निमित्त असले म्हणजे पुरे. त्याचे मोजमाप स्वत:च करायचे असते आणि ज्याचे त्याला ते मोठे वाटले, म्हणजे संपले. बचावाच्या दृष्टीने अगदी क्षुल्लक असणारी टेकडी एखाद्या सैनिकाच्या जगण्याचे कारण होऊ शकते. एखाद्या राष्ट्राचे अस्तित्व काही काळ एखाद्या नेत्याच्या कर्तृत्वाचा स्फार होऊन राहते. प्रत्येकाला आपण कोणी महत्त्वाची व्यक्ती आहोत, असे वाटते. त्याचबरोबर आपण कोणीही नाही, हेही केव्हा तरी लक्षात येते. सर्वसामान्यत: मी अहंकारी आहे, असे सर्वांचे मत आहे आणि ते फारसे खोटे नाही. पण माझ्या ठायी असणारा हा माझा अहंकार एकट्याचा नसतो. जसा माझा पराक्रम हा सामुदायिक आहे, तसाच माझा अहंकारही सामुदायिक आहे. अनेक लोकांच्या उद्दामपणाचे मी एक प्रतीक आहे, कारण प्रत्येकाला उद्दाम असणे परवडत नाही. पत्रकारिता म्हणजे अनेकांसाठी एक निमित्त होते आणि हे निमित्त रागाचे, लोभाचे, अहंकाराचे असू शकते.

पत्रकाराला नेहमीच जगण्याचे मोठे अवसान घ्यावे लागते. पत्रकार म्हातारा झाला म्हणून वृत्तपत्राला म्हातारे होता येत नाही. जगाच्या दृष्टीने पत्रकाराचे आवाहन त्याच्या बरोबरीच्या वयाच्या माणसाला नसते, तर ते नेहमीच तरुण पिढीला असते. थंड माणसासाठी लिहिण्याचे कारणच पडत नाही. पेट घेऊ शकणाऱ्यांसाठीच काही तरी करावे लागते, पण अखेरीस पत्रकारसुद्धा माणूसच असतो. तोही झिजत असतो. काही काळ उसने अवसान आणून तो आपल्या मनाची उभारी कायम ठेवतो. पण तसले नाटक फार काळ चालत नाही. म्हणूनच व्यक्तिगत मालकीची वृत्तपत्रे फार काळ चालत नाहीत. कोणी तरी 'बंद करा' असे सांगण्यापेक्षा आपणच आपले वृत्तपत्र बंद करावे, असे मी योजिले होते.

तारुण्याच्या उंबरठ्यावर माझ्या पायाला गोळी लागली आणि मला पंगुत्व आले. माझ्या आयुष्यातील नव्वद टक्के आनंद या पंगुत्वाने नष्ट झाला. शरीरकष्टाचे सर्व व्यवसाय, साहसाचे छंद; एवढेच नव्हे, तर मनमोकळेपणाने हिंडण्या-फिरण्याचा आनंदसुद्धा त्या क्षणापासून संपून गेला. शंभर दरवाज्यांचे एखादे घर असावे आणि त्याचे सारे दरवाजे बंद असावेत, म्हणजे नैराश्य येते. ते नैराश्य त्या काळात मला जाणवले. पण कोपऱ्यातला लहान दरवाजा मला उघडा सापडला. त्या कालखंडात मी अनेक व्यवसाय केले, खूप पैसे मिळविला आणि जगण्याचे फार मोठे निमंत्रण अमाप पैसा, हिशेबी शहाणपण आणि मानमरातब या गोष्टींनी मला दिले. हातात आलेला पैसा टिकविण्याचे शास्त्र मी शिकलोच नव्हतो. त्यामुळे ज्या रस्त्याने पैसा आला, त्या रस्त्याने तो माझ्या

समोरून डोळे मिचकावीत निघून गेला. मी पूर्वीसारखाच भणंग झालो. फक्त त्या वेळी माझी पाटी कोरी होती; आज ती गिचमिडलेली होती. त्या वेळेस नाव नव्हतेच, तेव्हा जाण्याचा प्रश्न नव्हता; पण आता मी धनिक झाल्यानंतर निष्कांचन झालो होतो, नैराश्याचा एक काळ समोर उभा राहिला.

त्याच काळात जगण्याचे भलतेच निमंत्रण माझ्या आयुष्यात येऊन गेले. आले ते एका मदिरेच्या नशेसारखे आले आणि गेले ते मात्र औषधी काढ्याच्या दर्पासारखे. आवाहन होते वासनेचे आणि आमंत्रण नव्या मैत्रीचे, शिवाय ते आवाहन म्हणजे लोकापवादाला निमंत्रण. मला तर असे वाटू लागलेय, आसक्त झालेल्या कामिनीच्या निमंत्रणापेक्षा लोकापवाद धि:कारण्याचे निमंत्रण जास्त आकर्षक असले पाहिजे. कालांतराने तीही नशा संपली, प्रवाहपतितासारखे वाहत जाण्याचीही किळस यायला लागली. एकीकडून आपण कोणी तरी आहोत, हे सिद्ध करण्याची उमेद आणि दुसरीकडून लोकांची बदनामी स्वीकारून पत्करलेल्या नव्या संसारयात्रेच्या निरगाठी. अशा वेळेला मला साहित्याने जगण्याचे निमंत्रण दिले. लेखनाचाच प्रकार, परंतु साहित्यापेक्षा पत्रकारितेचे निमंत्रण जास्त आकर्षक आणि जास्त रंगीबेरंगी असते. हे निमंत्रण पुष्कळदा धोक्याच्या पातळीपर्यंत घेऊन जाते, परंतु या निमंत्रणात दाद मिळवण्याचा कैफही वेगळा असतो. एकामागोमाग समाजकंटकांना आपण तुडवत जातो आहोत, अशा संहारात्मक लढाईतही थ्रिल असते. असे थ्रिल पुष्कळ काळ टिकते. हिंदुत्ववादी विचारसरणीला त्या काळात कोणी त्राता नव्हताच. एकट्याने लढण्यात खूप मौज असते. जी लढाई आपण कधीच जिंकणार नाही, त्याला हौतात्म्याची एक रुपेरी कडा असते. पूर्वीइतके आज हिंदुत्वनिष्ठ एकाकी राहिलेले नाहीत, मग हौतात्म्याची नशा संपत गेली. जनता पक्षाचे राज्य आले, तेव्हा तर पत्रकारितेतली सारी मौज अस्तंगत झाली. स्तुती करून पत्रकार कधी मोठा होत नाही आणि सरकारी पक्षाचे वृत्तपत्र कधी श्रेष्ठ ठरत नाही. विरोधी मतांचा होतो, तेव्हा लढाईला अर्थ होता. इंदिरा गांधी परत सत्तेवर आल्या नसत्या, तर माझ्यासारख्या अनेक पत्रकारांना आयुष्य निरर्थक झाले असते. सत्ताधीशांनी उन्मत्त व्हावे, नाना तऱ्हेचे निर्बंध घालावेत आणि त्या निर्बंधांना ताठ मानेने सामोरे जाऊन टक्कर देता यावी– हे पत्रकारितेच्या दृष्टीने जगण्याचे निमंत्रण. पण इंदिरा गांधींचा पक्ष पूर्वीइतका उन्मत्त राहिलेला दिसत नाही आणि इंदिरा गांधी अगदीच मवाळ झालेल्या दिसतात. वाटले होते की, आता आपले वर्तमानपत्र बंद करावे. हे बरोबरच होते. जिथे रत्ने वेचली तिथे गोवऱ्या वेचण्याची वेळ यावी अशा

आशयाचे एक वाक्य आहे. त्याप्रमाणे जिथे पाच-पन्नास खटले चालू असायचे तिथे एकही खटला नाही, असे म्हणण्याची दुर्दैवी पाळी यावी ना! कशासाठी जगावे?

प्रथम जेव्हा मला मधुमेह झाला, तेव्हा माझे निम्मे अवसान गळाले. भांडणाची ऊर्मी ही रक्तातून यायला हवी. पण रक्तातली उसळीच मधुमेहाने मारून टाकली, असे मला वाटायला लागले. आता हृदयविकाराने आजारी पडल्यानंतर तर लढायला लागणारे महत्त्वाचे शस्त्रच आपण गमावले, असे वाटायला लागले. वेगाने गाडी चालवणे संपले, अखंड धूम्रपान संपले, रात्रीची जागरणे निकालात निघाली. थोडक्यात म्हणजे, जगण्याची सारी निमंत्रणे संपली, असे वाटले. ज्या अज्ञात ठिकाणाहून जगण्याची निमंत्रणे येतात, त्या ठिकाणावरच वर्मी घाव पडला, असे वाटले. पण तसे घडले नाही. हक्कभंग प्रस्तावाची बातमी आली आणि लढण्याची खुमखुमी एकदम जागी झाली. जगण्याला अर्थ आला. रक्तातल्या गोडीचा भाषेतील कडवटपणाशी संबंध नाही आणि कमजोर हृदयाचा आव्हान देणाऱ्या छातीशी संबंध नाही, हे लक्षात आले. कोणाच्या लेखी हा सारा अव्यापारेषु व्यापार असतो. असेलही. जगायला एखादे निमंत्रण आले की, मरगळ संपून जाते. डिस्चार्ज झालेली बॅटरी पुन्हा चार्ज होते. समजुतीच्या शब्दांनाही धग निर्माण होते.

या धगीने आपल्याला ऊब मिळाली, म्हणजे काम झाले. ज्यांना या धगीत जळावे लागेल, त्यांनी त्याची चिंता करावी.

-०-०-०-

१०

आयुष्याचा जमा-खर्च लिहून तरी पाहावा!

जमा-खर्च ही तशी कठीण गोष्ट आहे. व्यापारीमंडळी एक खरा आणि एक खोटा असे दोन जमा-खर्च ठेवतात, असे म्हणतात. म्हणजे तर त्यांच्या कौशल्याची परमावधीच झाली, असे म्हटले पाहिजे. एरवी आमच्यासारख्या प्रापंचिकांना भाजी, वाणी, पेपर यांसारखे किरकोळ हिशेबही नीट लिहिता येत नाहीत. हिशेब जमले नाहीत की, ज्याचा हिशेब लागत नाही, तेवढी रक्कम आम्ही किरकोळ खर्चात टाकतो आणि पुढच्या महिन्याचे पान उलटतो. कंपन्यांचे बॅलन्स शीट्स खोटे लिहिले जातात, सबब आपण ते मानतच नाही, असे कामगार पुढारी दत्ता सामंत म्हणतात. यावरून कंपनी चालवणाऱ्यांनाही आमच्यासारखे हिशेब ठेवता येत नाहीत, असा निष्कर्ष काढायला हरकत नाही.

सहकारी आणि सरकारी हिशेबाबद्दल तर काही बोलायलाच नको. यात तर एवढे घोटाळे असतात की, असे हिशेब ठेवण्यापेक्षा हिशेब न ठेवलेलेच बरे, असे वाटू लागले आहे. सरकार प्रसिद्ध करते, ते सर्व क्षेत्रांतले आकडे इतके बनावट असतात; मग त्यासाठी वेगवेगळी खाती का निर्माण केली जातात, हेच कळत नाही. मिळेल ती जमा, होईल तो खर्च आणि राहील ती शिल्लक– हे सर्वसामान्य मध्यमवर्गीय गणित सरकारला का आचरता येत नाही? कारण जमेपेक्षा सरकारचा खर्च नेहमीच जास्त असतो. तरीही काही बिघडत नाही. भारतात आणि परदेशांत आपले इतके सावकार आहेत की, त्यांच्याकडून लागेल तेवढे कर्ज घेऊन आपल्याला जमा आणि खर्चाची तोंडमिळवणी करता येते.

जे अगदी गरीब लोक असतात, त्यांच्यापुढे जमा-खर्चाचे प्रश्नच उत्पन्न होत नाहीत. त्यांची प्रत्येक निकड एवढी गंभीर असते की, आहे त्या पैशात अत्यावश्यक गरजा भागवायच्या कशा, हाच त्यांच्यापुढे प्रश्न असतो. काही

शहाणे व्यापारी असे आहेत की, जे माल विकून येणारा पैसा हा आपला नफाच समजतात. वास्तविक, खरेदी आणि विक्रीची किंमत यांतील फरक म्हणजे त्यांचा नफा. तेव्हा अशा लोकांचे दिवाळे वाजले, तर नवल नाही. काही मंडळी इतकी भाग्यवान असतात की, ती खर्च करीत सुटतात. खर्च केला की, आपोआप उत्पन्नवाढ होईल यावर त्यांची श्रद्धा असते. ह्या सर्व जमा-खर्चात एक गोष्ट आपल्या लक्षात आली असेल की, 'उद्या' नावाच्या एका राक्षसामुळे हे जमा-खर्चाचे त्रांगडे निर्माण होते. हे उद्या नावाचे संकट जर आपण टाळू शकलो, तर जमाखर्चाची काळजी वाटणारा प्रकार संपुष्टात येईल.

पण 'उद्या' ज्याप्रमाणे नष्ट करता येणार नाही, त्याप्रमाणे 'काल'ही आपल्याला विसरता येत नाही; म्हणजे कालची शिल्लक, आजचा खर्च आणि उद्याची संभाव्य मिळकत, यावर सुख अवलंबून असते. केवळ आजचीच चिंता माणसाला करायची असती, तर सुख-दुःखाचा किती तरी पसारा कमी होऊन गेला असता. आदिमानव युगात मानव 'आज'च्या पुरती शिकार करायचा आणि रात्रीपुरती सखी निवडायचा. दुसरा दिवस उजाडला की, नवीन जमा आणि नवा खर्च.

सुंदर बालपण, कोवळे शैशव आणि प्रमाथी तारुण्य ह्या सगळ्यांना कातरून टाकणारी आजच्या युगातली विद्या का शिकायची; तर आपला भविष्यकाळ सुखाचा जावा, म्हणून. या भविष्यकाळाची तरी काही शाश्वती आहे म्हणावे, तर तसेच ही दिसत नाही. आज फाटक्या कपड्यांना रफू करत ते वापरायचे, मौजमजा न करता पै-पैसा साठवायचा– कशासाठी? तर, पुढे येणाऱ्या म्हातारपणात सुरक्षितता मिळावी, म्हणून. स्त्री आणि पुरुष एकत्र येतात आणि त्यातून मुले होतात, त्याला कुणाचाच इलाज नसतो. पशू-पक्ष्यांना अशी मुले झाली तर त्यांना हिंडता-उडता आले, म्हणजे आई-बापाचा संबंध संपला. म्हातारपणाची काठी व्हावी, म्हणून पशू-पक्षी काही मुलांचे लाड करत बसत नाहीत. ती त्यांना चक्क वाऱ्यावर सोडून देतात. मुलांना शिकवायचे, त्यांचे आजार काढायचे, त्यांच्या शिक्षणासाठी आपण खस्ता काढायच्या आणि ती मुले स्वतः मिळवू लागली, तरी त्यांच्या घराची, लग्नाची– एवढेच नव्हे, तर त्यांना होणाऱ्या मुलांची चिंता करत आपले सारे आयुष्य घालवायचे; याला काय अर्थ आहे? इतर प्राणिसृष्टीत मुलांसाठी एवढ्या खस्ता कुणी काढत नाही, पण मनुष्यप्राण्याने ही भलतीच झेंगटे लावून घेतली आहेत.

अन्नासाठी, घरट्यासाठी, मादीसाठी कोणीही भांडले तर ते समजण्यासारखे.

पण चार-पाच पिढ्यांपूर्वी कुणी तरी एक गृहस्थ आपल्या घराण्यात होऊन गेला व त्याने कुणाशी तरी वैर केले; तर ते वैर आपणही केले पाहिजे, ही भलतीच आफत माणसाने का ओढवून घेतली आहे? आपल्या घरासाठी, आपल्या घराच्या रक्षणासाठी किंवा आपल्या भक्ष्यक्षेत्रासाठी तुंबळ असे युद्ध पशू-पक्षी करतात, कारण तिथे मुळी अस्तित्वाचाच प्रश्न असतो. जो हिमालयाचा भाग मी पाहिलेलाच नाही किंवा ज्या भूभागात माझे अन्न व पाणी निर्माणच होत नाही; तो भूभाग रक्षण करण्याची जबाबदारी मी का स्वीकारावी?

मला वाटते, जमा आणि खर्च हा केवळ आकड्यांचा खेळ नाही; तो गरजांचा हिशेब आहे. माणसाला नको त्या गोष्टी आठवतात किंवा वाटेल त्या गोष्टींची स्वप्ने त्याला पाहता येतात. जगण्यासाठी केवळ काल, आज आणि उद्या मिळणारे अन्न पुरत नाही. माणसाची स्मृती आणि स्वप्न दोन्हीही जर अस्तंगत झाली, तर माणसाचे अनेक प्रश्न संपून जातील. आपल्याला हजारो गोष्टींची आठवणही येत असते. ती आठवण राहावी म्हणून आपण इतिहास लिहितो, साहित्य निर्माण करतो आणि काही गोष्टी अगदी मुखोद्गत करून ठेवतो. ज्या एका शुक्रबीजापासून आपला जन्म झाला आहे, ते शुक्रबीज कोणत्या महामानवाचे, हे लक्षात ठेवण्यासाठी आपण आपल्या गोत्राची आठवण ठेवतो, कुळाची आठवण ठेवतो, जन्मग्रामाची आठवण ठेवतो, आपण कोठून कसे प्रवास करत गेलो याचे उल्लेख लिहितो, वंशावळी लिहितो आणि कुलवृत्तांतही लिहितो.

विसरायचा म्हटला, तरीसुद्धा इतिहास विसरता येत नाही. कधी तो जातीच्या रूपाने, पंथाच्या रूपाने, धर्माच्या रूपाने, तर कधी राष्ट्रांच्या रूपाने आठवणीत राहतो; तर कधी कधी तो साहित्याच्या रूपाने सांभाळून ठेवण्याची कोशीस केली जाते. कळत-नकळत परंपरांचे एक प्रचंड ओझे आपण आपल्या शिरावर वाहत असतो. हे ओझे हलके व्हावे म्हणून घराण्याचा अभिमान, जातीधर्माचा अभिमान, प्रदेशाचा अभिमान, आर्यरक्ताचा अभिमान– अशा अनेक अस्मितेच्या कुबड्या आपण घेत असतो. तरीही अनेक शतकांच्या इतिहासाचे ओझे माणसाला झेपत नाही. मग तो डोळे किलकिले करतो किंवा मिटूनसुद्धा घेतो आणि उद्या माझे, माझ्या कुळाचे, माझ्या जातीचे, धर्माचे काय काय होईल याचा विचार करतो. अशा वेळी जमिनीवरचे पाय हलकेच सुटतात आणि तो विश्वाच्या पोकळीत पाहू लागतो. त्याबरोबर असह्य वाटणारे परंपरांचे ओझे कमी होते. त्या स्वप्नांच्या बळावर माणसे वाटेल ती अचाट कृत्ये करतात. स्मृतींची

जमा आणि स्वप्नांचा खर्च यांचा जमा-खर्च मांडून मानवाची वाटचाल चालू असते.

या जमा-खर्चात आजचा संदर्भ हा हातचा असतो. बहुतेक वेळेला हा हातचा धरण्यात चूक होते आणि मग जमा-खर्चाचे हिशेब कधीच जमत नाहीत. शिल्लक तरी खूप राहते किंवा कर्ज तरी खूप उरते. मानवजातीचा जमा-खर्च म्हणजे अशा त्रुटींचा इतिहास आहे. शिवाय प्रत्येक माणसात खरा हिशेब आणि खोटा हिशेब असे दोन हिशेब ठेवण्याची वृत्ती आहेच. व्यवहारात असे दुहेरी हिशेब जर सापडले, तर त्याला शिक्षा होते. पण माणसाचे चातुर्य असे असते की, असल्या दुहेरी हिशेबांचा घोळ सहसा कुणाच्या लक्षात येत नाही.

मानवसमूहांकडून व्यक्तींकडे आले की, जमा-खर्चाची वेगळीच पद्धती अनुभवाला येते. मी एकदा गंमत म्हणून माझ्या परिचयात असणाऱ्या पन्नास माणसांचे तपशील मिळवले. माझ्या असे लक्षात आले की, या पन्नास माणसांपैकी चाळीस माणसांना त्यांच्या योग्यतेपेक्षा अधिक मिळाले. एक माझा कारकून मित्र आहे. त्याने कोणतीही परीक्षा दिली नाही, त्यामुळे त्याचे अनेक सहकारी त्याच्या देखत वरिष्ठ अधिकारी झाले; पण हा आपला कारकूनच राहिला. त्याला फारशी महत्त्वाकांक्षा नव्हती आणि कारकुनी कामात तर त्याला मुळीच रस नव्हता. असे असताना त्याची कुठेही बदली न होता त्याची पुण्यातच नोकरी झाली आणि पाच-सहाशे रुपये पेन्शनवर तो निवृत्तही झाला. त्याने चांगला पैसा केला आणि थोडेफार कौतुकही करून घेतले. त्याच्या कहाणीप्रमाणेच चाळीस लोकांची कहाणी आहे.

यांपैकी कुणीही असामान्य बुद्धीचा पुरुष नाही; तरीही त्यांचे आयुष्य पुरेसे समृद्ध गेले, असे म्हणावयास हरकत नाही. बहुतेकांचे आई-वडील चांगले वृद्ध होऊन गेले. एखाद्याची बायको शिकलेली नाही किंवा कुणाचीच बायको फारशी देखणी नाही. एखाद्या अपत्याचा किंवा जवळच्या नातेवाइकाचा मृत्यू त्याच्या घरात घडला असेलही; पण एरवी त्यांच्या योग्यतेचा विचार केला, तर त्यांपैकी प्रत्येकाने अधिक कमाई केली आहे. पण पु. ल. देशपांडे, माडगूळकर यांच्या भाग्याचा आणि लौकिकाचा प्रश्न निघतो; तेव्हा आपला मत्सर लपवता-लपवता या सर्वांची त्रेधातिरपीट उडते. जयवंत दळवी, अच्युत बर्वे यांना जी अधिकारस्थाने लाभली, याचाही थोडा तुच्छतेने उल्लेख करण्याचा प्रयत्न चालू असतो. एखाद्या लेखकाचा स्त्री-पुरुष संबंधातला लौकिक कानांवर आला, म्हणजे तर बहुतेकांचा जळफळाट होतो. पुष्कळांना संधी मिळालीही असेल; पण ती

घेण्याची हिंमत झाली नसेल किंवा ती पुष्कळांना मिळालीही नसेल. स्त्रियांनी आपल्यांवर लुब्ध व्हावे, असे आपल्याजवळ आहेच काय? याचा जमा-खर्च करताना यांपैकी पुष्कळ जण चुका करतात. ज्या लेखकांनी अधिकारपदे मिळवली, त्यांपैकी काही दैवयोग असेलही. पण त्यांनी केलेले कष्ट आणि करावी लागलेली धडपड यांपैकी किती जणांना जमली असती, हे काही नोंदवले जात नाही.

नानासाहेब गोऱ्यांसारख्या माणसाला पाहून जेव्हा एकाला त्यांच्या भाग्याचा मत्सर वाटतो, तेव्हा न राहवून मी विचारले, ''मत्सर करण्याची तरी तुझी योग्यता आहे काय?'' नानासाहेबांचे रूप, त्यांचा व्यासंग, त्यांचे वक्तृत्व आणि एका विचारसरणीवर श्रद्धा ठेवून त्यांनी जाणीवपूर्वक करून घेतलेली फरफट— हे सारे लक्षात घेऊनसुद्धा तुला मत्सर वाटतो? खरे तर तू असे म्हणावयास हवे की, मी त्यांच्यापुढे क्षुद्र आहे. सुरेश भट किंवा कुसुमाग्रज यांनी एवढ्याशा कविता लिहिल्या आणि अनेक हळव्या डोळ्यांच्या, लवचिक अंगलटीच्या भावनाशील स्त्रिया त्यांच्यावर लुब्ध झाल्या; तर पुष्कळांना वाटते, 'असे त्यांनी काय मोठेसे केले आहे? त्यांच्या कवितांत त्यांनी जे लिहिले आहे, ते तर मलाही लिहिता आले असते!' खरी गोष्ट आहे. फक्त ते तुम्ही आधी लिहायला पाहिजे होते. कविता वाचल्यावर आपल्यालाही ते करता आले असते, इतके ते सहज सुंदर आणि सोपे वाटते. तसे शब्दकोशात शब्द असतातच. शब्द काही तरी शोधत असतात. ते हुरहुरणे, धुंद होणे, व्याकूळ होणे किंवा उद्ध्वस्त होणे, हेसुद्धा मनुष्यजातीला नवे नसते. फक्त ते सुरेश भटांना व कुसुमाग्रजांना आधी सुचते, एवढाच फरक असतो. आता हे 'आधी सुचणे' ह्यालाच प्रतिभा असे म्हणतात आणि 'नंतर सुचणे' ह्याला अनुकरण असे म्हणतात.

सर्वसामान्यतः प्रत्येक माणूस स्वतःचे भाग्य बरोबर घेऊन येतो आणि स्वतःच्या योग्यतेनुसार जगण्याचे प्रयोजन आणि जगण्याचे प्रकार ठरवतो. निसर्ग फारसा अन्याय कुणावर करत नाही. समाजाच्या रचनेमुळे किंवा अनैसर्गिक संपत्तिवाटपामुळे ज्यांच्या गुणांना वाव मिळत नाही, त्यांचा अपवाद वगळता प्रतिभावंत उपेक्षित राहिला, असे सहसा होत नाही. संपत्ती, लौकिक किंवा अवाजवी ऐहिक सुखे जे जाणीवपूर्वक नाकारतात; त्यांची गोष्टच वेगळी. ते कालच्या वैभवावर जगत नाहीत किंवा आज मिळणाऱ्या खुशामतीमुळे बहकत नाहीत. वर्तमानाचा हातचा त्यांनी धरलेलाच नसतो. खरे तर हिशेबाने त्यांनी काही केलेलेच नसते, हाच त्यांचा हिशेब असतो. त्यांच्याजवळची जमा मोजायला गणितातले आकडे पुरत नाहीत आणि त्यांनी खर्च करून टाकलेल्याचा हिशेब

आकाशातल्या नक्षत्रांनाही करता येत नाही.

सुंदर स्त्रीला सुंदर नवरा मिळायला पाहिजे, हा निसर्गाचा तोल झाला. पण कधी कधी श्रीमंती किंवा लौकिक यांना सौंदर्य विकले जाते. मग हे सौंदर्य मुसमुसत राहते. जमेच्या बाजूला सौंदर्याचे गुण भूमिती श्रेणीने वाढवण्याचा प्रयत्न मात्र सुरू होतो आणि लौकिक सौंदर्य, सदाचार ह्या सर्वांचे मूल्य मात्र कृपणपणाने केले जाते. सौंदर्याची बरोबरी फक्त सौंदर्यच करते, असे नाही; तर अनेकदा पुरुषार्थही करतो. अनेकदा सुखसाधनांची रेलचेलसुद्धा सौंदर्याची बरोबरी करू शकतात. घरात दोन्ही वेळेला जेवायला नाही, अशा वेळेला जे सौंदर्य करपून जाणार असते; त्या सौंदर्याचा हिशेब जमा-खर्चात किती मांडता येईल? व्यावहारिक जगात म्हणूनच गुणांचे एक समानार्थी मूल्यांकन केले जाते. एखाद्या विलक्षण विद्वान, पंडित स्त्रीला तसाच दुसरा तोलामोलाचा विद्वान नवरा मिळाला म्हणजे प्रत्येक वेळी जमा-खर्च जमतोच, असे नाही. जमा-खर्च करताना जमेकडे नोंदवताना प्रत्येक गोष्टीचे मूल्य ठरविले पाहिजे आणि खर्चाकडे टाकावयाच्या गोष्टींची योग्यता ठरविली पाहिजे. पण सहसा असे घडत नाही.

एकाच ऑफिसमध्ये काम करणाऱ्या दोन कर्मचाऱ्यांपैकी एकाची बायको देखणी आणि दुसऱ्याची सुमार असते. सहकाऱ्याची सुंदर बायको पाहून दु:खित होणाऱ्या सहकाऱ्याच्या मनात असा विचार कधी येत नाही की, ती सुंदर दिसणारी बाई आपल्या बायकोइतका चांगला स्वयंपाक करू शकते काय? आपली आणि आपल्या मुलांची निगा ठेवू शकते का? पण हे असले हिशेब कुणी करतच नाही. संपूर्ण आयुष्याचा हिशेब करण्यापेक्षा आपल्या सोईने आणि सवडीने लहान-सहान हिशेब करण्यात माणसाला आनंद वाटतो. दु:खाचे कारण असूया हे आहे.

अखेर सुख-दु:ख या मानण्याच्याच गोष्टी आहेत. म्हणून सुख मागणाऱ्याला सुखच मिळते आणि दु:ख हवे त्याला दु:खच मिळते. हिशेबाचे शास्त्र ज्याला अवगत आहे, त्याला आपल्या आयुष्याचे खर्च नीट मांडता येतात आणि एकदा का तुम्ही अवास्तव जमेची बाजू मांडण्याचे थांबलात की... सारे आयुष्य सुखमय होऊन जाते, हळव्या आठवणींनी रस्ता मखमली होतो आणि धूसर स्वप्नांच्या सान्निध्यात क्षितिजावरच्या गोष्टी आपल्या हाताला भेटतात. क्षितिज ही कल्पनासुद्धा नुसती कल्पना असते. प्रत्यक्षात काही क्षितिजाचा ठावठिकाणा नसतो. जे थोडे दूर असते आणि सतत हवेसे वाटत असते, त्यालाच क्षितिज म्हणायचे ना? सुखाचेही असेच असते.

म्हणून जमा-खर्च कसा लिहायचा, हे प्रत्येकाने आपल्यापुरते शिकायला हवे.

- o - o - o -

११

मरणाला कोण भितो?

एका गावी माझे व्याख्यान होते. देवळाच्या प्रचंड पसाऱ्यात ते व्याख्यान असल्यामुळे मी वेळेवर देवळात पोहोचलो. देवळात कसले तरी कीर्तन चालले होते. ते कीर्तन संपल्यावर बहुदा माझे व्याख्यान असावे, या समजुतीने मी दूरवर कट्ट्यावर बसलो आणि कीर्तन ऐकू लागलो. तसे कीर्तनात माझे फार लक्ष नव्हते. मला जे भाषण करावयाचे होते, त्याचीच मी मनातल्या मनात तयारी करीत होतो. माझ्या व्याख्यानाचा विषय होता– 'प्रयत्नवाद'. आयुष्य हे माया आहे, असे समजल्यामुळे आपल्या साऱ्या सामाजिक जीवनाचा कसा चुथडा झाला आहे, हे मी आज प्रतिपादन करणार होतो. तशी मी माझ्या व्याख्यानाची चांगली तयारी केली होती. आजचे माझे व्याख्यान चांगले होईल, याबद्दल माझ्या मनात शंका नव्हती. यासाठी मी आज ज्ञानेश्वरांपासून सर्व संतांना राबवायचे ठरविले होते. नाही म्हणायला, समर्थ रामदासस्वामी हेच कसे प्रयत्नवादाचे पुरस्कर्ते होते, हे मी आज सांगणार होतो. धर्मावर आक्रमण झाले आणि बायका-मुले, गरीबगुरीब यांना परकीय लोक झोडपून काढत असताना ही संतमंडळी टाळ कुटत परलोकातील सुखाचा विचार करीत होती, हे माझ्या प्रतिपादनाचे सार होते. संत कुणाला म्हणावे, खरा धर्म कशासाठी, वगैरे गोष्टी सांगण्यासाठी मी गीतेपासून ते विवेकानंदांपर्यंत सर्वांना दावणीला बांधणार होतो.

माझे हे आत्मपूजन चाललेले असताना कीर्तनकार अतिशय रंगात आला होता. 'जेहेत्ते कालाचे ठायी' हे पालुपद घोळवीत तो भक्तीचे माहात्म्य समोरच्या बाया-बापड्यांना समजावून देत होता. 'सारा भार माझ्यावर टाकून ते विहित कर्म करीत जा,' असे भगवंताचे वचन तो भाविकांना समजावून देत होता. विहितकर्म म्हणजे मोक्ष साधणे, प्रत्येक प्राणिमात्राला जन्म-मरणाच्या फेऱ्यातून सुटका

करून घ्यायची असेल, तर नामसंकीर्तन केले पाहिजे आणि देवासाठी टाहो फोडला पाहिजे, जेवढा देह सर्वसंगपरित्यागी होईल तेवढी त्याची भक्ती श्रेष्ठ व तेवढा त्याचा परलोकावरचा अधिकार मोठा; स्त्री, संपत्ती, अधिकार ह्या साऱ्या क्षुद्र गोष्टींच्या मागे वाहत जाऊन मनुष्याने परमार्थ- साधनेत व्यत्यय आणला की, त्याचा जन्म-मरणाचा फेरा काही चुकणार नाही, असे त्याचे म्हणणे होते.

माझ्या व्याख्यानातले माझे लक्ष जाऊन ते आता कीर्तनातील प्रतिपादनाकडे लागले. बुवांचा आवाज गोड होता. पाल्हाळिक निवेदन भुलवणारे आणि सर्वांत आश्चर्याची गोष्ट म्हणजे, इहवादाशी नाते जोडणाऱ्या रामदासांना त्याने पारलौकिक सुखाचा मार्गदर्शक बनविले. मी तर चकितच झालो. रामदास हे पारमार्थिक संत ही गोष्ट तर खरी, पण ते अन्य संतांपेक्षा वेगळे होते. त्यांना मानवव्यवहाराबद्दल खरी चिंता आहे, दासबोधात मूर्ख माणसाची लक्षणे सांगितली आहेत, आणि जीवनव्यवहारात कसे वागावे, कसे बोलावे, कसे लिहावे, हे विस्तारपूर्वक सांगितले आहे. किंबहुना, त्यांच्या ह्या साऱ्या प्रतिपादनाचा अर्थ– इंद्रियगोचर सुख-दुःखांचा योग्य आणि न्याय्य निचरा झाला, तरच खऱ्या अर्थाने परमार्थ- सुखाचा खरा रस्ता सापडणार, असे मी आजपर्यंत मानत होतो. त्याऐवजी कीर्तनकारांनी रामदासांचे जे रूप श्रोतृवर्गाला सांगितले, त्याने तर मी चकितच झालो.

अशा वेळेस प्रयत्नवादाची, इहवादाची किंवा सामाजिक जाणिवांची आपण जी भलावण करणार; त्याचा या समाजापुढे काय निभाव लागणार, या विचाराने मी रंजीस आलो. एक पाऊल पुढे जायचे आणि दोन पाऊल मागे यायचे, असा हा आपला विचित्र प्रवास चालला आहे, असे माझ्या मनात आले. मी थोडासा उदास झालो. अखेरीस कीर्तन ते कीर्तन आणि व्याख्यान ते व्याख्यान. कीर्तनात अभिनय असतो, गाणे असते, रंजन असते आणि व्याख्यानात नुसता कोरडा उपदेश असतो. मिथ्यावादात बुडालेला हा समाज वर काढणे महाकठीण आहे. पण रामदासांचे स्मरण झाले. 'केल्याने होत आहे रे, आधी केलेचि पाहिजे' किंवा 'क्रियेवीण वाचाळता व्यर्थ आहे' असे म्हणणारा हा रामदासस्वामी. तेव्हा आपण जे मनात योजले, ते मन लावून करावे; एवढेच आपल्या हाती उरते, हे मी मनोमन ठरवून टाकले.

बुवा पुढे सांगत होते, "मरण कुणाला चुकलेले नाही. जो जन्माला आला, तो मरणारच. म्हणून जर मरण अटळ असेल, तर मग निदान मरणानंतर आपले नाव मागे उरले पाहिजे. ध्रुवासारखे, पुंडलिकासारखे. लोकांनी म्हटले

पाहिजे की, मृत्यू जरी या भक्ताला परलोकात घेऊन गेला, तरी ज्याने परमेश्वराचा जयघोष केला, तो मागे उरणारच. मनुष्याची कीर्ती म्हणजे त्याच्या सद्‌वर्तनाची आठवण आणि सद्‌वर्तनाचा पुरावा, म्हणजे त्याने आचरलेला भक्तियोग. या धरतीवर जर काही अमूल्याचे धन नरदेहाला मिळाले असेल, तर ते म्हणजे नामस्मरण. म्हणून मंडळी, आपण परमेश्वराचे नामस्मरण करू...'' आणि ह्या वाक्याबरोबर राम, श्रीराम, कृष्ण, श्रीहरी, ज्ञानेश्वर, तुकाराम यांच्या गौरवाने देवळाचा प्राकार दुमदुमून गेला.

बुवा जे काही बोलले होते, ते परंपरेने त्यांच्यावर लादलेले आणि म्हणून पूर्वपरिचित होते. आमचे संतही असे भोंगळ आहेत की, सर्वांना उपयोगी पडतील असे परस्परविरोधी अभंग, ओव्या आणि श्लोक त्यांनी रचून ठेवले आहेत. 'जो जे वांच्छील तो ते लाहो' या उक्तीचा खरा अर्थ संतवाङ्मयातील उपदेशातूनच जास्त प्रकर्षाने व्यक्त होतो. जातिभेदाचे समर्थन करणारे आणि जातिभेदाला विरोध करणारे दोन्हीही पुरावे आपल्याला संतवाङ्मयाच्या पोतडीतून काढता येतात. चातुर्वर्ण्याचा पुरस्कार आणि चातुर्वर्ण्याचा धिक्कार, दोन्ही संतवाङ्मयात आहेत. धन मिळवावे, असाही उपदेश आहे आणि धनाचा संग्रह करू नये, असाही उपदेश आहे. स्त्रीला देवता, प्रकृती असेही संबोधले आहे, तर ती विटाळाचे गाठोडे आणि सर्व दुःखांचे मूळही मानलेले आहे. तुम्हाला जे जे हवे असेल, त्याचे समर्थन संत करतात किंवा नको असेल त्याचा संत धिक्कार करतात– हे असे का बरे? संतांची गफलत झाली आहे काय? का निरूपण करणाऱ्यांची गफलत होते आहे? का 'पुराणातली वांगी पुराणात' याप्रमाणे संतवचने ऐकायची आणि सोडून द्यायची अन् मन मानेल तसा व्यवहार करायचा, असा या देशातला रिवाज आहे?

सतीत्व, पातिव्रत्य ह्या एके काळी धर्माने निश्चित केलेल्या कल्पना आता कायद्याने मोडीत काढल्या आहेत. धर्म हाही एक कायदा असतो आणि कायदा हाही एक धर्म असतो. मग खरे कोण आणि खोटे कोण? इहलोकातले आणि परलोकातले समाजनियंत्रण धर्म करतो आणि कायदा फक्त इहलोकातील चांगल्या अगर वाईटाची जबाबदारी घेतो. पण कायदा करणारीही माणसेच आणि त्यांचा अर्थ लावणारीही माणसेच. वास्तविक, धर्मसुद्धा माणसानेच निर्माण केला आणि त्याचा अर्थही माणसानेच लावला. म्हणून तर वेद अपौरुषेय म्हणजेच अमानवी व कुराण हे परमेश्वरी आज्ञांचे संकलन असे मानले की, ते अपरिवर्तनीय ठरते. वास्तविक, कुणा तरी एका माणसामार्फतच त्या-त्या धर्माच्या धर्माज्ञा मानवजातीला

समजतात. असे असतानाही धर्मातील आज्ञा अखेरची, असे धर्मभोळे लोक का म्हणतात? माणसाला ज्याप्रमाणे ऐहिक शासनात अराजक नको असते, तसेच त्याला आध्यात्मिक जीवनातही अराजक नको असते. गुलामीत राहणे ही मानवाची अत्यंत प्राथमिक गरज आहे. त्यातूनच इमानदारी, निष्ठा आणि शब्दप्रामाण्य निर्माण होते.

बुवांचे कीर्तन आटोपले आणि कीर्तनासाठी जमलेला श्रोतृवर्ग हळूहळू परतू लागला. बुवांना शरण गेलेले श्रोते बुक्क्यांची खूण कपाळावर बाळगीत घरोघरी परतत होते आणि वेगळीच मंडळी हळूहळू देवळात गर्दी करीत होती. एकीकडून पेटी, तबला, झांजा अशी साधने गोळा करून बाहेर पाठवली जात होती; तर लाऊडस्पीकर, कर्णे, टेबल, टेबलक्लॉथ, फ्लॉवरपॉट अशी साधने आत येत होती. माझ्या मनात आले– जो श्रोतृवर्ग गेला, त्याला माझ्या बोलण्याची कसलीही महती नव्हती, आणि जो श्रोतृवर्ग आता आत येऊन हळूहळू स्थानापन्न होत होता, त्याला कीर्तनकार काय सांगत होता, हे ऐकण्याची उत्सुकता नव्हती. आम्ही दोघेही जण संतवचनाचाच आसरा घेऊन बोलणार होतो. मग एक जण गुलामगिरीचे द्योतक होता आणि दुसरा तेवढा स्वातंत्र्याचा पुरस्कर्ता होता, हे तरी तितकेसे खरे होते काय?

कीर्तनकाराच्या मनात कसलाही घोटाळा नव्हता. त्याला सर्व सुखाची किल्ली सापडली होती. त्याच्याजवळ एक रामबाण उपाय होता, तो म्हणजे नामस्मरण. ह्या जगातील सुख-दु:खांचा विचारच करायचा नाही, कारण ही सारी क्षणिक सुख-दु:खे म्हणजे त्याच्या लेखी केवळ ईश्वरी खेळ. तो बोलत होता, ते त्याचे शब्द नव्हते; तर शेकडो वर्षे ज्या शब्दांची उजळणी होत आली, ते शब्द त्याच्या मुखी होते. म्हणून लोकांना ते विश्वासपात्र वाटत होते.

पण माझे तसे नव्हते. एक तर मी बोलणार असलेले शब्द इकडून तिकडून गोळा करून आणलेले होते. त्या शब्दांचे आई-बाप मला नक्की माहीत नव्हते. जे काही मी थोडे फार सांगणार होतो, ते गेल्या पाच-पन्नास वर्षांतच जन्म पावलेले होते. लोक त्यावर विश्वास ठेवणार नाहीत, या भीतीने मी संतांचीच वाट पुसत प्रयत्नवादावर भाष्य करणार होतो. मी बोलणार होतो, ते सगळे तर्कशुद्ध होते. त्यात अभिनिवेश आणि आत्मविश्वासही आणण्याचा माझा यत्न होता, पण तरीही माझ्या शब्दांना खानदान नव्हते. माझ्या तोंडून येणारे शब्द कित्येकदा मलाच संभ्रमात टाकणारे होते. पण मला त्याची फिकीर नव्हती. जन्माचे कारण जसे मला माहीत नव्हते, तसे मृत्यूनंतरचे अस्तित्वही मला

माहीत नाही. तरीही 'मरावे परी कीर्तिरूपे उरावे' या विषयावर मी बोलणार होतो. मनुष्य मर्त्य आहे, ह्यावर आमचे दोघांचेही एकमत होते. जन्म-मरणाचा फेरा मला मान्य नव्हता, कारण तसे काही सिद्ध करायला मजजवळ पुरावा नव्हता आणि दिला जात असणारा पुरावा विश्वसनीय नव्हता. एक चार्वाक सोडला, तर माझ्या इहवादाला आधारभूत असा कोणी मला मित्र नव्हता. येणारे बहुतेक श्रोतेसुद्धा माझ्यावर संपूर्णपणे विश्वास टाकायला तयार नव्हते. थोडी करमणूक, थोडे वेळ घालवण्याचे साधन आणि थोडे परंपरांशी भांडायचे समाधान– असेही माझ्या श्रोत्यांचे स्वरूप दिसत होते.

देऊळ गच्च भरलेले होते. परखड, निष्ठुर, निर्भीड वगैरे शब्दांनी माझी ओळख करून देण्यात आली; परंतु मी फार अस्वस्थ होतो. मी जर खरोखरीच इहवादी असेन, तर मग मेल्यानंतर माणसाचे काय होते, ही चिंता मी का करावी? मृत्यूनंतर माणसाची कीर्ती वाढावी का अपकीर्ती व्हावी, या गोष्टींची मृताने चिंता का करावी? 'पुनरागमनम् कुत:' हा तर चार्वाकाचा प्रश्न जर खरा असेल; तर केवळ शिक्षा होणार नाही, गुन्हा सापडणार नाही, एवढी काळजी घेऊन मी मन मानेल तसे वागायला काय हरकत होती? इंद्रियगोचर सुखे इंद्रियांमार्फत कळतात व बाकीची सुखे केवळ समजून घ्यावी लागतात. जे कळते, त्यावर माणसाने विश्वास ठेवावा. जे कळतच नाही व ज्याला पुरावाच नाही, त्या काल्पनिक सुखावर मी विश्वास का ठेवावा? मी सुखी होणे भाग आहे आणि माझ्या सुखाला आवश्यक असतील तितके माझे निकटवर्तीय किंवा परिवारातले लोक सुखी झाले, म्हणजे संपले. समाजाची, जातीची, धर्माची, राष्ट्राची आणि मानवतेची चिंता करण्याचे मला कारणच काय? मी नसेन तर हे जग कवडी किमतीचे आहे, असाच अर्थ त्यातून निघत नाही काय?

म्हणून 'मरावे परी कीर्तिरूपी उरावे' या शब्दप्रयोगाला अर्थच नाही. मरावे म्हणजे नाइलाजाने मरणे भाग पडेल, तेव्हा मरावे. परंतु कीर्तिरूपाने मागे उरण्याची काहीही गरज नाही. आपले नाव मागे राहावे म्हणून जे लोक मेले, त्यांच्याशी आपण कितीसे कृतज्ञ असतो? पंधरा-विशीतले अनेक तरुण क्रांतिकारक म्हणे हसतमुखाने फाशी गेले. कशासाठी? तर म्हणे, देशाच्या स्वातंत्र्यासाठी. देशाच्या स्वातंत्र्याने त्यांना काय मिळाले? आपली चांगली, सुंदर तनू कुठल्याही इंद्रियाचे कोडकौतुक न करता त्यांनी समर्पण केली, त्या माणसांची आपल्याला आठवण तरी येते का? काहींचे पुतळे उभारले असतील किंवा काहींच्या समाध्याही बांधल्या असतील; पण बाकीच्यांचे काय? ते तर हकनाक मरून गेले आणि

ज्यांच्या समाध्या किंवा पुतळे उभारले गेले, त्याचा आनंद त्या मृत व्यक्तींना थोडाच आहे? मृत्यू आला की, ह्या जगातील सर्व सुख-दु:खांचे हिशेब संपतात, हे जर खरे असेल; तर तुम्ही उभारलेली स्मारके त्यांच्या लेखी कवडी किमतीची आहेत. जगात किती लोकांची स्मारके आणि पुतळे आहेत, आणि किती लोक कीर्तिरूपाने उरावे या नादापायी मरून गेले, याचा हिशेब जर पाहिला; तर 'मरावे परी कीर्तिरूपे उरावे' ही उक्ती हास्यास्पद वाटायला लागते.

या जगात वावरतानासुद्धा घटना, कायदा, लष्कर, पोलीस यांना कटवून अनेक सुखे चोरून मिळवता येतात. आज आपण पाहतो की, कायदा पाळणाऱ्यापेक्षा कायदा मोडणारे अधिक सुखी आहेत. नीतीचे पालन करणाऱ्या लोकांपेक्षा अनीतीने वागणारे लोक अधिक मजेत आहेत. काही लोक असे म्हणतात की, अशा अनीतिमान लोकांचे मन त्यांना खाते. त्यांना सुखाची झोप येत नसते. पण हेही खोटे आहे. स्मगलर्स, मटकेवाले, चोर, दारूभट्टीवाले, दलाल हे तर मजेत आयुष्य जगतातच; पण सर्व प्रकारचा भ्रष्टाचार करूनच ज्यांचे अस्तित्व निर्माण होते, ते बहुसंख्य आमदार, खासदार, मंत्री यांनाही कुठे मन खाते, असे वाटत नाही. ही सारी मंडळी सुखात राहतात. तेव्हा धट्टीकट्टी गरिबी आणि लुळीपांगळी श्रीमंती, असले मूर्खपणाचे तत्त्वज्ञानही शिकवण्यात अर्थ उरलेला नाही. ही अनीतिमान माणसे मेली म्हणून त्यांची अपकीर्ती होतेच, असे नाही. नीतिमान माणसांपेक्षाही भव्य अशी त्यांची स्मारके होतात, त्यांच्या नावाने महोत्सव होतात, ते दानशूर म्हणून गणले जातात, ते समाजसेवक म्हणून मान्यता पावतात, जिवंतपणीही यांचे पुतळे उभारले जातात, रस्त्यांनाही त्यांची नावे दिली जातात.

कीर्तिरूपाने कसे उरायचे, याचे एक शास्त्र निर्माण झाले आहे. त्यामुळे कीर्ती ही चवचाल बाई कुणाचाही हात धरून पळून जाऊ शकते. मरण्यात अर्थ नाही आणि कीर्तिरूपाने उरण्यात तर मुळीच अर्थ नाही. जिथे ह्या ऐहिक जगतातच फसवणूक होते, तिथे मेल्यानंतर लोक आपल्याला चांगले म्हणतील याची शाश्वती काय?

बघा, मी कुठून निघालो व कुठे पोहोचलो! माझ्या व्याख्यानात मी असले काही सांगितले नाही. मी त्यागाचे वर्णन केले, हौतात्म्याचे संकीर्तन केले, सामाजिक जाणीव बाळगली तरच आपल्या आयुष्याला अर्थ आहे, हेही आवर्जून सांगितले. अधून-मधून वधस्तंभावर फाशी जाणाऱ्या क्रांतिकारकांचे स्मरण करून मी टाळ्याही मिळविल्या. उसळत्या समुद्रातून, निबिड जंगलातून ज्यांनी नव्या

भूमीचा शोध घेतला; त्या संशोधकांच्या आत्माहुतीमुळेच नवे जग निर्माण झाले, हेही प्रतिपादन केले. भूक, तहान, चैन सारे विसरून ज्यांनी कुबट प्रयोगशाळेत आयुष्य जाळून घेतले, त्या संशोधकांनाही मी अभिवादन केले. परदेशी कापडाच्या ट्रकपुढे अंग झोकून हुतात्मा झालेल्या बाबू गेनूचे मी स्मरण केले, तर इंग्रजी सत्तेला कर्दनकाळ ठरणाऱ्या चंद्रशेखर आझादना मी आदरांजली वाहिली.

हे सारे मी बोललो. टाळ्या मिळवल्या, श्रोत्यांकडून आणि नियोजकांकडून मी प्रशस्ती ऐकली. श्रुती धन्य झाली. पण मन मात्र अस्वस्थ झाले आणि अस्वस्थच होत राहिले. कारण मी बोललेले मनाला पटत नव्हते. मी जरी अंगावर थरार उत्पन्न करणाऱ्या हौतात्म्याचे योगदान सांगत राहिलो, तरी मनात विचार झाला– या सृष्टीशी असणारा मनुष्याचा संबंध मृत्यूमुळे संपूर्ण तुटणार असेल, तर हौतात्म्य या शब्दाला अर्थच राहत नाही. हौतात्म्य या शब्दातच आत्म्याचे अविनाशी तत्त्व लपून राहिलेले आहे. 'थॅन्क यू मिस्टर ग्लाड' या नाटकात कम्युनिस्ट समजला जाणारा वीरभूषण पटनाईक म्हणतो की, मला फासावर देण्यापूर्वी माझ्या डोळ्यांचे दान एखाद्या अंधाला करा, म्हणजे उद्याचे सुंदर जग मी पाहू शकेन. ह्या जगातले त्याचे अस्तित्व फाशीवर जाण्याने संपत नाही, हेच त्याला सुचवायचे असते. 'आम्ही जरी सात बंधू असतो, तरीसुद्धा आम्ही देशासाठी बलिदान केले असते. आम्ही जाणीवपूर्वक हे सतीचे वाण हाती घेतले आहे', असे जेव्हा विनायक दामोदर सावरकर अभिमानाने म्हणतात; तेव्हा याच देशात माझा पुनर्जन्म होईल, आणि या स्वतंत्र देशाची हवा मी अनुभवू शकेन, असा आत्मविश्वास त्यांच्या डोळ्यांत लकाकत असतो.

भगतसिंग हसतमुखाने फासावर गेला, असे म्हणतात. कारण फासाच्या दोरीने आपले अस्तित्व संपत नाही, यावर त्याची नितांत श्रद्धा होती. मंडालेच्या तुरुंगात बाळ गंगाधर टिळक कर्मयोगाची चिकित्सा करीत बसलेले होते. यश आणि अपयश यांची चिकित्सा जर अनंत काळानंतर होणार असेल, तर तो सारा अनंत काळ आपले अस्तित्व टिकणार आहे, असा त्यांचा विश्वास असला पाहिजे. नाही तर त्यांना देह झिजवण्याचे कारण काय होते? देशोधडीला लागलेले कित्येक देशभक्त या जन्मी नाही तरी पुढील जन्मी आपण मायभूमीला जाऊ या विश्वासावरच जगत असतात. मरण समोर दिसत असताना जे सैनिक पुढे जाण्याचे थांबवीत नाहीत, त्यांना काय जगायची इच्छा नसते? तरीही मृत्यूचे त्यांना भय वाटत नाही. ते एका कापडाच्या तुकड्याच्या रक्षणासाठी जिवाची कुरवंडी करतात. मरण जास्तीत जास्त काय करू शकते? खाकी कपडे

घातलेल्या त्या साडेपाच फुटी माणसाला चेतनारहित करते; पण त्यांच्या अंत:करणातली जी चैतन्यज्योत असते, ती मालविणे मरणालाही शक्य नाही.

जगातल्या सर्व धर्मांनी पाप-पुण्याचा झाडा देण्याचा एक दिवस ठरवलेला आहे. न्यायालये करू शकत नाहीत, असा एक अभूतपूर्व निवाडा त्या दिवशी होणार असतो. आत्म्याचे अमरत्व प्रत्येक धर्माला मान्य आहे. ते जर नसेल, तर या जगात जगतानासुद्धा पुष्कळ अडचणी येतील. अनेकांची जगण्याची प्रयोजने नष्ट होऊन जातील. पंडित नेहरू आपल्या मृत्युपत्रात म्हणतात की, माझी राख या देशाच्या भूमीत मिसळून टाका किंवा गंगेत तिला विरघळवून टाका. वास्तविक, नेहरू मेल्यानंतर त्यांच्या देहाची होणारी राख इतर सर्व मृत माणसांच्या देहाच्या होणाऱ्या राखेसारखी राख असते. मग ती राख या देशाच्या मातीत विखरून टाकण्याची किंवा गंगेच्या पाण्यात विरघळवून टाकण्याची पंडित नेहरूंना का इच्छा होती? जवाहर नावाच्या एका मुलाला अजूनही या भूमीत जन्म घ्यावासा वाटतो, म्हणूनच ना?

पुनर्जन्माचा आध्यात्मिक अर्थ मला मान्य नाही, पण पुनर्जन्माचा ऐहिक अर्थ मला मान्य आहे. मनुष्य दुर्दम्य प्रयत्न करतो ते शरीराच्या साह्याय्याने, पण दुर्दम्य इच्छाशक्तीच्या बळावर. म्हणून कदाचित मनुष्याचा देह नष्ट होत असेल; नव्हे होतोच, पण त्या अमूर्त इच्छांचे काय? मेल्यानंतर या इच्छा राहाव्यात म्हणून तर माणसाने चांगल्या इच्छा कराव्यात, आपला आसमंत सुंदर करण्याची आकांक्षा धरावी. जगातील सर्व कुरूपता, असहिष्णुता, गुलामगिरी नष्ट करण्याची माणसाची इच्छा अवध्य आहे, म्हणून माणूस नावाचा हा प्राणी मरूनही जिवंत राहिलेला आहे. तो पूर्वजांना हाक मारू शकतो आणि वारसांची हाक ऐकू शकतो. तो अनेक वर्षांनी फळ देणारे अक्रोडचे झाड लावू शकतो. ज्या घरात कदाचित आपल्याला राहायला मिळणार नाही, अशी घरे म्हातारपणी बांधू शकतो. त्याच्या लेखी मृत्यू त्याचा देह घेऊन जाणार, पण त्याच्या इच्छा या भूमीत रुजणार असतात आणि योग्य वेळी त्याला फळही येणार असते. म्हणूनच कोणताही क्रांतिकारक किंवा कुठलाही सर्जनशील लेखक, नाटककार, कवी नास्तिक नसतो. तो परमेश्वराचे अस्तित्व मानत नसेल, पण स्वत:चे अस्तित्व मानणारा माणूस मरणाला काय म्हणून घाबरेल?

-o-o-o-

१२

जसे आरसे, तसे चेहरे

सर्वसामान्यत: प्रत्येकाला आपण सुंदर आहोत, असेच वाटते. आपल्याहून फारच आकर्षक असणाऱ्या माणसांबद्दल प्रत्येकाला मनातून दु:स्वास वाटतो. त्याच्यात असणाऱ्या आणि नसणाऱ्या दुर्गुणांची पुन: पुन्हा आठवण देऊन तो त्याच्या चांगल्या रूपाची वजावट करीत राहतो. त्यामुळे तेवढ्यापुरते त्याला समाधान लाभते. पण ते सगळे घडत असले, तरी मनोमन आपल्याही रूपाबद्दल त्याच्या मनात अभिमानच असतो. दुसऱ्याच्या स्वरूपाची वजावट काल्पनिक दुर्गुणांनी होते, तशी स्वत:च्या अरूपाची वजावट स्वत:च्या काल्पनिक गुणांनी करता येते. अगदी लहानपणापासून हा खेळ माणूस करीत असतो. स्वत:वर प्रेम नाही, अशा माणसाला जगणे फार मुश्किल असते. परमेश्वराने आत्मपूजेचे इंद्रिय माणसाला दिले नसते, तर माणसाचे काय झाले असते, कुणास ठाऊक!

आरशापुढे उभ्या राहून स्त्रिया स्वत:च्या रूपाचे सारखे कौतुक करीत असतात, असे म्हटले जाते. परंतु ही गोष्ट स्त्रियांच्याच बाबतीत खरी आहे, असे नाही. आरशा-समोर उभे राहून, माना वेळावून, रंगभूषा करून स्त्रिया आपले रूप सजवतात; कारण स्त्रियांच्या बाबतीत रूपाचे कौतुक करायचे आणि पुरुषाचे रूप दुय्यम असून पराक्रमाचे कौतुक करावयाचे, असा आपण पायंडा पाडला आहे. खऱ्या अर्थाने पराक्रमी पुरुष आता उरले आहेत कुठे? तेव्हा पराक्रमाचेच रूपांतर सत्ता, संपत्ती आणि शिक्षण यात करून पुरुषांनी पराक्रमाची बरोबरी करावयास आरंभ केला आहे. तरी पण एखादी चांगली स्त्री समोरून येताना दिसली की, पुरुषाची चाल बदलते, त्याचा हात लगेच केसांवरून फिरतो आणि एक आर्जवी हास्य त्याच्या चेहऱ्यावर प्रगटून जाते. रूपाच्या बाबतीत आपण काही कमी नाही, हे त्याला सुचवायचे असते. रूप नाही तरी रुबाब आहे, रुबाब

नाही तरी नखरा आहे आणि तेही नाही तर दैव तर आहे– अशा थाटात तो समोरच्या ऐश्वर्याला भेटतो.

एखाद वेळेस तुच्छतादर्शक कटाक्ष टाकून समोरचे ऐश्वर्य दूर होते. एक वेळ तिरस्कार चालेल, पण उपेक्षा नको– अशी प्रत्येकाची भावना असते. कारण उपेक्षेत मोजमाप होत नाही, तिरस्कारात ते होते. निदान डोळा भरून पाहिले तरी जाते. एका आरशात एका चेहऱ्याचे प्रतिबिंब उमटते. कधी कधी एखादी निर्विकार नजरभेट होते, तर कधी अभावितपणे चावरे हास्य भेटीला येते. आपल्याला हवा तसा अर्थ काढता येत असल्यामुळे तिरस्कारातून खमंगपणा जाणवतो, हास्यातून निमंत्रण जाणवते, तर निर्विकारपणातून कुलीनपणा जाणवतो. आरसा आणि चेहरा यांना स्वतंत्र असे काही स्थान नसते. पाहणाऱ्याला हवे तसे आरशात दिसू शकते किंवा आरशाच्या इच्छेप्रमाणे चेहऱ्याचे रूप पालटते.

शेवटी या जगात सगळेच आरसे आहेत आणि सगळेच चेहरे आहेत. बेरीज आणि वजाबाकी करण्याच्या रीतीही पुष्कळ आहेत. प्रत्येक चेहरा आपली मूल्ये अजमावून घेत असतो आणि प्रत्येक आरसा घासाघीस करून ते मूल्य कमी करीत असतो. नजरभेट, पुनर्भेट, सस्मित भेट अशा वाटचालीनंतर एखाद वेळेस आरशाला हवा तसा चेहरा मिळतो किंवा चेहऱ्याला हवा तसा आरसा मिळतो.

ही यात्रा कधी एकाच दिवसाची असते, तर कधी अनंत काळाची असते. जिव्हाळा, आपुलकी, गाठभेट, संभाषण ही वाटेवरच्या सावल्यांची स्थाने होत. कधी प्रवासात येथेच फाटाफूट होते, तर कधी पुढेही चार पावले जाता येते. आरशाला जसा पारा असतो तसा या आरशाला एक पारा असतो आणि हवा तो चेहरा समोर आला की, एकदम चेहऱ्यापेक्षाही आरसा हसू लागतो. आपुलकीने चेहऱ्याचे रूप वाढते. जे-जे केव्हा तरी हवे होते, आणि जे प्रत्यक्ष समोर नसते, त्याचेसुद्धा अस्तित्व निर्माण होते. हे कसे काय होते, हे मात्र समजत नाही. अगदी कुरूप असणाऱ्या माणसालासुद्धा एक दिवस रूप येते. चेहरे सुरूप करणारे काही आरसे असतात, तर काही कुरूप करणारेही असतात.

रूपाच्या आणि सौंदर्याच्या व्याख्या लहानपणापासून मनात हळूहळू जमा होऊ लागतात. आपल्या मनाच्या कोषात हवा तसा सुंदर चेहरा ऐटबाज रूप धारण करून पिंगा घालू लागतो. भोवळ येते, पण तो सुंदर चेहरा काही मनातून हलत नाही. हा मनाने फुलवलेला सुंदर चेहरा जगात कुठे भेटेल म्हणून माणसाच्या मनाची भटकंती सुरू होते. असा सुंदर चेहरा जगात कधीच नसतो.

अगदी आपल्याला हवा तसा चेहरा मिळाल्याचे मी तरी काही ऐकले नाही. तरी पण एक जवळपास तसा वाटणारा चेहरा अखेरीस मिळतो. हा मिळालेला चेहरा आणि लहानपणापासून आपल्याला हवा असलेला चेहरा यांतील तफावत दूर करण्यासाठीच माणसाला आरशाची गरज असते.

आपुलकीचा पारा लावून हा आरसा जेव्हा समोर येतो तेव्हा सावळा वर्णसुद्धा शोभादायक होतो. उंचीला महत्त्व उरत नाही. माणसाची चाल ठीक नसली तरी याच चालीने जायचे, असा मोह पडायला लागतो. हळूहळू तफावत दूर होता-होता मिळालेला चेहरा आणि मनातला चेहरा एकरूप होऊन जातो. हा अमृतयोग फार थोडे दिवस टिकतो. माणसाच्या अंतर्यामी स्त्रीत्वाचे वा पुरुषत्वाचे एक रासायनिक आकर्षण असते. या आकर्षणामुळे शेकडो मैलांचे अंतर चार पावलांचे होते. 'याचसाठी केला होता अट्टहास' अशी एक आर्त तृप्ती मिळून जाते.

मग मात्र परतीचा प्रवास सुरू होतो. आरसा आणि चेहरा यांचे बनेनासे होते. मग प्रत्येक अवयवाची कठोर तपासणी सुरू होते. खेळण्याचे रंग आणि आरशाचा पारा उडू लागलेला असतो. चेहऱ्यावरचे रंगरोगणसुद्धा उडून गेलेले असते. आपण खूप प्रयत्नांनी आरशातून मिळणारे हे विचित्र प्रतिबिंब टाळण्याचे ठरवितो. समोरचे चेहरे भुलवीत असतात, तर आपण आरशावर पडदा टाकून आरसाच बंद करून टाकतो. सुरक्षिततेसाठी आहे तोच चेहरा कुरवाळण्याचा प्रयत्न करीत राहतो. हा आरसा भंग पावू नये, म्हणून प्रयत्नांची शिकस्त करतो. रक्तामांसाच्या नात्याने हा आरसा आपण बिलगून घेतो.

आपले हे प्रयत्न बहुतेक वेळा फुकट जातात. डोळेच मिटून घेतात तिथे आरशांचाही प्रश्न नसतो आणि चेहऱ्यांचाही प्रश्न नसतो. कारण अंधाऱ्या जगात प्रतिबिंबे पडतच नाहीत. पण माणसाला डोळे मिटून फार काळ ठेवता येत नाहीत. प्रकाशापासून पळून जाता येत नाही. प्रकाशाचा एक किरण जरी आला, तरी समोरचा चेहरा अपरिचित वाटू लागतो. मग उपाय एकच उरतो– आरसे तरी फोडायचे किंवा डोळे तरी फोडायचे.

पण यांपैकी काही करता येत नाही. माणसाला आरसे पुन: पुन्हा मिळत नाहीत आणि डोळेसुद्धा उगवत नाहीत. काही काळ मोठ्या बेचैनीत जातो. मनाशी नवे हिशेब केले जातात. जर या हिशेबात आपल्या बाजूला काही जमा आहे असे वाटले, तर पुन्हा नव्या चेहऱ्यांचा शोध सुरू होतो. हे काम तर फारच कठीण असते. आरशात अजून जुनी प्रतिबिंबे घोटाळत असतात, त्यातून नवा

चेहरा नीट दिसतच नाही. बहुतेक माणसे थकून जातात, शोध सोडून देतात, आणि मग मनामध्ये लहानपणापासून जो चेहरा जपून ठेवलेला असतो, त्याच्याबरोबर कल्पनाविश्वात सुखाने कालक्रमणा करतात.

प्रत्येक माणसाला चेहरा असतोच तसा त्याच्याजवळ एक आरसाही असतो. आपल्या आरशात जशी अनेकांची प्रतिबिंबे जमा झालेली असतात तशी अनेकांच्या आरशांत आपली प्रतिबिंबे जमा झालेली असतात. मागे केव्हा तरी उपेक्षा केलेला, तिरस्कार केलेला किंवा हसरा कटाक्ष केलेला एखादा चेहरा बाजारात किंवा बागेत अवचितपणे भेटतो. समोरासमोर या आरशांची गाठभेट झाली की, आपली दहा-वीस वर्षे मागे जातात. हरवलेल्या कितीतरी क्षणांना वेचता-वेचता भोवळ येते. विरुद्ध दिशेने जाणाऱ्या दोन गाड्यांतील खिडक्यांतून परस्परांची भेट व्हावी, तसे काही तरी लक्कन् दिसते आणि अदृश्य होते. दोघांच्याही पायांत अनेक भावबंधांच्या बेड्या असतात, पाठीवर संसाराचे ओझे असते; पण या नजरभेटीत एक सुगंधी झुळूक येऊन जाते. सारे आरसे आणि सारे चेहेरे एकमेकांत मिसळून जातात. अंगावर थरार येतात, ओझी गळून पडतात, वय विसरून जाते. ते पूर्वीचे लखलखीत डोळे, मधाळ हास्य, तो न झालेला कोवळा स्पर्श, त्या गुजगोष्टी यांचा गुंजारव सुरू होतो. हा क्षण आयुष्याला सार्थक करून जातो.

मग वास्तवाची आठवण होते. दिशांची आठवण होते. आपापली ओझी सांभाळत जड पायांनी आरशांचे कोन बदलत रस्ता काटायला प्रारंभ होतो. आता नको असलेला चेहरा पुन्हा दिसायला लागतो. पण आता तो इतका कुरूप राहिलेला नसतो. मधे बरेच काही घडून गेलेले असते. आपले घर आता तेवढे अंधारलेले राहिलेले नसते. याही चेहऱ्यावर आपण एके काळी प्रेम केलेले होते याची एकदम आठवण होते. याच्याही मनात काही आरसे असतील, या भीतीने समोरचा चेहरा कुरवाळावासा वाटतो. हाच चेहरा आपल्यासाठी होता, आपण त्याच्यासाठी होतो आणि आता चेहरा व आरसा वेगवेगळे राहिलेले नसतात, अशी जाणीव येते. त्या दोघांची मिळून एकच फ्रेम झालेली असते. या फ्रेममध्ये बरेचसे ओळखीचे पाहुणे येऊन बसलेले असतात, मग लक्षात येते की, आपल्याजवळ आरसा नाही. अन् आरसाही नाही, तर चेहराही नाही. आरसे आणि चेहरे हे जेव्हा आपल्या आयुष्यातून निघून जातात, तेव्हा माणसाची हाव संपते. जगातील सारे सुंदर चेहरे आपल्यालेखी कुरूप होतात. वाटचालीतील कर्तृत्वाचे आलेख सुख-दु:खांनी विणले जातात. असफलतेचे रूपांतर साफल्यात होते– कृतार्थतेत

होते आणि एक दिवस नुसतेच चेहरे मागे ठेवून आरसे तेवढे निघून जाणार असतात.

-०-०-०-

१३

सुख आणि दुःख यांची बेरीज, म्हणजे...

माझ्या मनात कल्पना आली की, समजा– चंद्र काही दिवस रजेवर गेला, तर काय होईल? चंद्र काय किंवा सूर्य काय, रहाटगाडग्यासारखे गरगरा फिरताहेत. समजा– त्यांनी हक्काची रजा घ्यायची ठरवले, तर मग आपले कसे काय होईल?

सूर्याचे ठीक आहे– तो रजा घेऊन कुठेही गेला तरी त्याचे तेज काही त्याला सोडून जाणार नाही. अगोदरच तो इतका दूर आहे, तरी तो आपल्याला भाजत असतो. कुठेही गेला म्हणून ऊन काही कमी होणार नाही. पृथ्वी स्वत:भोवती फिरते, म्हणून आपली सूर्यापासून बारा तास सुटका होते. नाही तर सूर्याची सोबत सुटलीच नसती. चंद्र त्यामानाने खूप जवळ आहे. सूर्याचेच ऊन चंद्रावर पडते आणि त्यातून चांदणे निर्माण होते. ते आपल्याला सुखावह असते. या चंद्रालाही क्षय आहे. कलेकलेने तो वाढतो आणि कलेकलेने तो कमी होतो. फक्त महिन्यातून एक दिवस तो सुट्टी घेतो आणि तो दिवस आपण अशुभ मानतो. त्याने जर एका महिन्याची भर पगारी वार्षिक रजा घेतली, तर आपले कसे होणार?

या चंद्राने कवींवर किती उपकार केलेले आहेत. प्रेमिकांना तर किती दिलासा दिलेला आहे. गृहिणीच्या अश्रूंना त्याने लपवलेले आहे. दारिद्र्य वा कुरूपता यांच्यावरसुद्धा चंद्र मंत्रित माया टाकतो व त्यांना झाकतो. सूर्य सगळ्यांच्या सगळ्या गोष्टी नको तितक्या स्पष्टपणाने आपल्याला दाखवीत असतो. चंद्र हवे तेवढेच दाखवतो, नको ते अवगुंठित करतो. चंद्राच्या स्पर्शाने अपमान विझून जातत, उणिवा टोचत नाहीत आणि रखरखीत आयुष्यसुद्धा सुसह्य होते. संध्याकाळ झाली आणि प्रत्यक्षात चंद्र दिसला नाही, तरी चंद्राचे अस्तित्व जाणवायला लागते. घरातले लहान-मोठे चंद्र आपल्याला बिलगत असतात. एखादा थकला भागलेला मुखचंद्रमा जिव्हाळ्याने डोळ्यांत चंद्रिका आणून आपली वाट पाहत

असतो. तेवढ्या क्षणापुरती आपली दुनिया आबाद होते.

चंद्र असला तर उत्तमच, पण नसला तरी आपल्या अंगात तो झिरपायला लागतो. मग हळूहळू झिंग येते. नयनांच्या पालखीत बसून हा चंद्र मिरवीत येतो. केशसंभाराच्या ढगातून हा डोकावतो. कधी अचानक एखादे वादळ होते, गडगडाटही होतो, बिजली चमकून जाते आणि पाऊससुद्धा पडतो; मग आकाश निरभ्र होते, चंद्र डोकावतो. तो हसतो, हसवतो, मघाचच्या वाऱ्याची, वादळाची, पावसाची कीव येऊ लागते. एखादे वेळेस हा चंद्र सूर्यसुद्धा होतो हं! तो जाळतो, अस्वस्थ करतो. अशा वेळेला फक्त कामदेवच आपली सुटका करू शकतो. चंद्राचे आणि कामदेवाचे काय नाते आहे, कुणास ठाऊक! जगातले अत्यंत गहन प्रश्न मद्याच्या पेल्यात सुटले आहेत, असे म्हणतात आणि संसारातील सारे गहन प्रश्न शय्येवर सुटले आहेत, असे म्हणतात.

असा हा चंद्र समजा, गैरहजरच राहिला तर आम्ही जावे तरी कुठे? सूर्याने भाजले तर सावलीखाली जाता येते. पाणी रुसले तर डोळ्यांत पाणी येते. पण जर चंद्र हरवला, तर फक्त लक्तरे उरतील. मग ती लक्तरे राजवस्त्राची असोत, किंवा गोधडीची असोत. चंद्र हरवलेला चालणार नाही. 'भाली चंद्र कसे धरिला' हे फक्त शंकरापुरतेच खरे नाही; आम्हीदेखील चंद्र माथ्यावरच झेललेला आहे. चंद्रकोरीच्या झोपाळ्यावर आम्हीही काही रात्री काढलेल्या आहेत. चांदण्याने आम्हीही सुनसान झालो होतो, आणि दिवसा जळालेली त्वचा चंदनलेपित करून घेतली होती. चंद्र आकाशात असतो, तसाच आमच्या घरादारांतही असतो. मुलांच्या, नातवांच्या गालांतील खळ्यांत कधी तो लपून बसतो. कधी लज्जावती मुलीच्या किंवा सुनेच्या लज्जावनात तो दडून बसलेला असतो. कधी एखाद्या जुन्या आठवणीच्या सुगंधात आम्हाला तो सापडतो, तर कधी फोनवरच्या एखाद्या मधाळ आवाजात तो न्हाऊन निघतो. कवितांच्या पुस्तकांत तर तो नेहमीच लपलेला असतो. तेजाच्या धगधगत्या कुंडासारख्या असणाऱ्या सावरकरांच्या 'कमला' काव्यातसुद्धा तो अवचित येऊन निवास करतो. आपले आणि त्या माणसाचे काही नाते आहे, याची याद देतो. मद्याच्या चषकात एकच नव्हे, तर अनेक चंद्र फेर धरून नाचताना मी पाहिले आहेत. आर्द्रधुंद अवस्थेत घरी परतताना रस्ते चंद्राचेच झालेले असतात. मग बिछान्यावर पडल्यावर आयुष्याच्या जमा-खर्चाला एक सुगंधी वेष्टन प्राप्त होते. इस्लामशी आमचे सर्व बाबतींत मतभेद आहेत, पण हिरव्या कापडावर चंद्राचे चिन्ह लावून धर्माचे निशाण करणारा मुहंमद मोठा चतुर पुरुष असला पाहिजे. अगोदर वाळवंटात हिरवा रंग

किती सुखावह, त्यात चंद्रकोर किती शीतल! अशी शीतल, सुखावह ध्वजा घेऊन रक्ताची शिंपण करणारा इस्लाम मला समजूनच घेता येत नाही.

चंद्र आणि सूर्य तसे रूप आणि प्रतिरूप. एक दाहक आणि एक शीतल. एक जाळणारे आणि दुसरेही जाळणारेच! एकाने राख होते आणि दुसऱ्याने राखेतून जीवन पैदा होते. चंद्र हवा असेल तर सूर्य हवा, हे उघडच आहे. सुख हवे तसे दु:ख हवेच. नुसते सुख आणि नुसते दु:ख तसे अस्तित्वातच नसते. एकाशिवाय दुसऱ्या गोष्टीला अर्थ नाही, तसा सूर्याशिवाय चंद्राला अर्थ नाही. जेव्हा चंद्र नसेल, तेव्हा सूर्यही नसणारच. कधी वैतागाने आपण आपल्या बायकोला म्हणतो किंवा बायको आपल्याला म्हणते, 'तुमच्याशी लग्न केले आणि मी फसले किंवा फसलो.' खरे म्हणजे कुणाशीही लग्न केले असते तरी तितकीच फसवणूक झाली असती. आपल्याला संतुष्ट करू शकेल, अशी व्यक्ती फक्त एकच असते– ती म्हणजे, आरशातील आपली प्रतिमा. पण त्या व्यक्तीबरोबर आपण काही संसार करू शकत नाही. आपण जे काही मिळेल ते स्वीकारून ते कसेही असले तरी कुरकुरत-करकुरत वाटचाल करीत राहतो. ते कुरकुरणे हीसुद्धा आपली गरजच असते. किंबहुना, असल्या कुरकुरीतूनच कुरवाळणे निर्माण होत असते आणि ते अधिकच सुखद होत जाते. नुसताच चंद्र आपल्याला भेटला असता तर? मग चंद्राचे एवढे महत्त्व राहिले नसते. बारा तास सूर्याचे ऊन खायचे आणि मग चंद्राला भेटायचे; तेव्हा कुठे चंद्राची सारी महती आपल्या लक्षात येते. प्रत्येक रूपाला प्रतिरूप असायलाच हवे. वस्तूला सावली असायलाच हवी. सुखाला दु:खाची किनार असलीच पाहिजे. चंद्र-सूर्याचे अस्तित्व एकत्रच असायला हवे. एका तराजूला दोन पारडी असावीत, तरच सुखदु:खांचे मापन होणार. कधी चंद्राचे पारडे खाली जाईल, कधी सूर्याचे पारडे खाली जाईल. संध्याकाळी, प्रात:काळी एखादे वेळी सुखदु:खांचे हिशेब जमू लागतात. सूर्य उगवत असेल तेव्हा चंद्र मावळत असेल किंवा सूर्य मावळत असेल आणि चंद्र उगवत असेल. डोळे पाणावलेले असतील. अंग रोमांचलेले असेल. जेव्हा अंगावर थरार उमटून जाईल तेव्हाच एखादा शहाराही उमटून जाईल, म्हणून तर क्षितिज वर्तुळाकार असते. आपण आपली कुठली तरी दिशा पूर्व आणि कुठली तरी दिशा पश्चिम, असे म्हणतो. तसेच आपण कशाला तरी सुख आणि कशाला तरी दु:ख म्हणतो. चंद्र आणि सूर्य मिळून एक दिवस पूर्ण होतो. सुख आणि दु:ख मिळून एक माणूस पूर्ण होतो.

-०-०-०-

१४

वृद्धत्वाची तरतूद

याच वर्षात आजोबांची तब्येत थोडी बिघडली होती. तसे ते आजारी नव्हते, पण त्यांच्या किरकोळ तक्रारी सुरू झाल्या होत्या. गेल्या वर्षीपर्यंत ते आपल्या पायाने क्लबपर्यंत जात असत, किरकोळ गोष्टी स्वत: खरेदी करत असत; पण ह्या वर्षीपासून मात्र त्यांनी एकट्याने बाहेर जाणे सोडून दिले. नातवाने किंवा सुनेने कधी क्लबात नेऊन पोचवलेच किंवा बाहेर नेले, तरच आता ते घराबाहेर पडत. एरवी घरातल्या घरात बागेतच दोन-चार चकरा मारत आणि उरलेला वेळ त्यांच्या खोलीतल्या आरामखुर्चीत बसून काढत.

त्यांच्या अमेरिकेतल्या मुलाने घर बांधल्यापासून गावाबाहेर हवेशीर जागेत ते राहायला आले होते. एवढेच नव्हे, तर त्यांना त्यांच्यासाठी सोईस्कर अशी स्वतंत्र खोली तळमजल्यावर मुलाने बांधून दिली होती. त्या खोलीलाच डब्ल्यू. सी. जोडून असल्यामुळे आयुष्यात कधी मिळाली नाही एवढी सोय त्यांना लाभलेली होती. अमेरिकेतल्या मुलाने नुसते घर बांधले नाही, तर आपली मुले शाळेत जाण्याच्या वयाची होताक्षणीच पुण्यात बिऱ्हाड केले, म्हणून त्यांना त्यांच्या म्हातारपणाला सुखाची साय आलेली होती. एरवी दहा-बारा वर्षांपूर्वी त्यांची बायको वारली, तेव्हापासून ते पुण्यात तसे एकटेच राहत होते. अधून-मधून फारच आग्रह केला, तर दिल्लीला असलेल्या त्यांच्या मुलाकडे ते महिना-पंधरा दिवस जात किंवा बंगलोरच्या त्यांच्या मुलीकडेही जात; पण पुणे सोडून अन्य गावाला राहायला त्यांना फारसे आवडत नसे.

पुण्यात त्यांचे सारे आयुष्य गेले होते. अनेक संस्थांत ते चिटणीस, कार्याध्यक्ष आणि सभासद म्हणून सदैव सार्वजनिक जीवन जगले. शिक्षक म्हणून गरिबीतच त्यांनी आयुष्य काढले; पण आपल्या सर्व मुला-मुलींना त्यांनी विद्याविभूषित

केले. त्यासाठी त्यांना खूप झगडावे लागले. पण त्यांचा चेहरा कधी दुर्मुखलेला नव्हता. त्यांची बायकोही त्यांना साथ देणारी होती. म्हणून त्यांच्या चेहऱ्यावर कधी लाचारी दिसली नाही किंवा अकारण स्वाभिमानाचा दर्पही दिसला नाही. एक कृतार्थ आयुष्य भोगून चांगला प्रामाणिक कार्यकर्ता असा त्यांनी लौकिक मिळविला होता. कोणत्याही गटाचे स्वामित्व एखाद्या संस्थेत निर्माण झाले तरी निरलसपणे काम करणारे अण्णासाहेब सर्वांना हवेसे वाटत. पुण्याच्या पूर्व भागात त्यांनी स्वत:च्या कष्टांनी एक शिक्षणसंस्था उभी केली आणि ती नावारूपाला आणली होती.

देशात सर्वत्र ब्राह्मणविरोधाचे वातावरण निर्माण झाले, पण अण्णासाहेबांचे ब्राह्मणीपण कुणाला टोचले नाही; इतकी आपुलकी त्यांनी समाजात प्राप्त करून घेतली. ते गरिबीतच वाढले आणि कोणताही ऐषाराम त्यांनी आयुष्यात भोगला नाही. वयाची सत्तरी उलटल्याबरोबर त्यांनी एकेका संस्थेतून आपला पाय सन्मानाने काढून घेतला आणि त्याच सुमारास त्यांच्या मुलाचे घर गावाबाहेर बांधले गेले. त्यामुळे त्यांची ही स्वखुशीची निवृत्ती अत्यावश्यकही झाली. अजूनही प्रत्येक संस्थेत त्यांना अगत्याने बोलावले जाई. वादप्रसंगी लवाद म्हणून त्यांची नेमणूकही होई. गेल्या वर्षीपर्यंत तेही काम त्यांनी मोठ्या हौसेने आणि सर्वांचे मन राखून निरलसपणे केले. पण गेल्या वर्षी किरकोळ आजाराचे निमित्त होऊन त्यांचे हिंडणे-फिरणे बंद झाले व तेही काम त्यांनी सोडले. देवाधर्माविषयी त्यांना आस्था होती, पण अध्यात्मात त्यांचे मन कधीच रमले नाही. गेली चार-पाच वर्षे ते क्लबमध्ये जाऊन बसत. सुखासीन लोकांच्या आणि जुगारी मनोवृत्तीच्या लोकांत बसताना त्यांना आरंभी थोडे अवघडल्यासारखे झाले; परंतु जीवनातली वस्तुस्थिती हसतमुखाने स्वीकारायची ही भूमिका त्यांनी याही कालखंडात पार पाडली आणि बघता-बघता तिथेही ते लोकप्रिय झाले.

घरात वावरताना तर त्यांच्या काहीच अपेक्षा नव्हत्या. सकाळी लवकर उठून ते स्वत:चा चहा स्वत: करून घेत. संस्थांची आलेली प्रतिवृत्ते वाचत. आवश्यक त्या सूचना किंवा पत्रव्यवहार करीत, वृत्तपत्रे वाचत. तोपर्यंत घरात जाग येई. मग नातवंडांना घेऊन ते त्यांचा अभ्यास घेत. उत्तम शिक्षक असा त्यांचा लौकिक होताच, पण अनुभवाने ते बालमानसशास्त्रही शिकले होते. मुले अभ्यासाचा कंटाळा करतात, कारण त्यांना अभ्यास हे ओझे वाटते. अभ्यास ही आनंददायक गोष्ट कशी करावी, ही गोष्ट त्यांनी आयुष्यभर प्रत्यक्षात आणलेली असल्यामुळे नातवंडे खुशीने त्यांच्या खोलीत गर्दी करीत. बंगलोरला असलेल्या

त्यांच्या मुलीची मुलगीही पुण्यातच शिकायला होती. ती तर आता कॉलेजात जायला लागली होती. तिलाही आजोबा आपले मित्र वाटत. त्यामुळे तिच्या इच्छेनुसार तिच्याशी गप्पा मारण्यात त्यांचा वेळ मजेत जाई. तिला हिंदी चित्रपटांची आवड आहे, हे त्यांना माहीत होते. तिच्याशी संभाषण करता यावे म्हणून ते चित्रपट-विषयाची नियतकालिकेही चाळत असत.

नातवंडे ही तरुण पिढी पाहण्याचीएक खिडकी आहे, असे ते मानत. सूनबाई तर अमेरिकेत अनेक वर्षे राहिलेली होती आणि स्वतंत्र बुद्धीची स्त्री होती. तीही गावातल्या अनेक चळवळींत भाग घेई आणि काही गुंतागुंतीचा प्रश्न निर्माण झाला की, खुशाल सासऱ्याजवळ येऊन दिलखुलासपणे चर्चा करी.

कुणाचेही मन न दुखवता त्याच्या तर्कशास्त्रातील कच्चे दुवे लक्षात आणून देण्याचे एक आर्जवी तर्कशास्त्र अण्णासाहेबांनी निर्माण केले होते. अण्णासाहेब हे गेल्या पिढीतील एक म्हातारे कणखर गृहस्थ आहेत; पण त्यांचे आपल्या पिढीशी जमू शकेल असे सूनबाईला आणि तिच्या मैत्रिणींना हळूहळू वाटू लागले. अण्णासाहेबांचा एक लाडका सिद्धांत होता. ते म्हणत, 'माणसाचे प्रश्न मुळीच गुंतागुंतीचे नाहीत. आपल्या अहंकारामुळे आपण ते गुंतागुंतीचे करतो, इतकंच. आपण दुसऱ्याच्या म्हणण्यातला तथ्यांश काय आहे हे समजून घ्यायचा जर प्रयत्न केला, तर शब्दाने जो शब्द वाढतो तो मुळीच वाढणार नाही. प्रत्येकाला एका मर्यादेपर्यंत स्वातंत्र्य असतेच. दुसऱ्याचे स्वातंत्र्य सांभाळण्याचे आपण एकदा ठरवले की, आपलं स्वातंत्र्यही दुसरे लोक सांभाळतात.'

गेल्या वर्षीपासून मात्र अण्णासाहेबांचा दिनक्रम पुष्कळसा बदलला. पूर्वी घरातून बाहेर पडून थोडा काळ का होईना, त्यांची अनुपस्थिती असल्यामुळे त्यांच्या घरातल्या येण्या-जाण्याला किंवा असण्याला काही महत्त्व होते. आता त्यांचे घरातून बाहेर येणे-जाणे फारच कमी झाले. पण घरातले राहणे कुणालाही उपद्रवकारक होता कामा नये याविषयी ते दक्ष असत. इतके दिवस मुलाने काही वस्तू देऊ केल्या की, ते म्हणत : 'मला रे काय गरज आहे त्याची?' पण आता आपल्या खोलीत आपण बंदिस्त झालो आहोत हे लक्षात येताच त्यांनी एक कॅसेट-प्लेअर विकत घेतला. अमेरिकेतील मुलाकडून त्यांनी आपल्यापुरता एक छोटा टी.व्ही.सुद्धा आणवला. पूर्वी लायब्ररीतून पुस्तके आणि मासिके ते आणीत. पण आता आपल्याला लायब्ररीत जाणे शक्य नाही, हे लक्षात येताच त्यांनी आवश्यक ती पुस्तके आणि मासिके विकत घ्यायला चक्क आरंभच केला.

त्यांचे स्वतःचे असे संचित फारसे नव्हतेच. जे काही होते, ते त्यांच्या

बायकोच्या आजारात खर्ची पडले होते. पण सर्वच मुलांची सांपत्तिक स्थिती इतकी चांगली होती की, त्यांनी बापाची इच्छा असो किंवा नसो– त्यांच्या खात्यात आपणहून पैसे ठेवण्याची पद्धत पाडली होती. अमेरिकेत राहणाऱ्या मुलाला तर बापाबद्दल फार अभिमान होता, कारण बापाने किती कष्ट काढले आणि आपल्या शिक्षणासाठी स्वत: हौसा-मौजा सोडल्या, हे सर्व त्याला आठवत होते. शिवाय बापाजवळ पैसे दिले, तरी बाप ते वेडेवाकडे थोडेच खर्च करणार होता? म्हणून अण्णासाहेबांपुढे पैसा हा प्रश्न कधी उत्पन्नच झाला नाही. पाच हजार रुपयांपेक्षा जास्त रक्कम जमा झाली की, अण्णासाहेब कुठल्या तरी चांगल्या कंपनीत ती गुंतवून टाकीत. अण्णासाहेबांनी एकदा सहज चाळा म्हणून हिशेब करून पाहिला– तर त्यांच्या लक्षात आले की, आपण काहीही न करता मुलांमुळे लक्षाधीश झालो आहोत. ह्या पैशाचे काय करायचे, हा त्यांच्यापुढे प्रश्न होताच. त्यांच्या मुलांना त्यांनी हे विचारले, तेव्हा त्यांनी सांगितले की, 'हे पैसे आम्हाला नकोत किंवा आमच्या मुलाबाळांनाही नकोत. तुम्ही जे पैसे आमच्या शिक्षणावर गुंतवलेत, त्याचे हे व्याज समजा.' एवढे पैसे कधी अण्णासाहेबांनी पाहिलेही नव्हते.

साठ रुपयांपासून त्यांनी शिक्षकाचा पेशा सुरू केला आणि निवृत्त होण्याच्या वेळेस त्यांना सहाशे रुपये पगार मिळत होता. त्यातच अनेक संस्थांच्या वर्गण्या देऊन तीन मुलांचे शिक्षण त्यांनी केले. लोक त्यांच्या साध्या, घरी धुतलेल्या कपड्यांची टिंगल करायचे, तेव्हा ते म्हणायचे की, 'बाबांनो, हा साधेपणा नाही; ही गरज आहे. मला परवडत नाही म्हणून मी साधा राहतो.' पण पुढे वर्षानुवर्षे साधेपणाने राहिल्यामुळे त्यांना तीच सवय लागली. मुलांनी आणि अनेक सार्वजनिक संस्थांनी त्यांचा साठावा वाढदिवस मोठ्या गौरवाने साजरा केला. त्या निमित्ताने त्यांच्या एका मुलाने त्यांना एक उत्तम रेशमी सूट शिवला. तो घातल्यावर ते हसायलाच लागले.

ते म्हणाले, ''हा सूट घालून मी समारंभाला गेलो, तर मला कुणी ओळखणारसुद्धा नाही. हा फार तर मी घरी घालत जाईन. आता लोक मला जसे ओळखतात तसेच वागले पाहिजे. अरे, माझ्या लग्नातसुद्धा मी सूट शिवला नाही किंवा कोरे कपडे वापरले नाहीत. फक्त परटाकडचे धोतर आणि झब्बा घालून मी लग्नाला उभा राहिलो. लोक मला म्हणतील, 'सार्वजनिक संस्था चालवून या माणसाने पैसे खाल्ले असले पाहिजेत, एरवी आपल्या मुलांची एवढी महागडी शिक्षणे याला कशी करता आली?' आता माझ्या गौरवसमारंभात

जर मी असा भारी सूट घालून गेलो, तर मग बघायलाच नको. सार्वजनिक जीवन हे व्रत आहे. तुम्ही मला हा सूट दिलात, मला आनंद आहे. आता घरात कधी तुमचे विदेशी पाहुणे आले, म्हणजेच मी हा घालत जाईन.''

साठीचा समारंभ फारच भव्य प्रमाणावर साजरा झाला. त्यांचाच एक मागासलेला विद्यार्थी आता मध्यवर्ती सरकारात मंत्री झाला होता. तो समारंभाचा अध्यक्ष होता. त्याने आपले अध्यक्षीय भाषण सुरू करण्यापूर्वी आपल्या गुरूंच्या पायांवर डोके ठेवले आणि त्याच्या डोळ्यांत अश्रू आले. त्याला क्षण-दोन क्षण काही बोलताच आले नाही, तो म्हणाला, ''मी राजकारणात आहे, तेव्हा मला पुष्कळ नाटके करावी लागतात– हसण्याचे, रडण्याचे, रागावण्याचे. पण आजचा प्रसंग असा आहे की, नाटक करण्याचे ज्ञानही माझ्याजवळ उरलेले नाही. माझ्या आयुष्यात जर गुरुजी आले नसते, तर पुणे म्युनिसिपालिटीत मी एखादा सफाई कामगार म्हणून काम करीत असतो. पण गुरुजींनी माझे आयुष्य पार बदलून टाकले. गुरुजींच्या घरात मी केव्हाही जात असे आणि मी भुकेजलेला आहे, हे ओळखून गुरुजी आणि ह्या मला मातृस्वरूप असलेल्या पत्नी मला काही तरी खाऊ घालत.''

''भुकेल्या पोटी माणसाला काही शिकता येत नाही; कारण भूक सगळ्या संस्कृतीचा संहार करू शकते, हे मास्तरांनी बरोबर ओळखलं होतं. शाळा सोडायचा माझ्या मनात अनेक वेळा विचार येई. पण गुरुजींनी मला परावृत्त केलं. ते म्हणाले, 'तू शिकला नाहीस तर भुकेने तडफडत राहशीलच; पण तुझी मुलं, नातवंडं ही तुझ्यासारखीच उपेक्षित राहतील. थोडे दिवस कळ काढ. शिक्षण सोडू नकोस. आजपर्यंत तुम्हाला शिकायला मिळत नव्हतं. तेव्हा प्रगतीचे सर्व दरवाजे तुम्हाला बंद होते. आता शिक्षण घ्या, म्हणजे मग अन्यायाविरुद्ध लढण्याचं तुम्हाला बळ येईल. मग सगळे दुर्दैवी दिवस संपून जातील.'

''गुरुजींचे म्हणणं खरं होते. आमच्यासारखी सुशिक्षितांची एक पिढी निर्माण झाली आणि बाबासाहेब आंबेडकरांना अनुयायी मिळाले. गुरुजींनी माझ्यासारख्या अनेक अस्पृश्य मुलांना स्पृश्य केले. एकदा ज्ञानाची गोडी लागल्यानंतर दुःखाची कारणे सापडतात, शोधता येतात आणि अन्यायाविरुद्ध प्रतिकारही करता येतो. नुसती भाषणबाजी करून काही सुधारणा घडत नाही. मास्तर स्वतः गरिबीत राहिले, गरिबीत वाढले; म्हणून कदाचित त्यांना गरिबांची दुःखे जास्त कळली असतील. कदाचित ते खऱ्या अर्थाने ब्राह्मण आहेत, म्हणून त्यांच्या ब्राह्मण्याचे सार्थक झाले.

“मला आठवतंय्, माझ्या काळात गुरुजींची ‘महार-मास्तर’ अशी टिंगल होत होती, परंतु तिकडं त्यांनी लक्ष दिलं नाही. उलट, ती त्यांनी पदवी म्हणून स्वीकारली! मी राजकारणात शिरलो, काही राजकीय पदेही विभूषित केली. तेव्हा साहजिकच वाटले की, राष्ट्रीय शिक्षक म्हणून गुरुजींचा गौरव करावा, ‘दलित मित्र’ अशी त्यांना पदवी द्यावी किंवा त्यांनी आमच्या समाजावर जे उपकार केले, त्याची फेड करावी. पण त्यांपैकी प्रत्येक गोष्ट गुरुजींनी नाकारली. ते म्हणाले, ‘मी कर्तव्य केले आणि तेही अगदी क्षीण– माझ्या ताकदीनुसार. त्याची जर मी फेड करून घेतली, तर मी भिकारी होईन. मला कसलाही सन्मान नको आहे आणि मी करूनही घेणार नाही. कारण जे काही मी केले, ते उपकार नव्हते. ज्या काही समाजाच्या हातून चुका झाल्या, त्या दुरुस्त करण्याचा मी प्रयत्न केला. तुम्ही मोठे झालात; तुमच्या समाजाचा उद्धार आता तुम्ही करू शकता, हाच माझा सन्मान आहे.’

“माझ्या अंत:करणात गुरुजींची कित्येक वाक्ये कोरलेली आहेत. माझ्या घरात दोनच फोटो आहेत. एक आंबेडकरांचा आणि दुसरा गुरुजींचा. बाबासाहेबांनी आम्हाला प्रेरणा दिली, पण ती प्रेरणा स्वीकारणारे मन ते हे गुरुजी. ज्यांनी तयार केले. ते मन जर माझ्याजवळ तयार झाले नसते, तर माझ्या हातून काहीच झाले नसते.”

समारंभ फार मोठ्या प्रमाणावर पार पडला. गुरुजींच्या अनेक विद्यार्थ्यांनी साठ हजार रुपयांची थैली गुरुजींना अर्पण केली. त्यात एक हजार रुपयांची भर घालून गुरुजींनी ती आपण स्थापन केलेल्या संस्थेला देऊन टाकली. ते उत्तरादाखल फार थोडे बोलले. ते एवढेच म्हणाले, “बोलण्याबद्दल मी कधीच प्रसिद्ध नव्हतो आणि नाही. जे काही थोडेसं काम मी करू शकलो, त्याचं एकच कारण की, माझी बायको हव्यासी नव्हती. नुकतं लग्न झालेली माझी बायको हौसेनं जर भलभलत्या गोष्टी माझ्याकडे मागू लागली असती, तर मी काय केलं असतं? नवऱ्याचा धर्म हाच आपला धर्म, असे मानणाऱ्या आपल्या परंपरेत ती वाढली, म्हणून माझं काप सोपं झालं. मागासवर्गीय मुलं माझ्याकडे यायची, वाट्टेल तशी वावरायची, माझ्या शेजारी बसून जेवायची. आरंभी तिला हे जरा अवघड वाटलं. मी त्यांची भांडी-कुंडी विसळायचो. एवढेच नव्हे, रात्र-अपरात्र झाली तरीसुद्धा तिला बरं वाटावे म्हणून अंघोळसुद्धा करायचो.

“शेवटी तिचीही दयाबुद्धी जागी झाली. तिनं सांगितले की, विटाळावर किंवा स्पर्शास्पर्श विचारावर आता आपला विश्वास नाही. एका हिंदू, जुन्या

वळणाच्या स्त्रीचं परिवर्तन करणे हे माझं पहिलं काम होतं. तेच मी करू शकलो नसतो, तर पुढचं काम मला करता आलं असतं का? पूर्वी शेजारी-पाजारी आमच्या घरात येत नसत किंवा आम्हालाही आपल्या घरी बोलावत नसत. पण आम्ही त्यांना प्रतिगामी म्हणून तुच्छतेनं वागविले नाही, कारण कटुता निर्माण करून माझं कार्य झालं नसतं. हळूहळू त्यांनीही आमची भूमिका मान्य केली. एवढंच नव्हे, तर दलित विद्यार्थ्यांना त्यांच्याही घरात प्रवेश मिळू लागला.

"ही क्रिया अशीच चालणार. त्याला काही इलाज नाही. पण मला आनंद आहे तो एवढाच की, साठ वर्षांनंतर काही अंशी का होईना, मला पटलेले विचार समाजात दृढ होताना दिसतात. हा सत्कार एका शिक्षकाचा नाही किंवा अस्पृश्योद्धार वगैरे करणाऱ्या समाजसेवकाचा नाही; तर बदलू पाहणाऱ्या परिस्थितीचे हे स्वागत आहे, असं मला वाटतं. मला जे काही आयुष्य लाभलं, त्या आयुष्याच्या अखेरीस आणखी काही प्रगती झालेली पाहायला मिळाली, तर त्यापेक्षा अधिक काही मला नको आहे. समाजाकडे लक्ष देताना मी माझ्या मुलांकडे अजिबात दुर्लक्ष केले नाही. पुष्कळ लोक असे करतात. ते समाजाचे मित्र बनतात आणि कुटुंबाचे शत्रू बनतात. समाजासाठी सर्व वेळ देत असतानासुद्धा मी माझ्या मुलांसाठी काही वेळ राखून ठेवीत होतो. माझी मुलेही हुशार होती. त्यामुळे या गरीब बापाला अडचणीत न टाकता ती स्कॉलरशिप्स मिळवून विद्याविभूषित झाली आणि आज मी त्यामुळेच पराधीन नाही. निवृत्त झालो तरी चरितार्थाचे साधन नाही, म्हणून माझ्यावर कुणाचीही याचना करण्याची वेळ आलेली नाही. म्हणून मला मिळालेली थैली मी संतुष्ट मनाने समाजाला परत देऊ शकतो आहे.''

या समारंभानंतर अण्णासाहेबांचे कार्य पूर्ववत् चालू होतेच व त्याला आता एक सामाजिक मान्यता प्राप्त झाली होती. अनेक संस्थांतील घोटाळे त्यांनी दूर केले, घटना बदलणे भाग पाडले, चोख हिशेब ठेवले, वर्गण्या वसूल केल्या आणि अनेक इमारतींची अपुरी राहिलेली कामे पुरी करून घेतली. संघर्षाशिवायही अनेक कामे करता येतात, हे अण्णासाहेबांनी कृतीनेच दाखवून दिले. आपापसांतील भांडणाचा पुण्याचा दुर्लौकिक त्यांच्या कार्यात कुठे आड आला नाही. पण ते गतवर्षी आजारी पडले, तेव्हा याही संस्थांच्या कार्यातून स्वखुशीने निवृत्त झाले.

इतक्या सार्वजनिक जीवनात वावरलेल्या माणसाला घरात कोंडलेल्या अवस्थेत राहणे खरे तर कंटाळवाणे व्हायला हवे होते, पण तसेही त्यांच्या चेहऱ्यावर कधी दिसत नसे. घराभोवती जागा होती तिथे त्यांनी बाग करायला

आरंभ केला. एरवी फुलांचा अन् त्यांचा संबंध फक्त समारंभात अध्यक्षांना हार घालण्याच्या वेळेस येई; पण आता उगवणाऱ्या रंगीबेरंगी फुलांशी त्यांचा संबंध येत होता. मग फुलझाडांची व बागकामाची पुस्तके त्यांनी मागवली आणि एक नवी गुलाबवाटिका तयार केली. नातवंडांना तर ते आनंदाचे नवे कुरण सापडले. शिवाय नातवंडांना आवडणारा नाना प्रकारचा खाऊ त्यांच्याजवळ नेहमीच साठवलेला असे. मुलांना जन्मभर ते गोष्टी सांगत होतेच. त्यामुळे आसपासच्या बालमित्रांना तीही एक नवी करमणूक झाली.

कबड्डी, हुतूतू, खो-खो, आट्यापाट्या हे स्वस्तातले खेळ त्यांना शाळेत शिकवावे लागले. पण टी.व्ही. वर जेव्हा विम्बल्डनची किंवा प्रुडेन्शियल कपची मॅच चालू असे, तेव्हा मुलांच्या उत्सुकतेने तेही त्यात सामील होत होते. प्रुडेन्शियल कपच्या अंतिम मॅचच्या रात्री सुदैवाने त्यांचा अमेरिकेतील मुलगा सुट्टीवर आलेला होता आणि मुलगी व दिल्लीतील मुलगा हेही कौटुंबिक संमेलनासाठी मुद्दाम आलेले होते. सर्वांचेच काही मित्र गोळा झालेले होते आणि त्यांच्यात मॅचबद्दल पैजा लागलेल्या होत्या. एवढेच नव्हे, तर मद्याचा आस्वाद घेत-घेत मॅच पाहणे चालले होते. भारताने जेव्हा जागतिक सन्मान मिळविला, तेव्हा सर्वांनी ड्रॉइंग रूममध्ये जल्लोष केला. पण त्या जल्लोषात सर्वांत जास्त उत्साही दिसत होते अण्णासाहेब.

त्यांच्या मुलाच्या एका मित्राने ह्या उन्मादाच्या भरात अण्णासाहेबांना विचारले, “यू जॉइन अस?” आणि त्यांच्या हातात एक मद्याचा पेला दिला. खरे तर अण्णासाहेबांनी आयुष्यात मद्याला स्पर्श केला नव्हता. एवढेच नव्हे, तर त्यांची मुलेसुद्धा फार क्वचित वेळा त्यांच्यासमोर मद्य घेत असत. सर्वांना वाटले की, अण्णासाहेब ह्या पाहुण्यावर रागावतील. त्या वेळी अण्णासाहेब हसून म्हणाले, “बरोबर आहे, मित्रा, बरोबर आहे. हा प्रसंग सेलिब्रेट करण्यासारखाच आहे!” आणि चक्क त्यांनी त्या ग्लासमधील मद्याचा एक घोट घेतला आणि तो ग्लास त्याच्याकडे परत केला. सगळे जण आश्चर्यचकित झाले. जुन्या व्रतस्थ माणसांचे हटवाद किती घट्ट असतात, हे सर्वांना माहीत होते. मित्राचा तो फाजील उत्साह अनाठायी होता, असे असूनही आपल्या बापाने आनंदाचा जल्लोष बिघडवू दिला नाही, याचे सर्वांना आश्चर्य वाटले.

यावर अण्णासाहेब हसून म्हणाले, “प्रसंग साजरा करण्यासारखा आहे, यात शंकाच नाही. आपल्या देशाची शान वाढलेली आहे आणि मान उंच झालेली आहे. तेव्हा तुमचा सगळा उत्साह आणि आनंद मी समजू शकतो.

ज्यांच्या आयुष्यात मोठमोठ्या नशा असतात, त्यांना मद्यासारखी तात्पुरती नशा आणणारे पेय उपयोगी नसते. तुम्ही उद्या सकाळी गलितगात्र व्हाल. गेली अनेक वर्षे मी एका मस्त नशेत वावरलो. माझी कशाबद्दल तक्रार नाही– मुलांबद्दल नाही, सुनांबद्दल नाही, नातवंडांबद्दल तर नाहीच नाही. सगळे जण आपल्या देशाची परिस्थिती बिघडली आहे म्हणून कुरकुरतात. मी कधीच कुरकुरलो नाही. कारण परिस्थितीबाबत कुरकुरण्यात आपली शक्ती खर्च होते, त्यापेक्षा परिस्थिती मान्य करावी. आपल्याला काय करता येईल ते पाहावे, म्हणजे मग तात्पुरत्या आनंदासाठी बेहोष होण्याचे कारणही निर्माण होत नाही. पण ते जाऊ दे. माझ्या म्हाताऱ्याची अडगळ मी दूर करतो. मी आता जाऊन झोपतो. गुड नाईट!''

अण्णासाहेब थकलेले आहेत, हे सर्वांनाच जाणवले. पण शक्य तेवढे परावलंबी राहायचे नाही, असा त्यांचा निर्धार होता. स्वत: लवकर उठून ते स्वत:च चहा करून घ्यायचे, पण आता त्यांच्याच्याने सकाळी जाग आली तर चहा करून घेण्याचे त्राण नसे. सुनेच्या लक्षात ही गोष्ट आली. ती चक्क गजर लावून पहाटे उठायला लागली आणि चहा करून, थर्मासमध्ये भरून सासऱ्याच्या खोलीत ठेवायला लागली. तेव्हा अण्णासाहेब तिला म्हणाले, ''सूनबाई, तुझी झोपमोड करून तू मला चहा करून द्यावास, हे काही बरोबर नाही. ज्या अर्थी मला चहा करून घेण्याचं त्राण नाही, त्या अर्थी मला पूर्वीइतकी चहाची गरज वाटत नसली पाहिजे.''

सूनबाई नुसती हसली आणि म्हणाली, ''पूर्वी ही गोष्ट खरी असेल, पण आता ती खरी नाही. आता तुम्ही थकला आहात. दुसऱ्याला त्रास देण्याचं तुमच्या जिवावर येतं, म्हणून तुम्ही मन मारता. पण असं करू नका. माझी झोपमोड झाली तरी मी दुपारी झोपू शकेन. तुमच्या सोईसाठी मुद्दाम तुमच्या बिछान्याशेजारी मी इलेक्ट्रिक बेल करून घेतली आहे, ती वापरत चला. म्हणजे आम्ही केव्हाही येऊ.''

अण्णासाहेबांची तब्येत दिवसेंदिवस मलूल होत चालली होती. त्यांना आजार नव्हता, त्यामुळे उपचाराचा प्रश्न नव्हता. झाड वठत होते. अजूनही नातवंडांशी रेखा, राखी, बिंदिया गोस्वामी, शबाना आझमी, अमिताभ, नसिरुद्दीन शहा या नट-नट्यांबद्दल हिरिरीने चर्चेत ते भाग घेत होते. एक नातू टेबलटेनिस खेळायला लागला होता. त्यामुळे चिनी आणि मलाई टेबल टेनिसपटूंच्या वाचून ठेवलेल्या हकिगती ते त्यांना सांगत असत. सूनबाई कधी परिसंवादात किंवा चर्चासत्रात भाग घ्यावयाला जाणार असली तर ते विषय लक्षात ठेवून, त्याची

माहिती मिळवून ते तिच्याशी चर्चा करीत. दिवसातून एक-दोनदा तरी माळ्याबरोबर बागेची चर्चा करीत आणि नातीच्या मैत्रिणी आल्या की, ते त्यांना गुलाबाची टपोरी फुले भेट देत. एखादा जुना विद्यार्थी भेटायला आला, तर ते अगत्याने जेवायला ठेवून घेत. त्यांचे थरथरणारे हात-पाय त्या दिवशी कमी थरथरत.

त्यांचा ७५ वर्षांचा वाढदिवस साजरा करण्यासाठी सगळी मुले पुन्हा जमणार होती. त्या दिवसापर्यंत आपण नक्की जगणार नाही, हे अण्णासाहेबांच्या लक्षात आले होते. त्यांनी प्रत्येकाच्या नावचे एक पत्र लिहून ठेवले. ज्या-ज्या संस्थांशी त्यांचा संबंध आला, त्या संस्थांनाही त्यांनी पत्रे लिहून ठेवली. प्रत्येक नातवंडासाठी काही खेळणी, खाऊ किंवा भेटवस्तू आणून ठेवली. जे काही पैसे त्यांच्या नावावर होते, ते सारे त्यांनी यापूर्वीच काढून घेतलेले होते आणि त्या पैशाचेही वाटप करून ठेवले. आपल्या आवडीच्या सर्व वस्तूंची विल्हेवाट कशी लावायची याचाही आराखडा त्यांनी लिहून ठेवला. आपल्या बायकोच्या स्मरणार्थ कुणाकुणाला देणग्या द्याव्यात, ह्याचीही यादी करून ठेवली.

आपला मृत्यू एकदम जवळ आलेला आहे, हे अण्णासाहेबांना माहीत झाले होते; पण इतरांनाच ते माहीत झाले नव्हते. कारण त्यांच्या चेहऱ्यावर मृत्यूची सावली कुणालाच दिसली नव्हती.

–आणि एक दिवस झोपेत असतानाच अण्णासाहेब मृत्यू पावले. सकाळी उठून चहा करून सूनबाई जेव्हा सासऱ्यांच्या खोलीत आली, तेव्हा तिच्या लक्षात ही गोष्ट प्रथम आली. तिथे फक्त एकच चिठ्ठी लिहिलेली होती– 'सारे काही योग्य वेळेलाच घडले आहे. कुणी दु:ख करू नये. एवढेच नव्हे, तर माझ्या मृत्यूची बातमीसुद्धा फारशी बाहेर फुटू न देता विद्युतदाहिनीत माझा अंत्यसंस्कार करावा. दूरवरून सर्वांच्या येण्याची वाट पाहण्याचे कारण नाही, कारण घरात फार काळ मृत्यूचे वातावरण असणे हितकारक नाही. शिवाय मी गेलो तरी माझे मन ह्या जगात आणि ह्या संसारात गुंतलेले राहणारच आहे. मला लोकांकडून इतके प्रेम मिळाले आहे की, ते सगळेच्या सगळे मला बरोबर नेता येणार नाही. स्वर्गात कदाचित आनंद असेल, पण प्रेम मिळणार नाही; आणि ही आपुलकी तर लाभणारच नाही. त्यासाठी या जगात पुन्हा यायला हवे!

–तुमचा अण्णा'

- ० - ० - ० -

१५

हातांत बंदूक असूनही मला भ्यायला होते

"अलीकडे तुम्ही निवृत्तीची भाषा बोलता, वार्धक्य आलेले सुचवता, त्यामुळेच तुम्हाला सारखे आजार होतात", असे जेव्हा तो माझा लेखक मित्र मला म्हणाला, तेव्हा मी थोडा चमकून उठून बसलो. माझ्या आजारामुळे तो मला भेटायला आला होता, हे उघडच होते. माझ्याबद्दल त्याला तळमळ होती, हेही मला जाणवलेले होते. लेखनातील काही 'मूड्स'चा जीवनावर परिणाम होतो, हे विधान डॉक्टरने केलेले नसून लेखकाने केलेले आहे, ही त्यातल्या त्यात बरी गोष्ट होती. कारण आपल्या लेखनातील वृत्ती-प्रवृत्ती मनोवृत्तीत खरोखरीच उतरणे हे ठीक आहे, पण शरीरप्रकृतीतसुद्धा त्या उतरतात, असे म्हणणे म्हणजे जरा जास्तच झाले.

प्रेयसीसाठी सारखे हळहळणारे आणि विरहगीते लिहिणारे कवी आकाराने दणदणीत आणि अगदी चांगले चंटसुद्धा असलेले मी पाहिलेले आहेत. अंगावर थरार उत्पन्न करणारी पुरुषार्थाची गाणी करणारे कवी अगदी मेषपात्र असणारेही दिसतात. पातिव्रत्य, इमानदारी, एकत्र कुटुंबपद्धती यांवर चिक्कार गल्ला मिळविणारे लेखक दारूबाज आणि बाहेरख्याली असू शकतात. हळवे, क्रांतिकारक किंवा रणगीते गाणारे कवी यांच्या लेखनातील आशय त्यांच्या प्रवृत्तीशी कदाचित जुळणारा असेल किंवा नसेल; परंतु त्यांच्या लेखनाशयाचा त्यांच्या शारीरिक प्रकृतीशी संबंध असेल, हे अजिबात पटण्यासारखे नाही. 'मलमली तारुण्य माझे तू पहाटे पांघरावे' हे लिहिणाऱ्या कवीची शारीरिक प्रकृती बघून गायिकासुद्धा परागंदा होईल. बहुतेक सर्वच कवींचे असे असेल.

माझा लेखक मित्र जे म्हणतो की, मी निवृत्तीचे विचार मांडतो म्हणून माझी प्रकृती बिघडते; तेव्हा ते लाक्षणिक अर्थाने घ्यायचे असते. गेल्या दोन-तीन

वर्षांत मला हृदयविकाराने दोनदा त्रस्त केले, ही गोष्ट खरी किंवा आणखीही काही आजार झाले; पण त्यामुळे मला औदासिन्य मुळीच आलेले नाही. आपला सामाजिक उपयोग संपला म्हणजे मनुष्य आवराआवर करायला लागतो आणि आवराआवर करण्याचा हेतूसुद्धा आपल्या मागे काही गोंधळ असू नये, एवढ्यासाठीच असतो. मी माझे आजार खरे तर एंजॉय केलेले आहेत, पण मृत्यू- अजून आलेला नाही.

तसा मी एक प्रापंचिक माणूस आहे. इच्छा असो वा नसो- मोहाच्या पुरात फारसा विचार न करता मी अनेकदा उड्या मारल्या आहेत. त्यातील उन्माद जसा मला मिळाला तशा त्यात झालेल्या जखमाही मला वागवाव्या लागल्या. एकाच वेळी माणसाला पतिव्रतेचे तेज आणि स्वैराचाराची बेहोशी भोगता येत नसते. आपला मार्ग जरी चुकलेला नाही, तरी ही वाट मळलेली वाटत नाही; असे जेव्हा कळू लागते, तेव्हा मन थोडे भांबावते. इंद्रियांचे सहकार्य जोपर्यंत मिळत असते तोपर्यंत प्रत्यक्ष परमेश्वराचीही भीती वाटत नाही; मग माणसाची तर राहोच! ज्याला शब्दांची खुशामत करता येते, त्याला समाजाचीही खुशामत करता येते, आणि समाजमन हे लहान मुलासारखे असल्याने कधी रंगेलपणा, कधी अनुताप, कधी तुच्छता या साऱ्या यथायोग्य अस्त्रांच्या साह्याने या मुलाला आंजारता-गोंजारता येतेच. आज आपण अशा एका आधुनिक जगात राहतो की, प्रत्यक्ष फौजदारी गुन्हा केल्याखेरीज (आणि पकडले गेल्याखेरीज) कोणीही कोणाचे वाकडे करू शकत नाही.

माणसाने चिरतरुण असावे. आव्हानाची भाषा बोलावी आणि झुंडांना वाकवावे, अशी एखाद्याकडून लोक अपेक्षा करू लागले की, त्यांना वाटते, हे आमरण चालणारे यंत्र आहे. हे सारे रसायन मनात जेथे निर्माण होत असते, तेथेच अन्यायाविरुद्ध प्रतिकार करण्याची ज्वाला धगधगत असते. पण मनातील हे रसायन हळूहळू संपुष्टात येऊ लागले. उसने अवसान आणून अशी भांडणे भांडता येत नाहीत आणि भांडूही नयेत. पांगळ्या असलेल्या गोविंदांनी क्रांतिकारक गीते लिहिली. क्रान्ती करण्यासाठी त्यांना कुठे उठून जायचे नव्हते, कारण त्यांच्या मनातच त्यांनी आपला वधस्तंभ रोवून ठेवला होता. तसे नसते, तर पहेलवानांनीच या देशात इंग्रजांविरुद्ध बंड पुकारले असते. प्रश्न शारीरिक शक्तीचा नव्हता. चौदा-पंधरा वर्षांच्या मुलांची शारीरिक ताकद ती काय! एक सोनेरी स्वप्नांचे मायाजाल त्यांच्या मनात निर्माण झालेले असताना ते रक्ताळ वाळवंटाच्या क्रान्तिपर्वाच्या दिशेने का गेले? त्यांच्या देहाने तर कोणतेच भोग

भोगलेले नव्हते. त्यांचे एक राहू द्या! कदाचित भावनेच्या भरात त्यांनी एका अलौकिक अशा त्यागाला मिठी मारली असेल. पण कणाकणाने जळणारे असे कित्येक देशभक्त या देशात होते, त्यांचे ते दान तर फोलपटासारखे हवेवर उडून गेले आहे. या साऱ्यांचे जमा-खर्च लिहिताना मनाला फार शीण होतो. कारण जमा-खर्चाच्या जुन्या वह्यांत इतरांनी इतके काही घोटाळे करून ठेवले आहेत की, या देशात दिव्य आणि भव्य असे उदात्त काही कोणी घडविले होते, याची नोंदच या जमा-खर्चाच्या वह्यांत उरलेली नाही.

म्हणून कधी कधी उदासवाणेपणा येतो. आपल्या हातून म्हणण्याजोगे काही झाले नाही, हे तर उदासपणाचे एक कारण असतेच; पण त्याहीपेक्षा उरलेल्या कालखंडातही अभिमान वाटावा असे आपल्या हातून काही घडणार नाही, याचीही चिंता वाटते. जेव्हा 'उद्या'चा आकार मोठा होता आणि 'काल' तर केवळ चंद्रकोरीसमान होता, तेव्हा केव्हा तरी स्वप्नात संपूर्ण चांदण्याचे अवसान पाहता येत होते. अमावास्येचा दिवस जवळ येतो, तेव्हा प्रकाशाची दारे मिटू लागतात आणि अशा वेळेस आठवणींच्या नक्षत्रांवर माझ्यासारख्यांचे भागत नाही. सूर्यबिंब कवेत धरण्याची हिंमत कधीच नव्हती, पण पूर्ण चंद्राला तरी हातातून निसटू देण्याची इच्छाही नव्हती. तो निसटतो आहे, हे नक्की आता लक्षात आले आहे.

निसर्गाच्या नियमाने पालवी यावी, कळी यावी, फळे व्हावीत, ती पिकावीत आणि गळून जावीत, याबद्दल तक्रार करण्यासारखे काहीच नसते. पण फळ पूर्ण पिकण्याआधीच गळून जाऊ नये, असे प्रत्येक फळाला वाटत नसेल का? निदान त्यापूर्वी एखाद्या भुकेजल्या पाखरांचे आपण भक्ष्य तरी व्हावे, एवढी त्याला आस नसावी का? उन्हाने फळाचे रंग बदलतात, पण तसेच अंतरंगही बदलते. ते विनाशाच्या दिशेने जात असते आणि लोक मात्र त्याच्या रंगावरच खूश असतात.

कुणी तरी म्हणते– तुम्ही उदास विचार लिहिता, म्हणून तुमची प्रकृती वारंवार बिघडते. असे कोणी का म्हणू नये की, तुमची प्रकृती वारंवार बिघडते म्हणून तुम्ही उदासवाणे होता? मला दिलासा देणाऱ्या मित्रांना वाटते, मी आहे तसाच राहावा. त्यांचे म्हणणे बरोबर आहे, पण आहे असे जगात कुणालाही राहता येत नाही. कापडाचे रंगसुद्धा विटतात, मग माणसाचे रंग विटले म्हणून खंत बाळगण्यासारखे काय आहे? चेहऱ्यावर पडलेली प्रत्येक सुरकुती ही आयुष्याचे एक-एक प्रकरण असते. कुणाची सुरुवात चांगली झालेली असते,

कुणाचा मध्य चांगला झालेला असतो, तर कुणाची अखेर चांगली होणर असते.

तसे काहीच बदलणे कोणाच्याच हाती नाही; नाही तर त्याने सगळेच बदलले असते! मनुष्य तसा फार चंचल आहे. आयुष्याच्या ग्रंथाची सारीच पाने लिहून ठेवलेली आहेत. मागची आपल्याला वाचता येतात, आजची आपण लिहितो असे आपल्याला वाटते, आणि उद्याची अगोदरच लिहून ठेवलेली असतात. आता हे सारे शब्दांत सांगता येत नाही, म्हणून आपण निरवानिरवीची भाषा बोलत असतो. हिंदी चित्रपटांचा शेवट जसा आपल्याला कळलेला असतो, तसा आपला शेवटही आपल्याला कळलेला असतो. फक्त कुणाशी मारामारी करून कोणत्या नायिकेला सोडवायचे आहे, हे ठरायचे असते. मृत्यू हा जर आपण मित्र मानला किंवा आयुष्य चित्रपट मानायचे ठरवले तर चित्रपटातील प्रत्येक घटना आपल्याला न्याय्य वाटेल. अशाच घटना पूर्वी पाहिलेल्या आहेत, असले आक्षेप काढायचे नाहीत. चित्रपटात रंगून जायचे आणि वाट्याला येईल ते काम इमाने-इतबारे करायचे. कित्येकदा तर असे होते की– नायक, नायिका, खलनायक, उपनायक, त्यांच्या टोळ्या यांचे युद्ध भलतीकडेच चाललेले असते आणि आपल्याकडे एखादे फडतूस पहारेकऱ्याचे काम येते. पण तेही प्रामाणिकपणे करावे लागते, नाही तर चित्रपटाची रंगत बिघडते. चित्रपट संपत आलेला आहे हे कळले, तरी प्रेक्षक कधी खुर्चीवरून जागा सोडत नाही; उलटपक्षी डोळ्यांत प्राण आणून त्या साऱ्या घटना डोळ्यांत साठवून ठेवतात.

मित्रांचे माझ्या बाबतीत असेच काही तरी होते आहे. माझ्या आयुष्यात भूमिका कोणती होती, हे मी विसरलेलो नाही; पण ते मात्र विसरलेले आहेत. महापुरुषांनाही अखेर असते, तेथे चिल्लर पहारेकऱ्यांचे काय? वरून आज्ञा येईपर्यंत पहाऱ्याची जागा सोडायची नाही, बंदुकीच्या दस्त्यावरील हात काढायचा नाही– एवढेच नव्हे, तर अटेन्शनचा पवित्राही सोडायचा नाही. पहारेकरी यापेक्षा दुसरे काही करू शकत नाही. त्याला युद्धे निरर्थक आहेत, हे माहीत असते. युद्ध जिंकले तरी त्याला काही मिळणार नसते. बहुतेक वेळा तर हरणाऱ्या पक्षाकडूनच तो लढाई करीत असतो. माझ्या आयुष्याच्या कालखंडात मला जवळचा राजकीय पक्ष कधीही जिंकणार नाही, हे माहीत आहे. मी पहाऱ्याची जागाही सोडली नाही आणि बंदूकही खाली ठेवली नाही. बंदूकच हातातून गळून पडेल, त्या दिवसाचे हिशेब मागू नका. हातांत बंदूक असली आणि कुठल्या तरी लढाईत मी सामील झालेलो असलो म्हणजे मी फार शूर पुरुष आहे, असेही मानण्याचे कारण नाही. कदाचित म्हणूनही असेल, मी चिंताक्रांत होतो– बंदुकीवरची पकड सैल होते.

कधी कधी शत्रूच्या जबरदस्त शक्तीचा प्रत्यय येतो. सर्वसामान्य मनुष्य जितका हादरतो, तितका मीही हादरतो.

अशा वेळेला शीळ घालून माझ्या मनातील भय घालविण्याचा मी प्रयत्न करतो. ही शीळ म्हणजे मी कटाक्ष लिहितो. पण असा क्षण क्वचित एखादाच! तेवढ्यासाठी तुम्ही मला क्षमा केली पाहिजे आणि दुसरे तरी तुम्ही काय करणार म्हणा! मनातले म्हणून एवढेच सांगतो की, या बंदुकीचा मला फार आधार आहे. कदाचित तुम्हालाही आधार वाटत असेल. ही बंदूक अशीच माझ्या हातांत शेवटपर्यंत राहील, आणि तिचा वापर करायलाही मी कमी करणार नाही. मनाला आलेली उदासीनता जोपर्यंत माझ्या शब्दांना आलेली नाही तोपर्यंत ही बंदूक आवश्यक तेव्हा आपले काम यथायोग्य करील.

- ०-०-०-

१६

मला थोडी नशा हवी आहे

कौतुकाची, मद्याची, वासनेची, कर्तृत्वाची अशा अनेक प्रकारच्या नशा माणसाला आयुष्यात जखडून ठेवीत असतात. वेगळ्या प्रकारच्या माणसाची नशा पाहिली की, त्याच्या दिव्यातील इंधन कोणते, ते शोधून पाहावे. इंधनाचे प्रकार अनेक असतील, पण हा जीवनाचा दिवा पेटता ठेवण्यासाठी इंधन हे लागतेच. पुढाऱ्यांना गर्दी, विद्वानांना ग्रंथ, तसेच अनेकांना आपापले इंधन शोधावे लागते. शरद जोशी शेतकऱ्यांच्या प्रश्नाच्या पोटतिडिकेचे इंधन वापरतात. शिवाजीराव पटवर्धन कुष्ठसेवेचे इंधन घेऊन जळत राहतात. आपल्या भोवताली अशी किती तरी माणसे आहेत की; ज्यांपैकी कुणाची शिक्षणसंस्था, कुणाचा संस्कृत भाषेचा व्यासंग, कुणाची प्रयोगशाळा, तर कुणाची क्रीडाशक्ती ही त्यांची जगत राहण्याची कारणे असतात. हे त्यांच्या चरितार्थाचे विषय नसतात, पण हे त्यांच्या जगण्याचे कारण असते. त्यांची नशा अंगात भिनून गेली की, त्यांना जगातील सारे सुखोपभोग किंवा ऐहिक आमिषे दिसेनाशीच होतात. अर्जुनाला ज्याप्रमाणे फक्त भास पक्ष्याचा डोळा दिसत होता त्याप्रमाणे यांनाही आपल्या जीवितहेतूव्यतिरिक्त काही दिसत नाही. त्यांच्या डोक्यात एक नशा भिनलेली असते. मद्याची नशा डोक्यात भिनली, तर माणसे बेताल होतात, आणि अशी कर्तृत्वाची नशा भिनली की, काही माणसांना योग्य तो ताल सापडतो. त्यांच्या आयुष्याचे तराणे श्रवणीय होतात. असतात ती तुमच्या आमच्यासारखी साधी रक्तामांसाची माणसे; पण त्यांनी स्वीकारलेल्या नशेतून त्यांच्या हातून होते ते मात्र असामान्य कर्तृत्व. कोणत्याही गोष्टीचा वर्षानुवर्षे ध्यास घेतला की, सिद्धी प्राप्त होते. मग ते पक्षिनिरीक्षण असो किंवा जलप्रवाहाचे ज्ञान असो. कुठली तरी नशा डोक्यात घेतल्याने सृष्टीतील अनेक गूढ रहस्ये माणसाला ज्ञात झाली.

अशा लोकार्थाने खुळ्या माणसांनी ही दुनिया अधिक समृद्ध केलेली आहे. हा खुळेपणा नसेल, तर पोटतिडिकीने एखाद्या विषयाला कोण वाहून घेईल? अज्ञात प्रदेश शोधणे, नदीचे मूळ शोधणे किंवा नव्या वनस्पतीच्या शोधात आयुष्य घालविणे– ह्यात बहुतेक वेळा पोटापुरतेसुद्धा मिळत नाही. पोट मारून अनेक नादी माणसे हे सायास घेतात, म्हणून सृष्टीची रहस्ये माणसाला उलगडतात. कलबर्टसन नावाच्या एका माणसाने खेळातील पत्त्यांचा नाद घेतला आणि त्यातल्या त्यात बौद्धिक पातळीवर असणारा कॉन्ट्रॅक्ट ब्रिज हा खेळ इतका लोकप्रिय केला की, त्याचे नाव सदैव लक्षात राहील. बावन्न पत्त्यांची वाटणी कशी आणि किती प्रकारांनी होऊ शकते, याचे त्याने अनुभवाने नियम केले आणि प्रथमच शास्त्रशुद्ध अशा त्या खेळाला जन्म दिला. त्यावर त्याने पुढे लक्षावधी डॉलर्स मिळविले. आधी पत्त्यांचा खेळ काय, त्यात पैसे लावून पत्ते खेळण्याचा जुगार काय; पण त्याचेही वेड घेतले की, त्याचे प्रतिष्ठित शास्त्र करता येते. हे पाहिले की लक्षात येते की, वेड महत्त्वाचे– कशाचे, हे त्यामानाने महत्त्वाचे नाही. आत्मचिंतनात, अध्यात्मसाधनेत, तर कोणी परमेश्वराशी एकरूप होण्याच्या प्रक्रियेत इतके गढलेले असतात की, फक्त जगण्यापुरता व्यवहार सोडून बाकीचा काळ ते तल्लीनतेत घालवितात. हे झाले त्यांचे वैयक्तिक सुख. पण त्याचा दुसऱ्याला काही उपयोग नसतो. हे वेड कदाचित त्या-त्या व्यक्तीच्या सुखाला आणि शांतीला उपयोगी पडत असेल, पण मनुष्यजातीला त्याचा काही उपयोग नसतो. आपल्याबरोबरच मानवाच्याही साह्यार्थ ज्यांची वेडे उपयोगी पडतात, अशा अनेक वेड्या लोकांची यादी इतिहास अगत्यपूर्वक टिपून ठेवतो.

एखाद्या गोष्टीचा अवाजवी दिसणारा हट्ट कुणी करू लागला की, आपण त्यांना म्हणतो– काय हा वेडेपणा! काय ही वेळेची उधळपट्टी! खरी गोष्ट अशी की, आपल्याला कसलेच वेड नाही याची मनात असणारी खंत त्या शब्दांतून व्यक्त होते. कागद कातरून त्यातून वेगवेगळ्या आकृती करण्यात मुले इतकी दंग झालेली असतात की, त्यांच्या आयुष्याचा जमलेला रंग त्यांना सोसवतच नाही. मग आपण आपला अधिकार वापरून दुसऱ्यांचा रंगात आलेला डाव उधळून टाकतो. अमुक एका माणसाचे येणे-जाणे पाहून घड्याळ लावून घ्यावे, असे म्हणताना त्याच्या वक्तशीरपणापेक्षा त्याच्या वेडाचे कौतुकच आपल्या हातून होत असते. गाठी-भेटीच्या वेळा सांभाळणे हे आपण समजू शकतो, कारण त्यात दुसऱ्याच्याही सोईचा प्रश्न असतो. पण सात वाजून दोन मिनिटांनी चहा पिणे किंवा बरोबर नऊ वाजता स्नान करणे, या यांत्रिक वेळापत्रकात तसा काय

अर्थ आहे? आयुष्याला आकार देण्याचे जे नानाविध प्रकार आहेत, त्यांत नाना तऱ्हेची खुळे आपण जडवून घेतलेली असतात. त्यांतीलच ते एक खूळ असते. पण अशा खुळांचेही कौतुक होते. आयुष्याला कसलाच आकार नसलेली माणसे या खुळांचेही कौतुक करतात. एखादे चांगले अभ्यासाचे, सेवेचे, कर्तृत्वाचे किंवा ज्ञानाचे वेड ज्यांना कधी लागलेलेच नाही; त्यांच्या लेखी असे वेडावून जाणे, हे तद्दन मूर्खपणाचे असते.

मला अशी अनेक वेडावलेली माणसे आयुष्यात भेटलेली आहेत आणि त्यांचा मला सदैव मत्सर वाटलेला आहे. कारण एकाच वेडात दीर्घकाळ रुतून बसण्याचे भाग्य मला लाभलेले नाही. कोणत्याही नशेत माणसे जगत असली की, त्यांच्या वाणीला एक धार येते. त्यांच्या येण्याबरोबर कसले तरी विलक्षण वादळ आल्यासारखे वाटते. त्यांच्या डोळ्यांत एक मस्ती असते, आणि त्या मस्तीची बरोबरी सत्ता वा संपत्तीच्या मस्तीला कधीच करता येत नाही. त्यांच्याशी बोलताना आपले विवेकी भान हरवते. आपले हिशेबाचे आडाखे ही माणसे बघता-बघता उधळून लावतात. त्यांच्या मागे त्यांची चेष्टा होत असते, कारण गृहस्थी माणसाच्या किमान जबाबदाऱ्या हे पाळत नाहीत. ज्यांनी त्यांना समजून घेतलेले आहे, असे त्यांचे निकटवर्ती– विशेषत: त्यांची पत्नी, आई-बाप– यांनी खुशीने वा नाखुशीने त्यांना प्रापंचिक जबाबदारीतून मुक्तही केलेले असते, आणि जरी त्यांनी विरोध केला, तरी त्याला भेदून जाण्याचे सामर्थ्य या वेडपटाच्या ठायी निर्माण झालेले असते.

आपला मुलगा शिकला तेव्हा आता तो आपल्या कुटुंबाचे पांग फेडील, अशी जर तुझी अपेक्षा असेल; तर माझ्याकडून ती पुरी होणार नाही– याचे कारण ऐकण्यापूर्वीच आगरकरांच्या आईच्या डोळ्यांत अश्रू जमा झाले असतील. आगरकर हे असेच वेडाने झपाटलेले एक झाड होते. गेल्या शतकाच्या अखेरीस आणि या शतकाच्या आरंभी महाराष्ट्रात अशी शेकडो वेडी माणसे झाली याचा आज आपल्याला अभिमान वाटतो. प्रत्येकाची क्षेत्रे वेगळी, पण झपाटलेपण एकच, आणि या त्यांच्या झपाटलेपणामुळेच समाजाची मान उंच झाली. अनेक संस्था निघाल्या. इतर राज्यांपेक्षा महाराष्ट्रात प्रबोधनाचे आणि कर्तृत्वाचे अधिक दर्शन झाले.

आत्ताच्या समाजाकडे पाहिले की, अलौकिक वेडाने झपाटलेल्या माणसांचे चेहरे दिसत नाहीत. अगदीच दिसत नाहीत असे नाही, दिसतात. पण या मातीची प्रसवशक्तीच कमी झाली आहे. बाबा पुरंदरे, शरद जोशी, बाबा आमटे,

म्हैसाळ प्रकल्पाचे देवल.. अशी काही माणसे मधून-मधून दिसतात. पण त्यांचे प्रमाण कमी. बाळकृष्णबुवा इचलकरंजीकर आणि भातखंडे यांनी गाण्याचे वेड डोक्यात भिनवून घेतले म्हणून गायनाला प्रतिष्ठा आली. नाही तरी गाणे-बजावणे हे फक्त रंडीबाजारात ऐकायला मिळाले असते.

माणसांना अशी वेडे कशी लागतात, याचे मला कधी कधी आश्चर्य वाटते. फारसे काही शिक्षण नसलेला छत्रे नावाचा मुलगा परकियाने मान लववावी असा सर्कसबहाद्दर कसा होऊ शकतो? ही वेडे पावसाळ्यात उगवणाऱ्या हरितरंगासारखी असतात की काय? तसे असेल, तर अजूनही पावसाळा आहे; मग तो हरितरंग आज फिका का झाला? आपले आयुष्य झोकून देणे, पटलेल्या मतासाठी ऐहिक सुख-दु:खाचा त्याग करणे, फलाच्या अपेक्षेने कर्म न करणे– या साऱ्या भारतीय तत्त्वज्ञानात तर ही वेडे रुजली नव्हती? तसे असेल तर फ्रान्स, जर्मनी, हॉलंड आणि इंग्लंड यांसारख्या इहवादी राष्ट्रांत ही वेडांची झाडे झपाट्याने का वाढली? का, भारतीय तत्त्वज्ञान केवळ भारतीय तत्त्वज्ञान नव्हते, हा जागतिक तत्त्वज्ञानाचाच कणा आहे की, ज्यामुळे व्यक्तीपेक्षा समष्टी आणि समष्टीपेक्षा परतत्त्व श्रेष्ठ मानायचे असते? ही सारी वेडे म्हणजे स्वनिर्मित परमेश्वराचा शोध तर नसेल– अथांग असणाऱ्या माणसाच्या मनासारखाच?

मानवाच्या कल्पनेतील परमेश्वरही अथांगच. त्याला भौगोलिक बंधने नाहीत. त्या मानवनिर्मित परमेश्वराचे अस्तित्व हेच चैतन्याचे वरदान असेल, आणि तो मानवनिर्मित परमेश्वर त्याला कधीच सापडत नसेल, तर या शोधाला अर्थ काय? का काही तरी शोधीत जाणे, धुंडाळीत जाणे किंवा रहस्याचे गूढ उकलत जाणे– हीच खरी जिवंत आत्म्याची प्रेरणा आहे? आपण अनेक बंधने घालून माणसाची ही शोधक बुद्धी नष्ट करून टाकली आहे. संसार आहे म्हणून व्यवहार आहे, म्हणून समाजाचे नीति-नियम आहेत. सामान्य माणसांचे संरक्षण करण्यासाठी हे सारे अपरिहार्य आहे. पण हे नियम मोडून-तोडून या पिंजऱ्यातून बाहेर पडण्याची धडपड करणारे, आणि तरीही स्वत:च्या मस्तीचा आनंद लुटणारे वेडे लोक आपल्याला भेटत राहणारच; आणि राहिलेही पाहिजेत. गाई-मेंढरांचा कळप आणि माणसांचा कळप सारखा थोडाच असतो? माणसांच्या कळपाचे नियम कठोर असतात. न्यायसत्ता, दंडसत्ता यांचे नियम न पाळणाऱ्यांना ते कडी सजा करतात. पण त्या सजेचे भय कुणाला? फक्त भाकरी मिळविण्याची चिंता असणाऱ्या सामान्य माणसाला. भाकरी अगदी गरजेची गोष्ट असेल– नव्हे, आहेच; आणि दुपारच्या वेळेला तिची गरज अधिकच वाढते, पण पोटाच्या

वरच्या अंगाला हृदय नावाची एक सुकुमार गोष्ट आहे. मिळालेली भाकरीसुद्धा दुसऱ्या भुकेलेल्याला देण्यासाठी ती माणसाला उद्युक्त करते. या सुकुमार हृदयाच्या अंतर्भागात कुणालाच सापडू न शकणारे, त्याहूनही तरल असे मन असते, आणि हे मन तर कधी कधी मिळालेली भाकरीही लाथाडते. भुकेच्या नशेत भूक न भागवणाऱ्या अनेक गोष्टींची ते मागणी करते. भुकेल्या मनाला भुकेल्या पोटाच्या गरजा आठवत नाहीत. माणसांचे अहंकार वा प्रतिकार पोटाच्या भुकेवर मात करतात. प्रसंगी मृत्यूही स्वीकारतात. कसे तरी जगणे, यापेक्षा हवे तसे जगणे ही त्याची आकांक्षा असते. धर्म, राष्ट्रप्रेम, स्वातंत्र्यलालसा या किंवा अशा निराकार संकल्पनांसाठी ही माणसे समोरचे अन्न का नाकारतात? क्षणभराने आपण मरणार आणि स्वामिकार्यासाठी खर्ची पडणार, हे बाजी प्रभू आणि त्याचे सहकारी यांना कळत नव्हते काय? कधी नव्हे ते मिळालेले मानवी आयुष्य कोणत्या नशेने त्या माणसांनी चुरगाळून टाकले? कसला स्वामी, कसली पावनखिंड? जगणे हेसुद्धा ज्याच्यापेक्षा कमी मोलाचे वाटावे, अशी कोणती आकर्षणे त्या वेळेस त्यांच्यासमोर उभी राहिली असतील? अशा कोणत्या नशेत आणि बेहोशीत ही माणसे होती?

अशाच माणसांनी इतिहास घडतो आणि वर्तमानकाळही प्रकाशमान होतो. या अशा माणसांबद्दल आपल्या मनात खरे तर भीती असते. भीती अशासाठी की, आपल्या हातून तसले काहीच घडणार नसते. ही नशा आपल्याला पेलवणारी नसते. समोरच्या संगिनी काळरूप घेऊन दिसत असताना आपली पावले जड झालेली असतात. मागे परतणे कठीण झालेले असते. कारण मागेही काही लोक उभे राहिलेले असतात की, ज्यांना त्या संगिनीची धार अजमावून पाहायची असते. डोक्यात नशा नसताना अशा वेळेस पावले पुढे पडत नाहीत, आणि आपली त्रेधातिरपीट होते. शक्यतोपर्यंत आपली जागा संगीनधारी सैनिकांच्या मागे असते, जिथून समोर चाललेला संगिनीचा खेळ सुरक्षितपणे पाहता येतो. आपल्या दृष्टीने समोर चाललेले हे वेडे रक्तरंजन निरर्थक असते. सुखासीन आयुष्य सोडून हा भलता उद्योग या लोकांनी कशासाठी केला आहे, याचे आकलन होत नाही. कारण नसताना सुखासुखी आपले थुलथुलीत देह अबोल संगिनीच्या स्वाधीन का करायचे, हे न कळल्या कारणाने आपण सावध, शहाणे, विवेकी असल्याबद्दल आपल्याला सारखी खातरजमा करून घ्यावी लागते.

अयशस्वी झालेली किती तरी बंडे या अशा विवेकी लोकांमुळेच यशस्वी होऊ शकली नाहीत. हे तथाकथित विवेकी आपल्या षंढपणाला नैतिक तत्त्वज्ञानाच्या

पांघरुणाखाली लपवीत असतात. आपल्या समाजात अशा षंढ लोकांची पैदास फार मोठ्या प्रमाणावर होऊ लागल्यामुळे बंडांचा उगमच होत नाही, आणि झाला तरी तो असुरांना चिरडून टाकता येतो, इतपतच उग्र होतो.

जे त्या होशात मृत्यूच्या स्वाधीन झाले, त्यांना कसलेच सुख-दुःख नसते. ते मरतानाही संतुष्ट होते, ते मरतानाही जगतच होते. कारण, असणे आणि नसणे, त्यासाठी कुणीही न उरणे या लतकोडग्या अवस्थेपेक्षा असणे किंवा नसणे या दोन्ही अवस्था त्यांना सारख्याच असतात. त्यांच्या डोळ्यांत त्या वेळेसही आदित्याचे तेज असते. ज्या आदित्यापासून या पृथ्वीवर ते तेजोकण येत असतात, तेच तेजोकण परत त्याच्या रूपात विलीन होतात. नसतानाही प्रकाशमान होणे, हे भाग्य फक्त आदित्यपुत्रांनाच लाभते. नाही तर शेकडो कृमी-कीटक आणि गांडुळे कुणाच्याही लक्षात न येता केवळ पायाखाली चिरडून मरतात.

असे वेड मला लाभलेच नाही, याची खंत माझ्या मनात सदोदित राहिली आहे. मरणाची मला ओढ नाही, परंतु यावे तर आदित्यपुत्राचे मरण यावे. भूमीने रथचक्र गिळले म्हणून ज्याला मृत्यू आला, अशा आदित्यपुत्राचे मरण हा एक महाभारताचा अध्याय होता आणि ज्याने त्याला मारले, त्या अर्जुनाचे देहपतन ही एक अंधारयात्रा होते. शुद्ध मैत्रीखातर कौरव सेनापती कर्णाने आपल्या धाकट्या भावाच्या हातून मृत्यू स्वीकारला. त्याच्या बाकीच्या जीवनाची चिकित्सा करण्याचे आत्ता प्रयोजन नाही. पण सुकुमार द्रौपदीचे आमिष दाखवूनसुद्धा किंवा सिंहासनाचे आमिष दाखवूनसुद्धा ज्याने मैत्रीचे इमान राखले आणि मरण स्वीकारले, अशी नशा आपल्याला का लाभू नये? मृत्यू ही तशी अपरिहार्य घटना आहे. ती टाळण्याचा प्रयत्न केला, तरी टाळता येत नाही. मग रुग्णावस्थेत लळत लोंबत मरणासाठी ताटकळत राहण्यापेक्षा असा मृत्यू यावा की, निदान आकाशातून वीज पडल्यासारखे वाटावे. आपण जेवढे मोठे तेवढे आपले मरण मोठे. आयुष्यभर आपल्याला मोठे होता आले नाही, पण मरणकाळच्या वेळेस तरी मोठे होता येते. एवढे मोठे होता येते की, मृत्यूच्याही डोळ्यांत पाणी आणता येते. असे मरण मिळायचे असेल, तर कुठली तरी उन्नत अशी नशा करावी लागते. त्यासाठी किंमतही द्यावी लागते. दारिद्र्याची मस्ती अंगभर वागवावी लागते, सुकुमार क्षण चिरडून टाकावे लागतात, आणि मृत्यूचे स्वागत करण्यासाठी हात पुढे करावा लागतो. हे भाग्य लाभण्याची शक्यता निर्माणच झाली नाही; पण या पुढे होणारच नाही, असे नाही. आपली त्या क्षणाची अपॉइंटमेंट ठरलेली

नाही– ती ठरवताही येत नाही. पण जर असा क्षण समोर आलाच, तर उत्कंठेने तो साधावा लागेल. जे लोक या मार्गाने गेले, त्यांची आठवण मनात जागी ठेवावी लागते. ज्या मातीवर आपले अमाप प्रेम आहे, तेथे परतही येता येते. फक्त आपल्याला साधावा लागतो तो एक पूल– जीवन आणि मृत्यूचा. जितक्या सफाईने आजपर्यंत आपण जीवनाकडे झेप घेतली आणि जीवन ही एक आनंदयात्रा मानली, तितक्याच सफाईने मृत्यूकडेही झेप घेता आली पाहिजे. कारण तशा अर्थाने जीवन हेच मुळात एक वेड आहे, तीच एक नशा आहे.

- ० - ० - ० -

१७

नाही तरी काठी गळून पडणारच होती

रात्र अधिकच काजळलेली होती. कालगणेनवर माझा विश्वास नाही म्हणून ती अमावास्या होती किंवा काय, हे मला सांगता येणार नाही. भोवतालचे सारे जग काळोख पांघरून केव्हाच निद्रिस्त झाले होते. अन्नासाठी दाही दिशा वणवण करणारी माणसे सुस्त होऊन अंधाराला शरण गेली होती. मीच वेड्यासारखा भलत्या वेळी का जागा होतो, हे मलासुद्धा नीट माहीत नव्हते. झोप चाळवली असेल, कदाचित पुरी झाली असेल; पण अजून तरी घड्याळ्याने मला अंथरुणाला जखडून ठेवले होते. माणसाने लावलेला सर्वांत वाईट जर शोध असेल, तर तो म्हणजे घड्याळ... आपले आयुष्य कणाकणाने कमी होत असते, हे सांगणारी चेटकीण म्हणजे ते घड्याळ– कालमापक.

रात्रीची वेळ. त्या वेळेस करणार तरी काय? शिस्त न पाळणारी माझ्यासारखी माणसे म्हणजे अस्वस्थ अश्वत्थामा असतात. तेल मागायला जावे, तर त्यालासुद्धा ही वेळ अनुकूल नव्हती. माझ्या आवडीच्या पुस्तकातले शब्द या क्षणाला तरी मला निरर्थक वाटत होते. या घरात काही काळ अजून नांदायचे असल्यामुळे दोन-अडीच वाजता पंकज मलिक, सहेगल, नूरजहाँ या माझ्या मित्रांनाही बोलावण्याची सोय नव्हती. मी अंथरुणावरून अलगद उठलो. पोलीस पकडणार नाहीत इतपत सभ्य कपडे केले, आणि वार्धक्याला कुरवाळणारी काठी, मफलर, टॉर्च वगैरे गोष्टी घेऊन घराबाहेर पाऊल ठेवले.

अंधार साऱ्या सुंदर आणि चांगल्या गोष्टी गिळून टाकत होता. म्युनिसिपालिटीचा क्षीण दिवा सर्वभक्षक अंधारापुढे हास्यास्पद वाटत होता. वेढलेल्या मफलरमधून वाऱ्याचे सपकारे अंगाला बोचत होते. हळूहळू दगड-धोंडे चुकवीत लहान मुलाप्रमाणे एक-एक पाऊल पुढे ढकलीत मी स्वत:ला पुढे

नेत होतो. मागे जाणारा दिवा शाब्बास म्हणत होता आणि पुढे दिसणारा दिवा बोबड्या भाषेत मला बोलावीत होता. कधी सावली पुढे पडत होती, कधी मागे पडत होती. पक्ष बदलणाऱ्या पुढाऱ्याप्रमाणे तीही दिशा बदलत होती. माणसांची सोबत नव्हतीच नव्हती, पण पाखरांचीही सोबत नव्हती. झाडेसुद्धा माना मुडपून अंधाराला शरण गेली होती.

चालता-चालता अखेरीस मी थकलो. रस्ता तर अजून किती तरी लांबवर वाहताना दिसत होता. ठिकाणा आलेला नव्हता. पण मी काही ठरवून चाललोच नव्हतो; आणि नाही तरी ठरवून कोण चालतो? मी अमुक होणार, मी तमुक होणार, असे आपण नेहमी म्हणतो; परंतु आपण अखेरीस जे होतो, ते आपल्याला व्हायचेच असते, असे नाही. आपण आपले रस्त्यावर पाऊल ठेवतो आणि चालायला, लागतो एवढेच. आपल्यापेक्षा खूप झरझर पुढे जाणारी माणसे कोणी तरी झालेली असतात– निदान आपल्यापुरती. आपल्या मागे रेंगाळणाऱ्या माणसांच्या दृष्टीने आपणही कोणी तरी झालेले असतो म्हणा.

मी हसलो. कोणी ऐकत नाही ह्याची खात्री करून घेतली आणि पुन्हा एकदा हसलो. मी नेमका झालो आहे तरी कोण, असा प्रश्न मी मोठ्यांदा विचारला. पण त्याला उत्तर कोणीच देणार नव्हते. समाजात उभे राहून हा प्रश्न विचारण्याची मला हिंमत नव्हती आणि इथे एकट्याला त्याचे खरे उत्तर मिळण्याची शक्यता नव्हती.

नदीच्या उगमापाशी पाण्याचा एक-एक थेंब नदीत पडतो. पडणे तेवढे त्या पाण्याच्या हातात असते... पुढचे सगळे वेग ठरवतो. त्याने फक्त प्रतिकार न करता वेगाबरोबर जमवून घ्यायचे. सागरापर्यंत पोचायचे की, मधेच कोणाची तरी तहान भागवायची की, शेतातील हरित द्रव्याला उजाळा द्यायचा की, अभिषेक-पात्रात जाऊन बसायचे, हे कसे ठरते? मला वाटते, मलासुद्धा मी कुठून आलो आणि कुठे निघालो, याचे तर्कसुसंगत कारण सांगता येणार नाही.

रात्रीच्या अंधारात आणि एकांतात माणूस स्वत:शी बोलू शकतो, हे काय थोडे झाले? कारण तसे करायला त्याला एरवी वेळ असतोच कोठे? दिवस उजाडला रे उजाडला की जीवनकल्लोळात माणूस पुरता बुडून जातो. लहान-लहान गोष्टीने तो क्षुब्ध होतो आणि तृप्तसुद्धा होतो. आपण कुणी तरी आहोत, या नादात तो वावरत असतो. त्यामुळे स्वत:शी बोलण्यास त्याला वेळ मिळत नाही. कधी कधी एखाद्या उदास संध्याकाळी रोखल्या गेलेल्या जमावात तो एकटाच उभा असतो, तेव्हा मनाच्या दाराची फट कधी कधी अवचित उघडते.

एवढ्यात गर्दी त्याला वाहून नेते. आपण कुणाचेच नाही, असे तो सारखे म्हणत असतो; पण भोवतालच्या दृश्य आणि अदृश्य नात्याने तो बांधलेला असतो. माशी जशी कोळ्याच्या जाळ्यात अडकते, तसा तोही अनेक नात्यागोत्यांच्या जाळ्यांत अडकलेला असतो. मी कुणाचाही नाही, हे म्हणणे त्याला मनोमन पटत असते. स्वत:साठी त्याला म्हणून वेळच काढता येत नाही. ह्या सृष्टीचा गूढ आणि गुंतागुंतीचा पसारा त्याला भ्रमचित्त करतो. जेव्हा कधी उत्तर आयुष्यात तो स्वत:बद्दल विचार करतो, तेव्हा सारेच चुकले, या जाणिवेने तो व्यथित होतो. मन आणि शरीर यांच्या वेगांत तफावत झालेली असते. मन सैरभैर झालेले असते व शरीर गलितगात्र झालेले असते. मोहाच्या आणि भोगाच्या जागा उगाच खुणावत असतात. जे मोह प्रयासाने टाळले, त्या मोहांचे आकर्षण पैदा होते, आणि कधी नव्हे ते स्वत:शी बोलणारा माणूस खजील होतो. मन नवनवी निमंत्रणे देते आणि शरीर ते धुडकावून लावते.

त्यातल्या त्यात एक बरे आहे की, मनाचे सारे चोचले मी वेळच्या वेळी पुरवले आहेत. त्यामुळे आता जर मन काही मागणी करू लागले, तर त्या मनाला मी झापू शकतो. मन फारशा वेड्यावाकड्या मागण्या करत नाही, हा भाग वेगळा; पण एखाद्या वेळेस मन अजून वेडगळ मागणी करते– कधी कधी दैनिक काढायला हवे, एखाद्या कटाक्षाचे निमंत्रण स्वीकारायला हवे, असे वाटते... सन्मानाचे स्थान कधी कधी अजूनही हवेसे वाटते, भलत्याच विषयावर आपले शहाणपण समजावून सांगावे असा लेखणीला मोह होतो. उपद्रवकारक नाहीत अशा मागण्या तर मन नेहमीच करते. गाणे शिकावे, असे वाटते. ब्रिजच्या सामन्यात भाग घ्यावासा वाटतो. पाच-पंचवीस लाखांचा ट्रस्ट करून एखादी अभ्यासशाळा उभी करावीशी वाटते. अजूनही एखाद्या उत्तररात्री नको त्या ठिकाणी जाऊन लावणी-ठुमरी ऐकावीशी वाटते. हे तर काहीच नाही– या देशातील सभ्यता, सदाचार नष्ट करणाऱ्या राजकीय पुढाऱ्यांचे तोंडसुद्धा फोडावेसे वाटते. पण त्यापासून परावृत्त करणे फारसे जड जात नाही. मात्र, कधी कधी शहरी गजबजाटापासून दूर एखाद्या नदीच्या काठी चार-दोन एकर जमीन खरेदी करून तिथे घर बांधावे संस्कृतचा पद्धतशीर अभ्यास करावा, असेही वाटते. इंग्रजी आणि हिंदी वक्तृत्व पैदा करावेसे वाटते.

यातली एखादी गोष्ट साध्य करणे अजूनही फारसे कठीण नाही. पण यातली कोणतीही मागणी पूर्ण करण्यासाठी द्यावी लागणारी किंमत आज झेपणार नाही, कारण एक मागणी पूर्ण करण्यासाठी किती तरी मागण्या नाकाराव्या

लागतील. ते मुळीच चांगले नाही. सवय आणि सोय या दोन गोष्टींनी आयुष्य बांधलेले आहे. फार समृद्ध नसेल, पण पुरेसा उपयुक्त जीवनक्रम प्रयत्नांती लाभलेला आहे. समजा, या जीवनक्रमात व्यत्यय आला तर? चालेल काय? अशा वेळेला अनेक असंतोष आपोआप विझले जातात आणि मला वाटते, लोक त्याला शहाणपणा म्हणत असतील. इथेच तारुण्याची ठिणगी विझल्याची चाहूल लागते. चढउतार, दऱ्याखोरी, खळखळाट, क्षणाक्षणाला वळणाऱ्या पायवाटा आता संपल्या; आता माळरानावरची सरळ वाट फक्त उरली, या जाणिवेनेसुद्धा पुन्हा एकदा मन अस्वस्थ होते.

मग उगाचच आपल्या आयुष्यात कृतार्थतेची तीट लावून घेण्याचा मोह होतो; म्हणजे मग कुणा पाप्याची नजर आपल्या आयुष्याला लागत नाही म्हणे. या अंधारभरल्या अवकाशात एक लुकलुकता दिवा कोठे तरी पेटलेला आहे. त्याचा प्रकाश फक्त ज्याचा त्यालाच कळतो. तुमची सहचारिणीसुद्धा त्या दिव्याच्या प्रकाशापासून वंचित झालेली असते, कारण वासनेचा आणि सुरक्षिततेचा गदारोळ आता संपुष्टात आलेला आहे. तुमच्या हातात हात धरून चालणारी तुमची मुले तुमचे बोट अधांतरी सोडून केव्हाच स्वतंत्रपणे चालू लागलेली असतात. आपला मित्रपरिवार आपल्यात खूप काही गुंतलेला आहे, हा भ्रम अचानक दूर होतो. जो-तो आपापल्या सुख-दुःखांत इतका गुंतलेला असतो की, तुमची त्याच्या आयुष्यातली जागा फक्त श्रोत्याची तरी असते किंवा फुंकर घालण्याची तरी असते. मद्याच्या मैफलीत सामुदायिक उन्माद भोगण्यापलीकडे कोणीही कुणाचा नाही. चहा-पाणी, गप्पाटप्पा किंवा सहली यांत सामील झालेल्यांत तुमची जागा संख्या वाढविण्यासाठीच असते. आपण असलो आणि नसलो, म्हणून फारसे कुणाचे अडते, असेही नाही... आपला मृत्यू चार हळहळींच्या शब्दांचा धनी असतो. कधी कधी तर आपल्या छायेखाली वाढणाऱ्या अनेक रोपट्यांना वाढण्यासाठी जागाच नसते. मृत्यूची इच्छा व्यक्त होत नसेल? तरी त्या रोपट्यांची चडफड आपल्याला ऐकू येत असते. आपण काही कमावलेच असेल, तर केवळ 'लकी आहे' या शब्दप्रयोगात आपली संभावना होते. आपली समृद्धी अनैतिक आहे, असे जेव्हा कोणी सुचविते; तेव्हा त्यात लपलेला मत्सर समृद्धीचा सारा आनंद घालवून टाकतो. आपले चाहते हे आपले भाट आहेत, आपली लोकप्रियता बनावट आहे– आपले लेखनातील कसब ही फसवणूक आहे, हेसुद्धा अधूनमधून कानी येते, आणि मग आपल्याला येणारी खुशीपत्रे, गळ्यात पडणारे हार, व्याख्यानांची निमंत्रणे– ह्या साऱ्यांचा निचराच होऊन जातो.

मग उरते काय... जसे मोठेपण उरत नाही, तसे लघुत्वही उरत नाही. पराक्रमांच्या खुणा पुसल्या गेलेल्या असतात, तसे अपमानही गिळलेले असतात. दुसऱ्यांच्या आलिशान गाड्या आणि देखणे कपडे आपल्या समृद्धीची नशा उतरवत असतात. उतरते एक शून्य. ज्याच्या पुढच्या आकड्याला किंमत नाही आणि मागचे आकडे काळाने पळवून नेलेले असतात.

स्वत:चे हात-पाय पोटाशी धरून ह्या घनदाट रात्री पुलाच्या कठड्यावर एका शून्यासारखा मी बसलो आहे. चांदण्यांनी गतायुष्यावर फुल्या मारल्या आणि उरले-सुरले भविष्य अंधाराने गिळून टाकले. इंधन संपलेल्या मोटारीसारखे माझे विचारचक्र चुपचाप झाले आहे. अशी निरर्थक अवस्था किती काळ चालणार होती, कुणास ठाऊक? पण अवचितपणे रस्त्यावरून कुणी तरी घाईगर्दीने गेले... माझ्याकडे लक्ष देण्यासाठीसुद्धा त्या माणसाला वेळ नव्हता. हा माणूस एवढ्या घाईने कुठे चालला असेल? नोकरीवर, का गाडी गाठायला? नाही, नाही... ही आतुरता काही निराळीच होती. थकल्या-भागल्या गात्राने कामावरून परतणारा हा माणूस घरकुलात वाट पाहणाऱ्या आपल्या पत्नीकडे झपाटून निघाला होता, का एखादा त्रस्त कवी आपले लेखन अर्धवटच टाकून आपले कवितांचे उरलेले चरण धुंडाळण्यासाठी बाहेर पडला होता? असेही नसेल– घरात नवा जन्म होणार, ह्या जाणिवेने बायकोला हॉस्पिटलमध्ये नेण्यासाठी टॅक्सी आणण्यास जाणारा हा कोणी उत्सुक पिता तर नसेल?

कवितेचा उरलेला भाग काय किंवा घरात येणारे नवे चैतन्य काय, यासाठी माणसे वेडी होतात खरी. नवा अंकुर जन्म घेण्यासाठी भूमी फाटताना आपण पाहतो. मनातले सारे मळभ आले तसेच अवचितपणे मला सोडून गेले आहे. मग मला माझ्या अर्ध्या राहिलेल्या लेखाची आठवण झाली आणि कोणत्याही परिस्थितीत हा लेख वेळच्या वेळी पुरा करून देणे भागच आहे, हे लक्षात आले. मी लेख लिहिलाच नसता, तर त्या वृत्तपत्राने त्या जागी रिकामी जागा सोडली नसती. पण चालू घडामोडींवर मी लिहिलेच पाहिजे आणि ते त्या जागेवर छापलेच पाहिजे, हे संपादकाने नव्हते का पुन: पुन्हा सांगितले? मग त्या लेखाची कोण-कोण प्रशंसा करील, याची यादी मी आठवू लागलो. आज सकाळीच एक सिनेमा प्रोड्यूसर माझ्या एका कादंबरीवर चित्रपट काढण्यासाठी मला भेटणार आहेत. माझ्या त्या कादंबरीमुळे ते इतके झपाटले होते की, त्यांनी फोनवर माझीच गोष्ट मला अर्धा तास ऐकवली होती. दिवाळी अंकांची निमंत्रणे पाठवायला हवीत. माझ्या मुलालाही सांगून आलेली मुलगी आज दाखवण्यासाठी

नाही तरी काठी गळून पडणारच होती / ११३

येणार होती. त्याला स्वत:साठी गाडी हवी आहे. माझीच गाडी वापर, असे मी म्हटले, तर त्याला ते पटत नाही. आपली दुसरी गाडी घेण्याची ऐपत नाही, हे विधान तो आज आकडेवारीने खोडून काढणार आहे. हो, खरेच– संध्याकाळच्या सभेत आज मला बोलायचेय आणि आजची सभा सध्याच्या राजकीय परिस्थितीचा निषेध करण्यासाठी आहे. माझ्याकडून अपेक्षाही खूप आहेत, हे चार-दोन मित्रांनी मला मुद्दाम गाठून व्यक्तही केले आहे. अस्थिर राजकीय परिस्थितीमुळे 'सोबत'ची मागणीही वाढली आहे. माझ्यावर जळणारे पुण्यातले एक संपादक अलीकडच्या माझ्या लेखनावर खूश होऊन आज सकाळी-सकाळी मला भेटायला येणार आहेत.

ते जाऊ दे! पण आता पहाटेच्या गाडीने माझी मुलगी येणार आहे. अर्थात, तिच्याबरोबर माझी नातही येणार आहे. ती आल्याबरोबर पुस्तके-खाऊ-खेळणी मागितल्याशिवाय राहणार नाही. तिच्या घट्ट लडिवाळ मिठीत घुसमटून जाण्यापूर्वी ह्या वस्तू तिला दिल्यानंतर तिच्या डोळ्यांत जे इंद्रधनुष्य उमटेल, ते पाहायला नको काय? तिला द्यायच्या वस्तू तर मी अजूनही आणून ठेवलेल्या नाहीत. आत्ता प्रथम पहाटेच जाऊन साठेला किंवा अलूरकरला उठवून त्याच्या दुकानातून त्या वस्तू घेतल्या पाहिजेत.

अरे... पण वेळ आहेच कुठे?... एवढ्या वेळात हे सारे जमणार कसे?...

मी परत आलो, तेव्हा टॉर्च-काठी-गळपट्टा मागे विसरून आलो आणि तेच बरे झाले. नातीला खेळणी आणायला जाताना काठी बरोबर कोण नेईल? नाही तरी ती जेव्हा धावत येईल, तेव्हा हात पसरताना ती काठी गळून पडणारच आहे.

-०-०-०-

१८

मृत्युगोलाभोवतीचे रंगीत फुगे

जगता जगता एक दिवस आपल्या अचानक लक्षात येते की, आपले सारेच चुकले आहे; पण एक तर बदल करायला उशीर झालेला असतो किंवा तो क्षण उलटून गेल्यावर आपला अहंकार आपल्याला तो बदलू देत नाही. परिस्थितीनेच आपल्याला जो व्यवसाय स्वीकारावा लागतो किंवा जो जोडीदार निवडावा लागतो, त्यातल्या चुका सहजासहजी दुरुस्त करता येत नाहीत; पण आपल्या स्वभावातील चुका दुरुस्त करता आल्या, तर आयुष्य सुखाचे जाईल.

आपले स्वभाव निर्माण होतात, त्याला काही अंशी परिस्थिती कारणीभूत असते तर काही अंशी शिक्षण, संस्कार, कुटुंबीय, मित्रपरिवार. पण स्वभावाला आकार आला की मग मात्र आपला अहंकार त्या स्वभावाचा सांभाळ करतो.

काही काही माणसे मुळातच भांडखोर असतात. ती कोणत्याही गोष्टीमुळे तारस्वरात भांडू शकतात. चार लोकांचे जे म्हणणे असेल, त्याविरुद्ध त्यांचे म्हणणे असते. तुच्छता, उपहास, आरडाओरडा अशा मार्गांनी ते आपले म्हणणे खरे असल्याचे सिद्ध करत जातात. ते बायकोवर डाफरतात, मुलांवर ओरडतात, सहकाऱ्यांशी वाद घालतात, अधिकाऱ्यांशी कोर्टकज्जे खेळतात; एवढेच कशाला, ते रस्त्यावरून जाताना धक्का लागला तरी गहजब करतात. रस्त्यात, दुकानात, बसमध्ये त्यांचा आवाज उंचच असतो.

या त्यांच्या कलहवृत्तीला काही मानसिक कारण असू शकेल, नाही असे नाही; परंतु त्यांच्याशी संबंध येणारा प्रत्येक मनुष्य तेवढ्यासाठी सहानुभूतीने थोडाच वागू शकेल? भांडणात हरलो तरीही आपलेच म्हणणे कसे बरोबर होते, असे परत-परत सांगण्यात या माणसांना विलक्षण आनंद वाटतो. त्यामुळे बहुतेक वेळेला अशा माणसांना लोक टाळू लागतात किंवा चिडविण्यासाठी

लोक मुद्दाम तिरक्या भूमिका घेतात आणि त्यांची मजा बघतात. कधी कधी अशा माणसाला उपरती होते, नाही असे नाही; पण त्याच्या रक्तातच कलह असतो व ते अल्पकालीन वैराग्य लवकरच संपुष्टात येते, आणि अगदी सहजगत्या तो माणूस पूर्वपदावर जातो. चुकीचे आहे, हे माहीत असले तरी त्याला बदलता येत नाही. वास्तविक जरा समजून घेतले, तर किती तरी लहान-मोठी सुखे त्याला मिळू शकतील; परंतु त्या दुर्दैवी माणसाला सुखाचाही अर्थ कळत नाही आणि दु:खाचाही अर्थ कळत नाही.

ही अशी माणसे आपली सहकारी पत्नी हिच्याशीसुद्धा वैऱ्याप्रमाणे वागतात. संसारसुखातले रहस्य त्यांना सापडलेले नसल्याने रती-युद्धालासुद्धा ते खऱ्याखुऱ्या युद्धाचे स्वरूप देतात. हे घरात आले रे आले की घरातल्या लहान मुलांच्या डोळ्यांतले कोवळे कुतूहल अंतर्धान पावते. ही अशी माणसे दुसऱ्याच्या दु:खातच सुख मानायला लागतात. बायको-मुलांच्या डोळ्यांत अश्रू पाहिले की त्यांना धन्यता वाटते, आवाजाला भिऊन किंवा थकावट येऊन सहकारी गप्प बसले की यांचे डोळे विजयाने लकलकू लागतात. यांना मखमली पाऊलवाटा आवडतच नाहीत. अनुनयाच्या कविता त्यांना हास्यास्पद वाटतात. कुणी कुणाचे कौतुक केले की, यांचे मस्तक चढते. कुणी गाण्यात रंगले की, हे त्याचा बेरंग करतात. कोणी गप्पांची मैफली जमविली की, तिथे हे जाऊन मैफलीचा चव्हाटा करतात.

काही माणसे विलक्षण मत्सरी असतात. ती कशाचाही मत्सर करू शकतात. 'तुम्ही काय बुवा, लकी आहात!' ह्या वृत्तीने ते जास्त भीक मिळालेल्या भिकाऱ्याचासुद्धा हेवा करू शकतात. शेजाऱ्याची नीटनेटके कपडे करणारी बायको, शेजाऱ्याचा वरच्या वर्गात पास झालेला मुलगा– असल्या गोष्टींचासुद्धा ती मत्सर करतात. मग गाडी, बक्षिसे, इमारती यांचा तर ते मत्सर करतीलच करतील. आमच्या पुण्यात केवळ आनंदात असणाऱ्या माणसांनासुद्धा त्यामुळेच शत्रू होऊ शकतात. ही माणसे नेहमी जळत असतात. दुसऱ्याच्या सुखात बिब्बा घालत असतात. कोणाच्याही कर्तबगारीला ते लाचारी, वशिला किंवा दैव यांची कारणे जोडतात. लोकांचे राहू द्या, पण अगदी घरातली माणसेसुद्धा हसताना दिसली, तरीसुद्धा ह्यांच्या मनात मत्सर जागा होतो.

काही माणसे अकारण संशयी असतात. आपल्याविरुद्ध काही तरी कट चाललेले आहेत, अशी त्यांची सतत भावना सतत असते. आपल्याबरोबरीची माणसे मोठी होताना पाहिली की, ह्यांच्या मनात कायम संशयाचे जाळे निर्माण झालेले असते. परिचित स्त्री आणि पुरुष एकत्र पाहिले रे पाहिले की, त्यांची

भानगड असणार याविषयी 'तुला म्हणून सांगतो,' असे म्हणून ते दुसऱ्याबद्दल काही तरी गुप्त बातमी सगळ्यांना सांगतात, आणि इतरांच्याही मनात संशयाचे जाळे निर्माण करतात. अशी माणसे आपण नित्य पाहतो आणि त्यांच्यापासून सावध राहण्यासाठी त्यांना टाळू लागतो, पण त्यामुळे तर या माणसांच्या मनातील संशय अधिकच बळावतो. दुसऱ्यांचा स्नेह आपल्या सुरक्षिततेवर संकट आहे, अशी यांची ठाम धारणा असते. दुसऱ्या कोणत्याही माणसाच्या कटाची बित्तंबातमी आपल्याला लागते, असे त्यांना नेहमी वाटते. असली माणसे घरी येतात, तेव्हा चालू असलेला माय-लेकरांचा संवादसुद्धा ताबडतोब थांबतो. या घरातल्या कटांनासुद्धा त्यांच्याजवळ उत्तर असते.

माणसाचे विविध प्रकार आपल्याभोवती वावरत असतात आणि आपणही त्यांपैकी एका प्रकारातले असतो. आपले दोष आपल्याला अर्थात जाणवत नाहीत; कारण आपले खरे स्वरूप समजून घेण्याची आपल्याला भीती वाटते. कधी एखादा दुर्गुण आपल्या लक्षात आलाच, तर आपल्या दृष्टीने अत्यंत समर्पक अशा स्पष्टीकरणाने आपण त्याचे सद्‌गुणात रूपांतर करतो. दुसऱ्याचे दोष पाहण्यात आपली इंद्रिये अगदी तत्पर असतात, पण स्वत:चा एखादा अवगुण समजू न येण्याइतकी ती बथ्थडही असतात. आपण करीत असलेला दुसऱ्याच्या जीवनाचा हिशेब आपण नेहमी बरोबर करीत असतो, परंतु दुसरे लोक मात्र नेहमी आपल्यावर अन्याय करतात, ही धारणा प्रत्येक जण बाळगतो. आपली प्रधानमंत्री होण्याची पात्रता, पण दैवयोगामुळे आपण कारकुंडे झालो, यावर बहुतेकांची श्रद्धा असते. त्यामुळे त्यांना आपोआप एक मानसिक सुखही मिळते, स्वत:चा अहंकारही सुखावतो आणि दुसऱ्याचा द्वेष करून विजयाचे समाधानही मिळते.

अर्थात, माणसे अशी एकसुरी आणि एकपदरी नसतात. अनेक दुर्गुणांचे विचित्र मिश्रण माणसात असते. चिक्कू म्हणून हयातभर वावरणाऱ्या माणसात अचानक दातृत्व येते, भेकड माणसे पराक्रमी होतात, मत्सरी माणसे दुसऱ्याचे कौतुक करू लागतात, अहंकारी माणसे शरणागत होतात. हे सारे अधूनमधून होते, म्हणून कंगोरेदार असणाऱ्या जगात जगत असताना आपण निराशाग्रस्त होत नाही. प्रत्येकाला एका उद्याचे स्वप्न गोंजारीत असते. माणूस सुधारतो, यावर माणसाचा अपार विश्वास असतो आणि कधी कधी तसे घडतेसुद्धा.

तसे धक्कादायक फरक आपल्याला आश्चर्यचकित करतात, आणि एखादे वेळेस सारे जगणेसुद्धा कठीण करतात. एखाद्याची कजाग आणि भांडखोर

बायको चार दिवस कोठे तरी प्रवासाला जाते आणि परत येते, तो ती अगदी बदललेली असते. आपण आपले आयुष्य तिच्या कजागपणाबरोबर बेतलेले असते; मग अशा वेळी आपली त्रेधातिरपीट होते.

राणा भीमदेवाप्रमाणे वरच्या पट्टीत बोलणारा आपला बाप एखाद्या दिवशी इतका हळुवार बोलू लागतो की, मुलांनासुद्धा नव्या वातावरणाशी जुळवून घेणे मोठे कठीण जाते. एखादे अजोड व्यक्तिमत्त्व, एखादा जिवावरचा आजार, एखादा अनपेक्षित अपेक्षाभंग, यामुळे माणसात विलक्षण बदल होताना आपण पाहतो. सोंगट्यांच्या पटावर आपापल्या कुवतीनुसार दान पडेल, अशा हिशेबाने डाव मांडलेला असतो; पण आपल्याला हवे त्याहून अधिक चांगले दान अचानक पडले किंवा दुसऱ्याला अपेक्षेपेक्षा कमी पडले, तरी जीवनाचा सारीपाटाचा खेळ एकदम बदलून जातो, आणि या नव्या परिस्थितीत सुखाच्या किंवा दुःखाच्या नव्या पाऊलवाटा निर्माण होतात.

अगदी झोपडपट्टीत राहणाऱ्या माणसाला अचानक हाउसिंग बोर्डात जागा मिळाली की मग गर्दीत, कलकलाटात, संघर्षात जगण्यासाठी त्याने धार लावलेली आपली अस्त्रे हाउसिंग बोर्डाच्या शांत जागेत निरुपयोगी ठरतात. मुंबईहून एखाद्या माणसाची अचानक चांद्याला बदली व्हावी, आणि क्षणाक्षणासाठी हिशेब करणाऱ्या माणसाला तासन्तास काय करावे, हा प्रश्न पडतो. कधी अपघात, कधी लॉटरी किंवा कधी बदललेले वातावरण यामुळेसुद्धा सोईसाठी बांधलेल्या मनातल्या चौकटी मोडल्या जातात. रडणाऱ्या माणसाला एकदम हसायची सवय नसते. अबोल माणसांना एकदम शब्द सापडत नाहीत. नवी स्वच्छ हवा हृदयाला पेलत नाही. कधी कधी अचानक एखादे प्राणसंकट उभे राहते आणि मग पुरुषार्थाचा खोटा आवेश गळून पडतो.

समाज अशाच चित्रविचित्र माणसांनी भरलेला आहे. परस्परविरोधी माणसे पायांत पाय अडकवून जगत असतात. आपल्या जगण्याला काही प्रयोजन आहे, असे जोपर्यंत माणसाला वाटत असते, तोपर्यंत समृद्धीला व दारिद्र्याला— दोघांनाही अर्थ असतो. मुळातच स्वतंत्रपणे कोणत्याही गोष्टीला अर्थ नाही. शेजाऱ्याच्या श्रीमंतीवर आपली श्रीमंती ठरते. भोवतालच्या सुखावर आपल्या दुःखाची इमारत अवलंबून असते. ह्या सर्व पसाऱ्यातून जगण्याच्या दुर्दम्य आशेने सुख ओरबाडत माणूस वावरत असतो.

एकीकडे त्याला 'ह्यात अर्थ नाही' असा विरक्तीचा झटका येतो, आणि दुसरीकडे लहान-मोठ्या लाभासाठी तो साऱ्या शक्ती गोळा करून झगडत

असतो. जीवन-कलहाच्या ह्या मृत्युगोलाला संगीत, साहित्य, शिल्प असे नाना रंगीत फुगे लावलेले असतात. त्यातल्या लक्ष वेधून घेणाऱ्या फुग्याकडे पाहत माणूस मृत्युगोलातली जीवघेणी चक्कर मारत असतो. मृत्यूची अनिवार भीती निर्माण झाली की, तो घाबरून जातो. 'येऊ दे बाबा, मरण लवकर' असं म्हणणारा माणूससुद्धा समोरून येणाऱ्या वाहनाला अगदी सहजगत्या चुकवत असतो. कारण जे डोळ्याने दिसते, स्पर्शाने अनुभवता येते, चवीने भोगता येते– अशा ओळखीच्या खुणांचा रस्ता त्याला ह्या जगावर प्रेम करायला शिकवितो. त्याची जीवनेच्छा तो प्रबळ करतो. ज्या-ज्या उपायाने जगण्याचा काळ लांबवता येईल, त्या-त्या उपायांचा तो अवलंब करतो. पांगळ्या, आंधळ्या, रोगजर्जर माणसालासुद्धा जगण्यासाठी एक निमंत्रण असते. हे निमंत्रण कधी हव्यासाचे, कधी मत्सराचे, कधी अहंकाराचे असे वेगवेगळे मायावी रूप धारण करते. कोणी सूड घेण्यासाठी जगत राहतात, तर कोणी मनातल्या अनेक अहंकारांना फुले यावीत म्हणून जगतात, तर कोणी दुसऱ्याच्या अहंकाराची फुले चुरगाळण्यासाठी जगत राहतात. बाह्यात्कारी प्रयोजनशून्य आयुष्यालाही काही प्रयोजन असतेच. आपल्या रक्तपेशींमध्येही प्रयोजन बंदिस्त असते. ते बदलण्याचे फारसे सामर्थ्य आपल्यामध्ये नसते. जगण्याचे कारण स्पष्टपणे सांगता आले नाही, तरी जगण्याला कारण नक्कीच असते.

माणसाला जर जगण्याचा सरळ आणि सोपा रस्ता सापडला, तर त्याची किती तरी दु:खे कमी होतील; आणि इथेच तर सारी अडचण आहे! माणूस या अवस्थेचा शोध घेत नाही असे नाही, पण त्याचे रस्ते बहुतेक वेळेला चुकतात. सुखांना भेटायला जाण्यासाठी माणसे डोळे मिटून त्या रस्त्याची वाटचाल करतात. अशा वेळी दुसऱ्याच्या डोळ्यांत समाधान दिसले, तर आपला रस्ता चुकलेला नाही, असे गृहीत धरायला काही हरकत नाही. समोरचा माणूस– मग ती बायको असो, मुलगा असो, शेजारी किंवा सहकारी असो– आपल्यामुळे सुखी झालेली आहेत, या कल्पनेचा विचार एकदा त्याने करून पाहिला; तर त्याच्या लक्षात येईल की, समाधान हासुद्धा संसर्गजन्य रोग आहे. दुसऱ्याच्या घरात पारिजातकाचा वृक्ष फुलला, तरी चार फुले आपल्या घरात येणारच आणि आली नाहीत, तरी त्यांचा गंध तरी येणारच. स्वत:चे सुख शोधताना दु:ख मात्र निर्माण होते. या स्थितीपेक्षा दुसऱ्याचे सुख शोधायला जर आपण निघालो, तर मात्र परतताना आपल्या खिशात मावणार नाही, एवढे सुख आपल्याबरोबर येईल. क्रिकेटचा खेळ पाहत असताना उन्मादित समाजाला पाहून आपला

उन्माद जागा होतोच की, नाही?

आपण चालत असलो तर भोवताली बागडणाऱ्या मुलांनी 'काका आले, काका आले' असा गिल्ला करून आपल्या भोवती कोंडाळे करावे, यात सुख आहे; का आपल्याला पाहून त्यांनी पळून जावे, यात सुख आहे? नाटकगृहात आपण गेलो की, कित्येकदा नाटक आपल्याला आवडतेच असे नाही; पण जसजसे नाटक रंगात येते तसतसे रंगलेल्या शेजाऱ्यामुळे नाटकात रंग वाटायला लागतो. सुख आणि दुःख ह्याच्या लाटा येतात. पोहणारा ज्याप्रमाणे लाट आली की तिच्याशी टक्कर देत बसत नाही, ती स्वीकारतो, लाटेखाली बुडी मारतो; त्याप्रमाणेच साऱ्या सुख-दुःखांचे आहे. समाधानाच्या रस्त्यावर जर कोणीच वाटसरू नसतील, तर त्या समाधानाला अर्थ राहत नाही.

हं, असे काही कलंदर लोक असतात की, जे स्वतःच्या सुख-दुःखांत इतके बुडून गेलेले असतात की, त्यांना अन्य कोणी सहानुभावी लागत नाही. ते स्वतःशीच बोलू शकतात, पण तुमच्या-आमच्यासारख्या सामान्य माणसांना स्वतःशी कुठे बोलता येते? म्हणून कशीही असली तरी भोवताली माणसे लागतातच. भांडण्यासाठी बायको लागते, खेकसण्यासाठी मुले लागतात, मत्सर करायला शेजारी लागतात. ह्यांच्याशिवाय जगता येत नाही आणि त्यांच्याचमुळे सुख-दुःखाची यात्रा घडते.

- ० - ० - ० -

१९

अजून शंभर जन्म जगणे बाकी आहेत...

माझा पुनर्जन्मावर विश्वास नाही, अगदी नक्कीच नाही. या देहाची एकदा तीन चिमट्या राख झाली की, मग बाकी काही उरत नाही, हेच खरे. आशा-आकांक्षा, आशा-निराशा, लोभ-मत्सर-सूड हे सारे काही संपून जाते. हे सगळे मला अगदी पुरेपूर माहीत आहे. या जन्मातील सुख-दुःखाच्या भोगांचे कारण मला नीट सांगता येत नाही. पण म्हणून गेल्या जन्मातील पाप-पुण्याचा हवाला मी त्यासाठी मानू शकत नाही आणि केवळ पुढील जन्मातील लाभासाठी आज पुण्य जोडू शकत नाही, इथेच, या जगात, इवल्याशा आयुष्यात चांगले वागायचे ते स्वतःच्याच सुखासाठी. इथला हिशेब इथेच द्यायचा, सुख-दुःखांची उधारी मागायची नाही, हे अगदी मला पटलेले आहे; परंतु त्यामुळे माझे प्रश्न मात्र सुटलेले नाहीत.

आता माझे प्रश्न थोडे विचित्र आहेत, ही गोष्ट खरी. या चोवीस सप्टेंबरला मला चक्क पंचावन्न वर्षे पूर्ण होतील. आपल्या देशात हा निवृत्तीचा समय. ही म्हातारपणाची अवस्था. इथल्या सुख-दुःखांशी भांडण करून परलोकातील सुख-दुःखांचा विचार करण्याचा हा काळ. पण का, कोणास ठाऊक; मी इतका म्हातारा झालो आहे, हे केवळ कधी कधी वयाची नोंदच करावी लागते म्हणून मला कळते. कारण एवढे लांबसडक आयुष्य चालून आल्यावर लोक जसे कंटाळतात, तसा मी काही कंटाळलेलो नाही. हां, ही गोष्ट खरी की, अनावर असलेले इंद्रियांचे भोग आता आटोक्यात आले आहेत. पूर्वी इंद्रियांच्या ठायी असलेला लावसटपणा आता उरलेला नाही. पण म्हणून काय झाले? इंद्रियांनी कोणती सुखे भोगावीत याची जाणीव तर सारखी खुणावत असते; निमंत्रणे देत असते. लोकांना वाटते, या माणसाचे काही खरे नाही. हा मनुष्य अधाशी आहे.

पंचावन्न वर्षांचे आयुष्य भोगूनसुद्धा याची तृप्ती कशी झाली नाही?

पण खरे सांगू? तृप्ती-अतृप्ती यांचे हिशेब मुळातच खोटे असतात. सुख भोगताना अंग चोरू नये, तसेच दु:ख अंगावर कोसळले म्हणून पळू नये. सुख-दु:ख हे कपटी विदूषक असतात. ते भूलभुलैय्या निर्माण करतात. जे सुख वाटते, ते सुख असतेच असे नाही आणि दु:ख वाटते, ते दु:खही असत नाही. खरे तर ते निव्वळ जगणे असते. पाण्यात राहून भिजायचे नाही असे म्हणून कसे चालेल? जीवनात राहून जगायचे नाही असे म्हणून कसे चालेल? मी असाच जगत आलो आणि पुढेही जगणार आहे. समोर येईल त्याला भरल्या हातांनी आलिंगन देणे, एवढेच आपल्या हातात असते; मग मिठीत असलेले काटे असतील, नाही तर मखमल असेल. कधी कधी मखमलसुद्धा टोचते आणि काटेसुद्धा मृदु स्पर्श करतात. ती वेळ, तो परिसर, तो परिवार आणि आपली मन:स्थिती यावर सारे काही अवलंबून असते. जे आपल्या हातात नाही, त्याचा वृथा अभिमानही नसावा वा वृथा खंतही नसावी.

पंचावन्न वर्षे म्हणजे आयुष्याचा खूप काळ झाला, नाही? निदान आपल्या समाजात तरी एवढे जगणे खूप झाले, असेच सर्वांना वाटते. एवढे जगून करायचे तरी काय, असेच सर्व जण म्हणतात. नाइलाजाने एखादा व्यवसाय करावा, हुकमी शरीरभोगासाठी लग्न करावे, अहंकाराच्या तृप्तीसाठी संतती उत्पन्न करावी, आणि हे सर्व करीत असताना आपल्या आयुष्याचा सारा फुलोरा जळत जावा– यालाच येथील समाज सुखी आयुष्यक्रम असे म्हणतो आणि हे सारे माझ्या आयुष्यात घडले असावे, अशी त्यांची समजूत आहे– म्हणजे तसे घडले आहे, पण फुलोरा तेवढा गळून गेला नाही. उन्हातून हिंडलो म्हणून काही आपण आपला रंग सोडून येत नाही. पाण्याने भिजले म्हणून तो ओलावा काही कोणी बरोबर बाळगीत नाही. मग आयुष्य जगत असताना आपला फुलोरा आपण नको का सांभाळायला? तो आपलाच असतो– आपल्यासाठीच असतो. तो कोणी मागतही नाही आणि कोणी देतही नाही. अगदी जीव ओवाळून टाकला, तरीसुद्धा हा मनाचा फुलोरा कोणाला देता-घेता येत नाही.

पंचावन्न वर्षांचे आयुष्य तसे खूपच मोठे. पण मोठे कसले? काल-परवा तर मी चालायला शिकलो. चार डोंगरसुद्धा तुडवून झाले नाहीत. किती तरी पायवाटा अजून तुडवायच्या राहिल्या आहेत. जंगलातला गूढ अंधार फार तर चार-दोन वेळा मी पाहिला असेल-नसेल; पण या धरतीतील अनेक जंगलांत किती तरी वेगवेगळी गूढता आहे, ती पाहायची राहूनच गेली आहे. अनेक

वाळवंटे अजून तुडवायची आहेत, अनेक पाणथळ प्रदेशांतून पाऊल खुणा ठेवायच्या आहेत. डोंगरांचे, नद्यांचे, बर्फाळ प्रदेशांचे, समुद्रांचे एवढे प्रचंड अज्ञात जग मला पाहायचे आहे की, त्यासाठी एवढेसे पंचावन्न वर्षांचे आयुष्य मला पुरणार कसे?

असे म्हणतात– प्रत्येक सागराचा रंग निराळा असतो, चलनवलन निराळे असते, तेथील जलचर निराळे असतात. समुद्राच्या पाण्याखाली पृथ्वीपेक्षा एक फार मोठी अज्ञात सृष्टी आहे. तेथील कायदे-कानून तर अगदीच निराळे आहेत. तारवांचे, गलबतांचे, होड्यांचे किती म्हणून प्रकार सांगावेत? पडलेला समुद्र, खवळलेला समुद्र, लाडिक समुद्र असे समुद्र-दर्शनाचेही अनेक प्रकार आहेत. या सागरांपैकी तर मला काहीच पाहायला मिळालेले नाही. एवढी पंचावन्न वर्षे मागे गेली, पण समुद्राची आणि माझी खरीखुरी गाठभेटसुद्धा झालेली नाही. जी झाली, ती फक्त किनाऱ्यावरून अन् परक्यासारखी.

आणि आकाश? अरे बाप रे! ते तर मुळात अनंत आहे, म्हणतात! आकाशाचे रंग किती वेगळे, ढगांचे आकार किती विलक्षण, सूर्याची आणि चंद्राची वाटचाल किती तिरकी! आणि ठिकठिकाणांहून दिसणारे तारका-पुंजाचे दर्शनही किती वेगळे! शाळेत गाठ पडलेले चंद्र आणि सूर्य, प्रेमाच्या रस्त्यात भेटलेला शुक्रतारा, नशिबात वक्री गेलेला शनी, आणि ग्रहणाच्या दिवशी भेटलेले राहू-केतू– एवढीच आमची ग्रहांची म्हटली तर ओळख! पत्रिकेतील नवग्रहसुद्धा आम्ही नीट पाहिलेले नाहीत. या ब्रह्मांडात पृथ्वी म्हणजे मुळात कोण एक नगण्य ग्रह! त्या पृथ्वीवर मी कोण, एक नगण्य माणूस! ही सारी ग्रहांची दुनिया बघायला एवढेसे आयुष्य पुरणार कसे?

–आणि होय, हॉकी, क्रिकेट, फुटबॉल, रग्बी, टेनिस, बॅडमिंटन, पिंग-पाँग आणि आपले गावठी कबड्डी, खो-खो एवढे खेळ आम्हाला माहीत, आणि चोरून पाहिलेले बायकांचे सामुदायिक आणि वैयक्तिक खेळ! पण किती तरी वेळ खेळ खेळायचे राहून गेले. वॉटर-पोलो, स्केटिंग, गोल्फ, स्कीइंग या खेळांचे आम्ही फक्त नावच ऐकले. जगात प्रत्येक जाती-जमातीत खेळ आहेत, नाच आहेत, स्पर्धा आहेत. परंतु जिथे आम्ही शेजारच्या गावातला कुस्त्यांचा फड पाहू शकत नाही, बैलगाड्यांची शर्यत पाहू शकत नाही; तेथे ते झुलू लोकांचे, एस्किमो लोकांचे, स्वाहिली लोकांचे खेळ आम्हाला कोठून माहीत असणार? आणि आम्हाला माहीत असलेले खेळ आम्ही फक्त दुरून पाहिले आणि विजयांच्या आरोळ्यांत सामील झालो. पण विजय मिळवताना किंवा

हरताना जो हर्ष किंवा खेद मन ओसंडून बाहेर पडतो, त्याची या पंचावन्न वर्षांत फारशी गाठ-भेट झालीच नाही.

डोळे फिरवून टाकणाऱ्या वेगवान मोटारींच्या, घोड्यांच्या, नौकांच्या स्पर्धा तर जाऊ द्याच; पण साध्या लहान-सहान खेळांच्या स्पर्धासुद्धा पाहायला जमलेच नाही. मग त्या ऑलिम्पिकमधील स्पर्धा टी.व्ही. वर पाहायच्या आणि कोमट झालेले थरार पुन्हा एकदा अंगावर उठू द्यायचे.

एखाद्या ग्रंथालयात प्रवेश केला म्हणजे तर आपल्या अडाणीपणाचे आपल्याला हसू येते. इतक्या भाषा, इतक्या ज्ञानशाखा, इतक्या कालखंडाचा इतिहास, जतन करून ठेवलेल्या अनंत लेखकांचे शब्द... छे: छे:, यांतील आपण वाचलेत किती, समजलेत किती? हे सगळे वाचायचे केव्हा? हिंदुस्थानातल्या भाषा तरी शिकायच्या केव्हा? छे: छे:– हे पंचावन्न वर्षांचे कामच नाही. खरे तर वर्षांचे हिशेब ठेवून हे सारे धुंडाळणे जमणारच नाही. आपण पाण्याचा एक थेंबसुद्धा प्यायला नाही आणि अनेक वर्षांची तहान भागल्याचा देखावा उगाचच करतो. कोणाचे लक्ष नाही असे पाहून सोन्याच्या डोंगरातून एखादा खडा उचलावा आणि खिशात टाकावा– असला हा प्रकार आहे. यातील कित्येक ज्ञानशाखांची नावेसुद्धा आपल्याला माहीत नाहीत, वर्षानुवर्षं राबून ज्ञानसमाधीत मग्न होणाऱ्या माणसांनी ही ज्ञानभांडारे मग रचली कोणासाठी? अर्थात माझ्यासाठी! मग ही केव्हा फोडून पाहणार!

कधी कधी कानांवर सूर येतात आणि मग पंचावन्न वर्षांचे आयुष्य रांगणाऱ्या लहान मुलाइतके नवशिके वाटायला लागते. संगीताचे प्रकार किती, वाद्यांचे प्रकार किती, राग-ताल हे तर सोडूनच द्या, पण स्वर-सौंदर्याच्या जाती किती! त्यांतील एखादे वाद्यसुद्धा वाजवायला शिकलो नाही. देवाने आवाज दिला नाही. पण देव काही अगदीच कृपण नाही. त्याने हात दिले आहेत. अनेक वाद्यांत नादब्रह्म गोठून पडले आहे. आपल्या हाताच्या स्पर्शाने ते स्वर मोकळे झाले असते. तेही जाऊ दे. देवाने कान तर दिले होते? भारतातसुद्धा अनेक प्रकारचे संगीत आहे. उत्तर हिंदुस्थानी, कर्नाटकी, लोकसंगीत त्यातही प्रांता-प्रांतांच्या छटा आहेत. खरे तर या देशातसुद्धा संगीताने आसमंत भारलेला आहे. शिवाय पाश्चिमात्य संगीतातील जाती निराळ्या, कॅरेबिअन, इजिप्शियन... जाऊ दे! या यादीत काही अर्थ नाही. गेलेले आयुष्य निरर्थक वाटतेय अन् उरलेले आयुष्य अपुरे वाटतेय.

म्हणून पंचावन्न वर्षांच्या आयुष्यात काय काय पाहून झाले, काय काय

भोगून झाले याची यादी वहीच्या पहिल्या पानातच संपते. अजून सारी पाने रिकामीच आहेत. फडके, खांडेकर, पेंडसे यांच्या कथा-कादंबऱ्या वाचल्या. तेथील घाऱ्या, कबऱ्या, निळ्या डोळ्यांशी अप्रत्यक्ष परिचय झाला, आणि प्रत्यक्षात वाटेत भेटलेल्या डोळ्यांची गाठ-भेटही झाली; पण आरोग्याने मुसमुसलेल्या, स्वतंत्रतेने तेजाळलेल्या, उन्मत्त समर्पणाने भारलेल्या किंवा शिकारीसाठी वखवखलेल्या पाश्चिमात्य डोळ्यांची गाठ-भेट झलेलीच नाही. बुटबैंगण, ठेंगण्या, मिचमिच्या जपानी डोळ्यांची, अरबी रमलभूमीतील झोपाळलेल्या डोळ्यांची, रानटी श्वापदाचा वेधकपणा डोळ्यांत बाणणाऱ्या जंगली प्रदेशातील आदिवासींची नुसती वर्णने ऐकली. मग देह, आकार, रंग, मुलायमता, रखरखीतपणा यांचे वैविध्य मुळी जाणवलेलेच नाही. बंद अंधारलेल्या खोलीत फार तर दहा कॅन्डल पॉवरच्या प्रकाशात मी 'प्रकृती' पाहिली; परंतु निळ्या आकाशाखाली, उसळत्या समुद्राच्या पाठीवर, भीती वाटणाऱ्या हिमालयाच्या एखाद्या उतरणीवर, अंग भाजणाऱ्या किंवा कुडकुडणाऱ्या वाळवंटात प्रकृतीची गाठ-भेट मुळी घडलीच नाही. खरे सांगायचे, तर तसे काही घडलेलेच नाही– म्हणजे घडवलेले नाही. आपातत: जे काही समोर आले, ते नुसते लगटून गेले. बंदिस्त कवाडे उघडलीच नाहीत. बुलन्द दरवाजे थरकलेच नाहीत. पंचावन्न वर्षे निघून गेली–आर्द्रा नक्षत्र कोरडे जावे, तशी! उन्हाळा, पावसाळा, हिवाळा अशी ऋतूंत नुसती विभागणी झाली; पण माझ्या लेखी एकच ऋतू होता– पानगळीचा. अजून वसंत यायचाच आहे, झाड मोहरायचेच आहे, गंधाचे बुधले खुले व्हायचेच आहेत, फळांना रंग यायचेच आहेत.

म्हणजे आयुष्यात तसे काहीच घडले नाही, असे नाही. घडले– तसे खूप घडले. स्वत:ही वाहून गेलो आणि दुसऱ्यालाही वाहायला लावले. लक्षावधी रुपयांच्या उलाढाली केल्या आणि उरलेल्या कर्जाचे हिशेब चुकवीत बसलो. कोणासाठी होते-नव्हते, ते देऊन टाकून नागवा बनलो; तर कोणी तरी हळूच अंगावर घातलेली मायेची शाल कुरवाळीत बसलो. मास्तर झालो, शेअरब्रोकर झालो, हॉटेल-मालक झालो, अगदी सामान्य दर्जाचा कारकून होऊनसुद्धा काही काळ जगलो. होता-होता थोडासा लेखक झालो. संपादक झालो. चळवळ्या झालो. प्रचारक झालो. चोरून कवीसुद्धा झालो.

–आणि म्हणून तर आपण काही झालो नाही, हे लक्षात आले. तेवढेच आयुष्यात व्हायला नको होते. इतरांसारखे व्हायचे म्हणजे पंचावन्न वर्षांच्या लांबसडक वाटचालीचा कंटाळा आला असता, निवृत्तीचे विचार सुचले असते,

पापांची उपरती झाली असती, खूप काही केल्याचा दंभ मिरविता आला असता, सूडाचे समाधान मिळविता झाले असते; म्हणजे चार-चौघांसारखे आयुष्य कृतार्थ झाले असे वाटले असते. मग पुढील जन्माची ओढ लागली असती. मग ज्ञानेश्वर-तुकोबांचा आधार लाभला असता. सत्य साईबाबा यांचा फोटो घरात लावण्यात धन्यता वाटली असती.

पण हे सारे चुकलेच! काय करायचे राहिले याचे हे जगड्व्याळ रूप माणसाने पाहू नये. श्रीकृष्णाने अर्जुनाला आपले तोंड उघडून विश्वाचे दर्शन दाखविले, तसेच विश्वदर्शन डोळे उघडून पाहणाऱ्या प्रत्येकाला केव्हाही होऊ शकते.

मग सांगा, या एवढ्याशा जन्मात या सृष्टीचे खरेखुरे दर्शन होणे शक्य तरी आहे का? एक जन्म माणसाला कसा पुरणार? पुनर्जन्माची कल्पना ज्याला कोणाला सुचली, तो काही परमार्थाचा शोध घेणारा अध्यात्ममार्गी नव्हता; तो तर एक प्रतिभासंपन्न कवी असला पाहिजे. या सृष्टीची गूढता आणि व्यापकता त्याला समजली असली पाहिजे. म्हणून तर त्याने अपुऱ्या स्वप्नांच्या पूर्ततेचे वायदे दिले. पुनर्जन्म व्हायलाच हवा– एकदा नव्हे, दोनदा नव्हे, तर शंभरदा! माहीत असलेल्या विश्वाचे ज्ञान कदाचित शंभर जन्मांत होईल, पण तोपर्यंत जगाची क्षितिजे आणखी व्यापक होतील, म्हणजे पुन्हा आयुष्य हवेच. ही आमची मागणी तशी अपुरीच राहणार. म्हणून तर म्हणतो, निदान अजून शंभर जन्म जगणे बाकी आहेत.

-०-०-०-

२०

दिवस सुंदर करण्याची किमया

खुशामत आवडत नाही, असे जगात आहे तरी कोण? बायकोला, मुलाला, शेजाऱ्या-पाजाऱ्याला किंवा पुढाऱ्यांना खुशामत ही आवडतेच. जेथे देवाला खुशामत आवडते, तेथे माणसाचा काय पाड? परमेश्वरला जेव्हा आपण दयाघन, सर्वसाक्षी, सुखकर्ता असे म्हणतो; तेव्हा देवसुद्धा खुशावतो. म्हणून तर आरत्या, भूपाळ्या, प्रार्थना, आवर्तने सर्व धर्मांत सांगितली आहेत. कुणी निरांजने लावून आरती करतो, कुणी मेणबत्ती लावून आरती करतो. कुणी मस्तक ठेवून लीन होतो, तर कुणी पृष्ठभाग उंच करून लीन होतो. न पाहिलेल्या किंवा न भेटणाऱ्या परमेश्वराची ही स्थिती, मग रोज समोर दिसणाऱ्या आपल्या परिवाराची स्थिती काय असेल?

सकाळी उठल्या-उठल्या, बायकोला आपण जर 'आज छान दिसतेस' असे म्हटले, तर चहात थोडी साखर जास्तच पडते. शेजाऱ्याच्या बायकोला तुमचा नवरा स्कूटर काय चांगली चालवतो असे म्हटले की, त्यांच्या घरी केलेला एखादा चांगला पदार्थ आपल्या घरी आलाच असे समजा. 'तुमच्या मार्गदर्शनामुळे मी इतपत तर लिहू शकलो', असे खालच्या मानेने एखाद्या समीक्षकाला सांगितले की समजावे– आपल्या पुस्तकावर निदान सौम्य तरी अभिप्राय येणार. आपण जाता-जाता कोणाचेही कौतुक केले की, समजावे आपल्या चाहत्यांत एक भर पडली. थोड्याशा कौतुकाने माणसे आपले काम सुधारतात, बायका अधिक बऱ्या दिसू लागतात आणि पुरुषांची छाती एक अंगुलीभर वर येते.

'कौतुक' हा शब्द महाराष्ट्राला जरा नवा आहे. सत्ताधाऱ्यांपुढे केलेले लांगुलचालन किंवा श्रीमंतापुढे केलेला लाळघोटेपणा म्हणजे कौतुक नव्हे, कारण इथे उघड-उघड सौदा केला जातो. पाठ वळली की, त्याच माणसांची

आपण निंदा करतो. कौतुक स्वार्थासाठी करायचे नसते, तर दोघांच्याही प्रसन्नतेसाठी करायचे असते. दु:खाप्रमाणे सुख हेसुद्धा संपर्काने वाढते. हसऱ्या माणसाच्या संगतीत दुसरी माणसेसुद्धा हसू लागतात. तरुणांच्या संगतीत वृद्धाच्या सुरकुत्यासुद्धा विरघळून जातात. दोन गोड शब्द दोन क्षणांना समाधानाचा मोहोर आणतात. गोड शब्दांची किमया मराठी माणसाला फारशी ज्ञात नाही. गोड बोलणे म्हणजे लाचार होणे वा खुशामत करणे असे आपण का समजतो, हे अजून मला समजलेले नाही. मराठी माणूस पैशात कृपण आहेच, पण फुकटच्या शब्दांतही तो कृपण आहे; म्हणूनच खूप मोठ्याने हसणे, आमोद-प्रमोदात रंगणे, शीळ घालणे, पाठीवर थाप मारणे या साऱ्या गोष्टी आपण कुचेष्टेच्या केल्या आहेत. एखाद्या स्त्रीच्या रूपाचे किंवा बुद्धीचे कौतुक केले की, काही तरी लफडे आहे असे मानले जाते व त्याची चारचौघांत चर्चा केल्यावाचून मराठी माणसाला मुळीच चैन पडत नाही. मराठी माणसे बुद्धिमान नाहीत असे नाही, पण एकाने दुसऱ्या बुद्धिमान माणसाचे कौतुक केलेले फारसे दिसत नाही. 'त्याची जागा त्याला नीट दाखवून दिली' इथपासून 'त्याचे काही खरे नाही' येथपर्यंत आपल्या कौतुकाचा प्रवास होत असतो. साहित्यात तर कुणीच कुणाचे कौतुक करण्याची प्रथा नाही. एखाद्या माणसाचे सार्वजनिक ठिकाणी कौतुक करण्याचा प्रसंग आलाच तर हलक्या आवाजात, खासगीत त्या माणसाची इतकी बदनामी केली जाते की; त्यापेक्षा आपली स्तुती केलीच नसती तरी बरे झाले असते, असे म्हणण्याची वेळ येते. एखाद्या असामान्य संशोधनाबद्दल बोलताना त्याला 'काव्यातले ओ का ठो' कळत नाही किंवा त्याचे संशोधन आता चुकीचे ठरले आहे, असे म्हणण्यात मराठी माणसाला फार आनंद होतो. एखाद्या असामान्य डॉक्टरबद्दल बोलताना 'बायकांच्याबाबत त्याची नजर सरळ नाही' यानेच संभाषणाला सुरुवात होते. हे असे का होते, हा मानसशास्त्राचा विषय आहे. क्षुद्रता-मत्सर हीही त्याची कारणे असू शकतील. पण आपण दुसऱ्याला हसू द्यावे, यापेक्षा आपण रडावे आणि जमल्यास दुसऱ्यानेही गळा काढावा, यात आपल्याला जास्त आनंद आहे.

मराठी साहित्यातील समीक्षा हे एक असेच मराठी माणसाच्या वृत्तीचे प्रतीक आहे. चांगल्या-वाईटाची चिकित्सा करू नये, असा त्याचा अर्थ नाही. केवळ परस्परस्तुती करून एकमेकांच्या उणिवांवर पांघरूण घालावे, असाही त्याचा अर्थ नाही. परंतु आपल्या स्तुतीने उगीच कुणाला जर आनंद झाला, तर मग जगबूड होणार आहे, अशी गंभीर चिंता समीक्षकाला लागलेली असते. 'एखाद्या लेखकाची मर्यादा दाखवून देणे' हेच मुळी आजच्या समीक्षेचे उद्दिष्ट

आहे. अनावर आनंद, विलक्षण आश्चर्य किंवा भरून आलेले अंत:करण असणारा समीक्षक मला तरी पाहायला मिळालेला नाही. बरे, ते समीक्षक फार प्रज्ञावंत आहेत, तर तसेही नाही. आजची मराठी समीक्षा वाचून महाराष्ट्रातील तमाम लेखक बेताच्या बुद्धीचे आहेत, असा परकीयांचा सहज समज व्हावा. मेलेल्या साहित्यिकांबद्दल चांगले लिहिण्याची मराठीत प्रथा आहे, त्याचे एकच कारण– त्या मेलेल्या माणसाला प्रशंसेचा स्वीकार करता येत नाही.

काही लेखकसुद्धा थोर व्यक्तीतील 'माणूस शोधण्याचा' प्रयत्न करतात. हा माणूस शोधणे म्हणजे त्या माणसातील हलकटपणा, लंपटपणा किंवा सामान्यपणा शोधणे होय. यामुळे एक बरे होते की, ही सर्व थोर माणसे आपल्याच लायकीची आहेत, हे मनावर पक्के ठसते, आणि आपल्या नालायकीची खंत बघता-बघता नाहीशी होते. काही लेखक 'न्याय देण्याचा' प्रयत्न करतात– म्हणजे काय, तर अनेक थोर संशोधकांनी आणि विद्वानांनी एखाद्या व्यक्तीच्या पापाचा हिशेब करून त्याची प्रतिमा निर्माण केलेली असेल, तर त्या सर्व संशोधकांना आणि विद्वानांना गाढव ठरवून, इकडचे-तिकडचे पुरावे गोळा करून त्या क्षुद्र व्यक्तीला थोर ठरविण्याचा उद्योग. खरे तर हा स्वत:लाच थोर ठरविण्याचा उद्योग असतो. शिवाय ह्यात विद्वानांची बेइज्जत परस्परच होते; मग काय, आनंदच आनंद. खरे म्हणजे एखाद्या व्यक्तीतील माणूस शोधणे किंवा तिला न्याय देणे– या दोन्ही गोष्टी तितक्याशा खऱ्या नाहीत. कुणाला तरी दु:ख झाले तर कोणी तरी सुखी होते, या प्रवृत्तीचे हे प्रात्यक्षिक असते.

स्वत:चे पैसे खर्च करून माणसे नाटक वा चित्रपट पाहायला जातात. त्यांचा उद्देश आनंद मिळविण्याचा असायला हवा. भाबडी मंडळी नाटकातील दु:ख पाहून रडू लागतात आणि आपल्या पैशाचा मोबदला वसूल करतात. पण आमच्यासारखी शहाणी आणि बुद्धिवादी समजली जाणारी माणसे मख्खपणाने नाटक वा सिनेमा पाहत असतात. कोणत्याही रसात बुडी मारणे आम्हाला कमीपणाचे वाटते. तळ्याच्या काठावर बसून आम्हाला पाण्याची खोली कळायला हवी असते. नाटककारांशी आणि नटांशी जणू काही आपले वैर असते. भावनाकल्लोळात प्रेक्षकांना बुडवायचे, अशी त्यांची प्रतिज्ञा असते; तर आपली प्रतिज्ञा अशी असते की, मी पाषाणासारखा स्थिर राहून दाखवीन. मग आपल्या तोंडून कधी सुस्कारा निघत नाही, आपण कधी हळहळत नाही किंवा चांगल्या अभिनयाला किंवा वाक्यांना आपण टाळी देत नाही. जरा ढोबळ, ठसठशीत किंवा भडक भावकल्लोळात भिजलो, तर कसा काय घात होणार असतो? पण

दिवस सुंदर करण्याची किमया / १२९

रंगायचे म्हणजे काही तरी खालच्या पातळीवर जाणे आहे, असे आपण मानतो. क्षणिक शरणभावाशिवाय आयुष्यातला कसलाही आनंद मिळवता येत नाही– मग तो आनंद स्त्री-सुखाचा असो, काव्यानंदाचा असो किंवा भौतिक चमत्काराचा असो. आनंद हाच मुळात एक चमत्कार आहे आणि चमत्काराला शरण जाणे, हा मनुष्यस्वभाव आहे.

हव्यासाने किंवा स्वार्थाने शरण जाणे वेगळे आणि आनंदाच्या देव-घेवीसाठी शरण जाणे वेगळे. संगीताच्या मैफलीत जर तुम्ही असामान्य गायकाला शरण गेला नाहीत, तर त्याचा गळा आणि तुमचे कान यांतील अंतर तुटणारच नाही. नकळत आपल्या तोंडून जाणारी वाहवा त्याच्या गळ्यात नवनवे चमत्कार निर्माण करीत असते; परंतु आपण जर निर्विकार राहायचे ठरविले, तर बघता-बघता रंगलेला रंगमहाल उजाड होऊन जातो. स्वरांच्या लाटा एकामागून एक येत असतात, त्या परतून जाण्यासाठी एखादा दंतुर किनारा आवश्यक असतो.

मला स्वत:ला गोड शब्द बोलणे फारसे जमलेले नाही, कारण दुर्दैवाने मी पत्रकार झालो आहे. कावळ्याला ज्याप्रमाणे घाण कुठे आहे, हे समजते त्याप्रमाणे पत्रकाराला भांडण कुठे आहे, हे समजते. आणि भांडताना गुळगुळीत स्तुतीचे शब्द कटाक्षाने दूर ठेवावे लागतात. मला जरी आवश्यक तेव्हा स्तुतीचे शब्द तोंडातून काढता आले नाहीत, तरी गोड शब्दांचे महत्त्व मला समजलेले आहे. कुणाला खूश करण्यासाठी नाही, तर स्वत:ला खूश करण्यासाठी गोड शब्दांची नितांत आवश्यकता असते. आपल्या कडू शब्दांचा प्रतिध्वनी गोड शब्दांचा कसा उमटेल? आपल्या कानांवर गोड शब्द यायला हवे असतील, तर दुसऱ्यांच्याही कानांवर आपले गोड शब्द गेले पाहिजेत. श्रीमंत किंवा सत्ताधीश यांची खुशामत टाळावी; पण समाजात जो आपल्यासारखा वर्ग असतो, तो कोणत्या तरी इतर क्षेत्रात समाजाला उपयोगी असतो. विद्वान एककल्ली असतात; पण त्यांच्या विद्वत्तेला आवाहन केले की, तेही मधासारखे गोड होतात. नट लहरी आणि व्यसनी असतात, असा बोभाटा आहे; पण त्यांनाही सावध, गोड शब्दांनी वठणीवर आणता येईल. पैशाच्या पाठीमागे लागणाऱ्या सामान्य माणसांना आणीबाणीनंतरच्या काळात सर्वस्व देऊन टाकण्याची ऊर्मी आली होती. पै-पैसा करून गाठी पैसा जमविणाऱ्या कृपणाचे धन चतुर कार्यकर्ता गोड शब्दांनी चांगल्या कामाकडे वळवू शकतो.

कुणाच्याही घरी जेवायला गेलो, तर समोरच्या भोजनाचे मन:पूर्वक कौतुक करण्याने घरधनिणीच्या अंगावर मूठभर मांस चढते. घरातले मूल अंगावर

घेऊन त्याच्या चुटचुटीतपणाचे कौतुक केल्याने घराचे आढे उंच होते. घरे बांधली जातात ती दगड-विटांनी, ही गोष्ट खरी; पण त्याला गिलावा द्यायचा असतो तो गोड शब्दांचा. दुसऱ्याच्या डोळ्यांत आनंद दिसला की, बघता-बघता (आणि कारण नसता) आपल्या अंत:करणातही संतोषाचे पाझर फुटू लागतात. या जगात सर्वांत स्वस्त गोष्ट आहे– शब्द. परंतु ते वापरताना आपला कृपणपणा मात्र परमावधीला जातो. टांग्यात बसल्यावर घोड्याला चांगले म्हटले तर घोडा सुखावत नाही, तर टांगेवाला सुखावतो आणि टांग्याची गती वाढते. खुशावलेला टांगेवाला तुमचा भर दुपारचा प्रवास संध्याकाळचा करून टाकतो. इंग्रज माणसांकडून आपण पुष्कळ घेण्यासारखे आहे. काही देताना-घेताना, इंग्रज खिरापतीसारखे 'थँक्यू' म्हणत असतात. आता खरे पाहायला गेलो तर बायकोने चहा आणून दिला, ह्यात तिचे आभार मानण्यासारखे काय आहे? पण आहे; कारण 'थँक्यू' या शब्दाबरोबर चेहऱ्यावर एक प्रसन्नता येते आणि तिच्या श्रमलेल्या चेहऱ्यावरील घाम आपोआप टिपला जातो. त्यात जर का तुम्ही 'आज तू सुंदर दिसते आहेस' असे म्हटले, तर तुमच्या आयुष्यातला एक दिवस सुंदर होऊन जातो.

-०-०-०-

२१

स्वप्नातल्या घराला स्वप्नातलेच रंग

लाल विटांचे, उतरत्या छपरांचे, हिरव्या फाटकाचे, फुटलेल्या बगीच्याचे असे एक धूसर चित्र कधी पहाटे– कधी रात्री जाग आली तर– कधी अगदी गर्दीतसुद्धा मला दिसू लागते. हे घर अर्थातच एका टेकडीच्या उतारावर असते, आणि खळखळणारा एखादा पाण्याचा प्रवाह घराजवळून वाहत असतो. हे घर अर्थातच मनुष्यवस्तीपासून खूप दूर असते. पण मला हव्या त्या गोष्टी तेथे सहजगत्या मिळवण्याची सोय मात्र असते. हे घर एरवी निर्मनुष्य असते; पण मला आवडणारी माणसे एकदम तेथे मला हवी तेव्हा येऊन थडकतात. घरात कुणी नोकर नसतो, पण माझे घर मात्र कुणी तरी स्वच्छ ठेवते. मनात चहाची इच्छा होताच गरम चहाचा कप पुढे येतो. कडकडून भूक लागली की– वाफाळलेला भात, कार्ल्याची भाजी, तूप, घट्ट झुणका– जे-जे मला आवडते, ते-ते प्रत्येक वेळेस वेगवेगळ्या प्रकाराने मिळत राहते. कुणी तरी माझे कपडे इतके स्वच्छ धुते (आणि मला घरी धुतलेलेच कपडे आवडतात) की, त्या कपड्यांना नेहमीच ताजेपणाचा सुगंध येत असतो. कधी मद्य घ्यावेसे वाटले तर आधी काचेचा आवाज ऐकू येतो, मग सोड्याचा फस्स् असा आवाज येतो आणि मग नितळ अशा काचेच्या चषकात नेमकी हवी तेवढीच व्हिस्की, तेवढाच सोडा, तेवढाच बर्फ घालून कुणी तरी मेजावर आणून ठेवतो. मद्य डोक्यात भिनले की एखादी ठुमरी, एखादी गझल किंवा एखादी स्वत:ची सुचलेली कविता गुणगुणावीशी वाटते. मी गुणगुणतो– अन् त्या स्वरांना आणि अर्थांना कुणी अवचित ‘वाह वा!’ अशी दाद देते. आणखी थोडे मद्य डोक्यात गेले की, मग नव्या-जुन्या मैत्रिणींची आठवण होते. ज्यांच्याशी लहान-मोठी संभाषणे, कधी संगत, कधी प्रवास मी कधी काळी केलेला आहे आणि जिची मला नेमकी आठवण होते, ती

चक्क माझ्या शेजारी येऊन बसते. ती कशी आली, कोठून आली, केव्हा आली असे निरर्थक प्रश्न मला सुचतच नाहीत. ती घरातच कुठे तरी असावी आणि नुकतेच सुगंधी शांपू लावून तिने स्नानही केलेले असते. त्या सुस्नात, प्रसन्न मैत्रिणीचा ताजेपणा एखाद्या नुकत्या फुललेल्या फुलासारखा टवटवीत असतो. गंमत अशी की, मला नेमकी आवडणारी साडीच ती नेसून आलेली असते! स्त्रियांनी समाजात बिनबाह्यांची पोलकी घालूनच वावरावे, हे मला एरवी आवडत नाही. पण आताचे तिचे रूप इतके लोभसवाणे, इतके स्वप्निल असते की, तिच्या सर्व देहात तिचा तो उघडा पडलेला बाहू मला अधिक लडिवाळ वाटतो. काय करणार त्याला?

अर्थात, असे हे घर प्रत्यक्षात कधीही नसते. असे अवचित मित्रही येत नाहीत, मैत्रिणीही येत नाहीत, खपल्याशिवाय सुग्रास अन्न तयार होत नाही, अनुनयाशिवाय कोणीही प्रेम करीत नाही. पाणी घातल्याशिवाय बागेतील फुले फुलत नाहीत किंवा पुरेसे कष्ट घेतल्याशिवाय घर स्वच्छ नि सुंदरही राहत नाही. कुठल्या तरी दुःखाच्या किनारीशिवाय सुखाचे वस्त्र पेहनता येत नाही. श्रमल्याशिवाय विसावा घेता येत नाही. व्यवहारात बरे-वाईट काही केल्याशिवाय घर बांधता येत नाही. मद्यही विकत घेता येत नाही. ह्या सगळ्या स्वप्निल चित्राला व्यवहाराची चौकट कधी सोडत नाही. झाडाच्या हिरव्या पालवीसाठी मुळाशी घामाचे खारट पाणी ओतावेच लागते– मगच ती पालवी, ती फुले आणि फळेसुद्धा निर्माण होतात.

हे सगळे अपरिहार्य असले, तरी स्वप्नात कुणी काही हिशेब मांडीत नाही– मग ते प्रेमाचे असोत, धुंदीचे असोत किंवा देवाण-घेवाणीचे असोत. काळ्याकुट्ट अंधाराला आगे-मागे जशी जरतारी गुलाबी-शेंदरी किनार लागते, तशीच ती सर्वगामी प्रकाशालाही लागत नसते का! चौकटीशिवाय चित्र पुरे होत नाही. दुःखाशिवाय सुखाला उमाळा येत नाही. तृष्णेशिवाय तृप्ती भावतच नाही. पेटल्याशिवाय विझण्यालाही गंमत नाही.

कदाचित ह्या वेगवेगळ्या गोष्टी नसतीलच, आपण त्या वेगळ्या करू पाहतो आहोत, एवढेच. भास आणि सत्य, आकृती आणि छाया, माणूस आणि त्याचे स्वप्न असे वेगवेगळे करता येईल का? आपली स्वप्नेसुद्धा आपण आपल्या आयुष्यावरच नाही का बेतत? स्वप्नात जे रंग येतात, तेसुद्धा आयुष्यात कुठे तरी केव्हा तरी भेटलेलेच नसतात काय? मोठी स्वप्ने पाहण्यासाठीसुद्धा मोठी दुःखे अन् मोठे आयुष्य भोगायला नको का? आपल्या मनात जे अनुभव बंदिस्त असतात, तेच स्वप्नांची उंची ठरवितात. ज्या जाणिवा मनाच्या एखाद्या

कवाडात, वळचणीखाली, दाटीवाटीने अंग चोरून उभ्या असतात; त्याच जाणिवा स्वप्नांनाही रंग-रूप, आकार देतात. स्वप्न सत्याच्या तसे खूप जवळ आहे. क्लार्कला हेडक्लार्क होण्याचे स्वप्न असते. सदाशिव पेठेत राहणाऱ्या मालती काळेला डेक्कन जिमखान्यावर राहणाऱ्या, स्कूटरवरून फिरणाऱ्या जगन्नाथ पुराणिकची सहचरी व्हायचे असते. स्वप्न असेच असते. इथे समोर दिसत असते. चंद्रावर जाऊन वस्ती करायचे स्वप्न एखादा शास्त्रज्ञ करू शकेल; परंतु मलबार हिलच्या 'उषा किरण'च्या सव्विसाव्या मजल्यावर राहण्याचे स्वप्न जमिनीवर सरपटणारी मुंबईतील पुष्कळ माणसे करीत असतात. चित्रकाराच्या कुंचल्यात नानाविध लोभस स्त्रिया दडून बसलेल्या असतात; पण प्रत्यक्ष चित्रकाराच्या मनातील सुंदर स्त्री कित्येकदा अपऱ्या नाकाची, काळी-सावळी, दात पुढे आलेली शेजारची जानकी अय्यरसुद्धा असू शकते.

स्वप्नाचा आणि सत्याचा पूल बांधण्याचा प्रयत्न प्रत्येक जण करीत असतो. काहींची स्वप्ने काही मर्यादेपर्यंत खरी होतात; पण पुष्कळांचे हे स्वप्नांचे सेतू अखेरपर्यंत जोडले जात नाहीत. कित्येकांचे हे सेतू उद्ध्वस्त होतात, त्यांच्या भग्न कमानी मागे उरतात. हुंदके, उसासे, सुस्कारे ह्यांच्या प्रवाहात कित्येक जण दूर कुठे तरी भरकटत जातात नि भलतीकडेच जाऊन पोहोचतात. आपल्या स्वप्नांच्या सेतूपासून ते कित्येक योजने दूर आलेले असतात. मग आपला स्वतःचाच किनारा शोधणे, हेच त्यांचे स्वप्न बनते.

मीही एक स्वप्न जागवणारा लहान माणूस. माझी स्वप्ने लहान आहेत. माझेही सेतू अनेकदा धडाधड कोसळले आहेत. मीही असाच भरकटत गेलो आहे. पण निदान माझा किनारा मला परत लाभावा आणि मला स्वप्नांची दुनिया परत लाभावी, अशा एका नव्या स्वप्नात मी खस्ता काढतोय. ते माझे स्वप्नातील घर तसेच सुखरूप राहो. त्या घराचे रंग तसेच तेजःपुंज राहोत. त्या घरातील ग्रंथालय माझी वाट पाहत राहावे. साध्या पण रुचिर अन्नाचा स्वाद त्या घरात दरवळत राहावा. तो मद्याचा पेला तसाच भरलेला राहावा. माझ्या घरातील झाडांना पुन्हा वसंत-बहार यावा. तो शेजारून वाहणारा खळखळणारा प्रवाह उन्मत्तपणे वाहत असावा.

मी केव्हा तरी ते घर नक्की शोधून काढीन आणि तेव्हा त्या अनोख्या संध्याकाळी तुम्ही यायचे मात्र विसरू नका. मी तुमची वाट पाहीन. खरेच, तुमची वाट पाहीन–

- ० - ० - ० -

२२

ओलावा

आपापल्या परिसरात जो-तो माणूस राजा असतो.

आपल्या भोवतालचा परीघ लहान-सहान, पण चिवट धाग्यांनी विणला गेलेला असतो; पण त्याचे अस्तित्वही माहीत नसते. प्रसंग आला की, त्या घट्ट विणीच्या धाग्यांचे अस्तित्व आपल्याला जाणवते. हे आपल्या भोवतालचे नाजूक स्नेहकोष आपल्या आयुष्याला सुरक्षितता आणि सौंदर्य आणतात; एरवी आपल्या आयुष्याला अर्थच उरणार नाही. झाडाच्या फांदीला लोंबकळणारे सुगरण पक्ष्याचे घरटे जसे त्या पक्ष्याला सुरक्षित वाटते, तसे आपलेही परिचित समाजातील अधांतरी लोंबकळणे आपल्याला सुरक्षित वाटते. दूधवाला, न्हावी, धोबी, चांभार, किराणा व्यापारी हे तर आपल्या गरजा भागविणारे व्यावसायिक असतातच; पण ज्यांचा-आपला काहीही संबंध येत नाही, असा सुरांत धुंद झालेला गवई किंवा वेदपठणात गुंगलेला शास्त्री हेही आपल्या परिघाचे अपरिहार्य भाग असतात. आपल्या जाण्या-येण्याच्या वाटेवरून पंतोजीची एखादी शाळा असते. आपली मुले त्या शाळेत जातातच असे नाही, पण त्या शाळेत सकाळी उठल्या-उठल्या म्हटला जाणारा नित्यपाठ ऐकताना बरे वाटते. एखादा ख्यातनाम फोटोग्राफर किंवा चित्रकार आपल्याला भेटताच नुसता हसतो. ओळख दाखवतो. त्याच्या हसण्यात आपल्या आयुष्याची सारी छायाचित्रे काढून झालेली असतात. संपूर्ण गावाला कर्दनकाळ ठरणारा एखादा दादा मिशांवरून उगीचच हात फिरवीत गावाला धाक उत्पन्न करतो, पण आपल्याला भेटताच मात्र तो 'रामराम' घालतो. आपल्या सदाचाराचे त्याला महत्व असते आणि आपल्याला त्याच्या शक्तीचे संरक्षण असते. कुलवती स्त्रिया हातात फुलांची परडी घेऊन खालच्या मानेने देवदर्शनाला निघालेल्या असतात. त्यांच्या सतीत्वाशी आपले नाते जसे

जमते, तसेच टिवल्या-बावल्या करीत जाणारी आणि शाळेतून परतणारी मुले आपल्याला वात्सल्याचा आनंद देतात. अंगाला हेलकावे देत, डोळे मोडीत जाणाऱ्या बायका पाहिल्या की वाटते– जमुनाकाठ सोडून त्या गोपी कुठे चुकून इकडे आल्या आणि कृष्णाऐवजी पेंद्यांना भेटल्या!

असा हा आपला परिसर. येथे दुसऱ्यांच्या बागांत फुललेली फुले प्रत्यक्ष तोडता आली नाहीत, तरी आपलीशी वाटतात. आलिशान घरांचा हेवा वाटतो किंवा मोडक्या खोपटांची लज्जाही वाटते. कुठे सूक्ष्म मत्सर, कुठे सूक्ष्म अभिमान, कुठे अनामिक संताप, तर कुठे अनामिक लाचारी यांनीच आपल्या परिचित वर्तुळाचा कोष पुरा होतो. हा परीघ सोडून अन्यत्र कोठेही गेले तरी भांबावल्यासारखे होते आणि चाचपडावे लागते. थोड्याच अवधीत आपण अपरिचित परिघाला कंटाळतो आणि आपल्या गावाकडे परतू लागतो. वास्तविक, ते नवे ठिकाण आपल्या गावापेक्षा अधिक प्रेक्षणीय असते, यजमान आतिथ्यशील असतो, हवामानही सुखदायक असते; तरीही आपले मन तेथे रमत नाही. नित्यपरिचित गोष्टींचा वैताग येत नाही, असे नाही; पण तो क्षणिक असतो. असा कंटाळा आला म्हणजे आपण परीघ सोडून बाहेर येतो, नवी हवा हुंगून घेतो, नवी दृश्ये टिपून घेतो आणि तोच तोपणा हरवण्याचा यत्न करतो. आपली इंद्रिये या नव्या गोष्टींचे ग्रहण करून लवकर थकतात. मग आपल्या पूर्वपरिचयाच्या, गावकुसातल्या गावच्या आठवणी आठवू लागतात. मळक्या भिंती, अंधारलेली घरे, कोंदटलेले कामाचे ठिकाण हे त्या नवागत भूमीला आनंदाचे विषय होऊ शकतात; कारण त्यांना परिचयाचा दिलासा असतो. आपल्याला परत भेट हवी असते. जे काल आवडत नव्हते, ते आज आवडू लागते. एक अनामिक आपुलकी मनाला रुंजी घालू लागते. जिच्याबरोबर कळाहीन संसार रेटावा लागत असतो, तीच सहचारिणी आपल्याला वरदायिनी वाटू लागते. आपल्या मनाच्या गाभ्यात ओळखीच्या पाऊलखुणा असतात, त्यामुळेच सारी कुरूपता सुरूप होते. कारण आठवणींना मखमलीचे अस्तर असते, हा शोध परिवारापासून दूर गेल्यावरच लागतो. नव्या परिवारात धिटाई असते– क्वचित साहससुद्धा असते, पण परिचित परिवारात सुरक्षित कवच लाभते. ओलाव्याने जशी माती मऊ होते, तसेच मायेने आपले परिचित जगसुद्धा मऊशार होते.

मला माझ्या परिवाराचा अत्यंत लोभ आहे. घर, कार्यालय, मित्र, व्यावसायिक हे तर मला आवडतातच; पण माझ्या कॉटशेजारच्या कपाटातील पुस्तकांचा गंधसुद्धा मला आवडतो. नावे ठेवल्याशिवाय घरातील कोणताही

पदार्थ मी खात नाही, पण परगावी गेलो म्हणजे घरातील प्रत्येक पदार्थाची मला आठवण होते. प्रत्येक वेळेला माझे बरोबर असते, असे नाही; तरीही प्रत्येक वेळेला घरातील प्रत्येक गोष्टीवर मी चिडू शकतो आणि परिचयाने त्या चिडण्याकडे कोणी फारसे लक्ष देत नाही. पण बाहेर गेलो की, मी एक प्रतिष्ठित वक्ता असतो, 'सोबत'चा संपादक असतो, त्यामुळे मला तेथे कोणावर चिडता येत नाही. उलटपक्षी, नापसंत गोष्टी घडत असल्या तरी त्याचे काही विशेष नाही, असा निखालस खोटा उदारपणा मला दाखवावा लागतो. बाहेरच्या जगात रागवायचे असले, तरी हिशेबाने रागवावे लागते. पण माझ्या परिवारात मला बेहिशेबीपणाने रागावता येते. माझ्या परिवाराने माझा राग जसा पाहिलेला असतो, तसेच प्रेमही पाहिलेले असते. प्रेमात क्षमा करण्याचे विलक्षण सामर्थ्य असते. तसे नसते तर संसाराला काही अर्थच उरला नसता. घरातील प्रत्येक वस्तूला मी गाळलेला घाम कारणीभूत असतो. म्हणून दुसऱ्याच्या घरातील वैभवशाली गोष्टी पाहून माझ्या मनात मत्सर जागा होत नाही. कारण घामाइतके सुगंधी अत्तर परमेश्वरानेही निर्माण केले नाही. माझा जुनाट पलंग, मोडकी आरामखुर्ची किंवा कालबाह्य झालेला टेप-रेकॉर्डर हे सारे माझ्या प्रेमाचे विषय असतात. पुष्कळांना असे वाटते की, मला आता दिवस बरे आले आहेत– मग या वस्तू मोडीत टाकून मी नव्या वस्तू का खरेदी करीत नाही? त्यांना कसे सांगायचे की, यातील प्रत्येक गोष्ट एकदम पैसे टाकून विकत घेण्यासारखी परिस्थिती नव्हती, मला तीन-चार महिने पैसे जमवावे लागले होते... या साऱ्या वस्तूंना माझा यौवनकाळ चिकटलेला आहे. धडपडणाऱ्या दिवसांत सायासाने मिळविलेल्या गोष्टींची सर खुळखुळणाऱ्या पाकिटाने विकत घेतल्या जाणाऱ्या वस्तूंना कशी येईल? आयुष्यात वर चढत आलेल्या जिन्याच्या पायऱ्या मीच उद्ध्वस्त केल्या, तर मग जेव्हा मला मागे वळून जावेसे वाटेल; तेव्हा गतकालात मागे परतताच येणार नाही. हेटाळणी होईल असे दारिद्र्य आणि भाबडेपणा माझ्यापुरता तरी मला टिकवलाच पाहिजे. नव्या कोऱ्या वस्त्रांना एक गंध येतो. पण ही वस्त्रे आणि आईचे मागे उरलेले एखादे विटके पातळ यांची कशी बरोबरी होणार? जगाच्या कोणत्याही बाजारात असले अभूतपूर्व वस्त्र विकत मिळत नसते. ज्या व्यक्ती, ज्या वस्तू आणि जो परिवार आपल्याबरोबर काळ खेचून आणतो; त्यानेच प्रत्येकाची साठा उत्तराची कहाणी सुफल होत असते. म्हणून अजूनही परगावी जाण्याचा प्रसंग आला, तर माझे घर दिसेपर्यंत मी मागे वळून पाहतो. स्टेशन सोडून गाडी झुकूझुकू करीत जाऊ लागली, तरीही माझे मन

स्टेशनच्या पाटीवर रेंगाळत असते. असे बघत असताना मान दुखावते, पण मन सुखावते. भिजण्यासाठी पाऊस पडावा लागतो असे नाही, आपुलकीच्या ओलाव्यानेही माणसाला भिजता येते.

-०-०-०-

२३

पालवींचे हिशेब

काल संध्याकाळी ज्याच्यासाठी चातकाप्रमाणे वाट पाहत होतो, तो पहिला पाऊस अकस्मात कोसळला.

–पहिला पाऊस.

प्रत्येक कवीला, लेखकाला आकृष्ट करणारा हा पहिला पाऊस म्हणजे एक सुखद आणि ओलावलेले निमंत्रण असते.

आपल्या आयुष्यातली चार-सहा वर्षे तरी हा पाऊस पुसून टाकतो आणि इच्छा असली, तर आपल्याला परत शैशवात घेऊन जातो. गात्रांना रोमांचित करतो. दमल्या-भागल्या झाडांनाच नव्हे, तर माणसांनासुद्धा तो अभिमंत्रित करतो. पाऊस म्हणजे केवळ त्या वर्षातला पहिला पाऊस. खरे तर सृष्टीच्या उत्पत्तीपासून ऋतुक्रमाप्रमाणे पाऊस हा पडतोच आणि त्यात एक पहिला पाऊस असतोच. असे अनेक पावसाळे आपण पाहिले, तरी प्रत्येक वर्षाच्या आरंभी पडणारा पाऊस आपण मनस्वीपणाने भोगतो. माणसे म्हातारी होतात. त्यांचे सुखास्वाद कोमट होतात. पण जशी झाडाला पालवी, तसाच आकाशाला पाऊस. तो येतो तेव्हा नवीनच असतो. जलतत्त्व एकच असते. भूमीवरून आकाशाकडे आणि आकाशाकडून परत भूमीकडे, अशी या जलतत्त्वाची वाटचाल चालू असते. पण प्रत्येक पाऊस नवा जन्म घेतो आणि तो आपल्या आगमनाची प्रथम चाहूल देतो. सृष्टीला, माणसाला, झाडाला, कातळांना आणि मृत्तिकेला वैशाख इतके भाजून टाकतो की; माणसाचे प्राण पाण्यासाठी, शीतलतेसाठी, जिव्हाळ्यासाठी व्याकूळ झालेले असतात. हा पहिला पाऊस नेहमी सूर्यप्रकाशातच पडतो. एखाद्या खोडकर मुलीने खांबाआडून वेडवावे आणि मग सुर्रकन् ओचे वर करून पळून जावे– तसा हा पाऊस येतो केव्हा, वेडावतो केव्हा आणि पळून

जातो केव्हा याचा पत्ता लागत नाही. फक्त त्या मुलीच्या पायांतील चाळांच्या नादाप्रमाणे तो बोलका ओलावा मागे ठेवतो. तापलेली धरित्री त्या सलील जिव्हाळ्याने जो एक मृद्‌गंधाचा हुंकार देते, त्यापुढे जगातले सारे सुगंध तुच्छ असतात; कारण त्या गंधात एक रांगडा, आक्रमक पुकार आहे. एखाद्या रिकाम्या मंदिरातून कोणी तरी हाक मारते आहे असे सारखे वाटत राहते.

मातीला पाण्याची ओढ किती आहे, हे सांगायलाच नको. म्हणून जेव्हा विरहज्वालांनी तापलेली धरित्री पावसाला सामोरी जाते, तेव्हा ती आपले सर्वांग उघडे करते आणि कोसळणाऱ्या धारा अधाशाप्रमाणे पिऊन टाकते. एवढा धबाधबा कोसळणारा पाऊस येऊन जातो, परंतु घटकेनंतर राहतो तो फक्त ओलावा, आणि त्या ओलाव्यातून मग हिरवीगार नक्षी फुलणार असते.

असा तो पाऊस काल संध्याकाळी कोसळला. पाऊस पडतो आहे, हे मला समजलेच नाही. नुसतीच सुखशीतलता अंगाला झोंबत राहिली आणि मग थेंबाथेंबाने आकाश भरून आले. झाडांनीसुद्धा आपल्या फांद्या उंच केल्या, त्या पाण्याचे थेंब पानांवर झेलण्यासाठी. एरवी पाखरे पावसाला बावरतात आणि आडोसा गाठतात– पण बरेच दिवस उन्हात पोळून निघाल्यामुळे पावसाचे चिन्ह दिसू लागताच तीही इकडून तिकडे, तिकडून इकडे मांडवातील विहिणींप्रमाणे निरर्थक येरझारा घालीत होती. कदाचित 'पाऊस आला, गं' असे मित्र-मैत्रिणींना सांगण्यासाठी त्यांची धांदल उडाली असेल! मी वास्तविक बैठक सोडून रस्त्यावर, निदान गच्चीवर तरी धाव घ्यायला हवी होती. पण कुठल्या तरी इंग्रजी कादंबरीच्या प्रेमप्रकरणाच्या उत्कर्षबिंदूपर्यंत मी येऊन भिडलो होतो, त्यामुळे बाहेर माझे लक्षच नव्हते. माझ्या परिचित पाखरांनी खूप आरडाओरडा करून मला काही सांगण्याचा प्रयत्न केल्याचे मला जाणवले, पण मी लक्षच दिले नाही. तेवढ्यात माझ्या बायकोचे खूप संतापलेले शब्द आणि प्रत्युत्तरादाखल माझ्या नातीचा ओरडा मला ऐकू आला. बऱ्याच दिवसांनी बायकोच्या आवाजाची ही वरची पट्टी ऐकल्याने मी जरा खूश झालो. पण जेव्हा हे सारे प्रकरण हद्दीबाहेर जाते आहे असे मला वाटले, तेव्हा मी आळस झटकून खिडकीबाहेर पाहिले, तेव्हा धुवांधार पाऊस भूमीला झोडपत होता. मी लगालगा आवाजाच्या अनुरोधाने रस्त्याकडच्या गॅलरीत आलो, आणि बायको नेमकी कशासाठी ओरडते आहे, हे तिच्याबरोबर वाकून पाहू लागलो.

खाली रस्त्यावरती माझी नात आणि तिच्या मैत्रिणी हातात हात घालून 'गाऱ्या-गाऱ्या भिंगोऱ्या' म्हणत नाचत होत्या. मधेच तोंड वर करून परमेश्वरनिर्मित

पाणी हावरटाप्रमाणे पीत होत्या. त्या भिजून चिंब तर झाल्या होत्याच; पण जणू काही आम्हीच मूर्ख आहोत आणि गॅलरीतून ओरडण्याचा गाढवपणा करीत आहोत, अशी तुच्छताही त्या सुचवीत होत्या. पावसात भिजणे एवढे नैसर्गिक असताना आपली आजी (आणि आजोबा) एवढा आरडाओरडा करून घरात का बोलावीत आहे, हेच तिला समजत नव्हते. आपल्या हातून काही प्रमाद घडतो आहे, हे तिला वाटतच नसल्यामुळे बायकोचा आक्रस्ताळेपणा अधिकच हास्यास्पद दिसत होता. माझी नात पुरेशी भिजलेली आहे याची खात्री करून घेतल्यावर गृहप्रमुख म्हणून जे कर्तव्य असते– म्हणजे बायकोची अब्रू सांभाळण्याचे– ते करण्यावाचून मला गत्यंतर उरले नव्हते. त्या गडगडाटी पावसात माझा खणखणीत आवाज ऐकूनसुद्धा खालच्या मुलींच्या भिंगोऱ्यांचा वेग अजिबात कमी झाला नव्हता; उलट माझी नात डोळे मिचकावून मलाच खाली यायला सुचवीत होती. तिची अजिबात चूक नव्हती, कारण तिच्याबरोबर मूल व्हायचा मी पुष्कळदा प्रयत्न केला होता. आताचा मामला निराळा होता. आता अगोदरच युद्ध सुरू झाले होते. पावसात भिजून आपली नात आजारी पडेल ह्याहीपेक्षा, बाहेरून परतल्यावर मुलगी तिच्या मुलीची काळजी न घेतल्याबद्दल रागावेल, यासाठी बहुतांशी या युद्धाला आक्रमक स्वरूप आले होते; शिवाय माझा आवाज ऐकूनही माझी कदर राणी माझी नात करीत नाही, यामुळे तर सौभाग्यवतींनी माझ्या वचकाविषयी संशय घेणारी मुद्रा धारण केली होती. म्हणजे आता प्रश्नच नव्हता. प्रश्न इभ्रतीचा झाला. वहाणासुद्धा न घालता लुंगी सावरत मी खाली येतो आहे असे जेव्हा नातीने पाहिले, तेव्हा संभाव्य उपद्रव टाळण्यासाठी ती नाराजीने वर आली आणि चक्क मला बिलगली. ही वेळ प्रेम करण्याची नसून रागावण्याची आहे, हे लक्षात घेऊन मी तिला झट्कन आजीच्या स्वाधीन केले, आणि मग तिचे कपडे बदलणे, केस पुसणे हा कार्यक्रम आजीच्या शिव्यांच्या गजरात बराच वेळ चालू होता.

आता गंमत पाहा– मी माझ्या खोलीत आलो खरा, पण मला बिलगलेल्या नातीने माझे सारे अंग भिजवून टाकले होते. मी पावसात न जाता पाऊसच माझ्याकडे आला होता. अंगाला बिलगलेला तो जलस्पर्श मला किती तरी वर्षे मागे घेऊन गेला. मी एकदा लहानपणी असाच पावसात गच्च भिजलो असताना वडिलांकडून मार खाल्ला होता, आणि क्षणात माझी हुडहुडी नष्ट झाली होती. मला वाटते, पावसाचे आणि माझे नाते तेव्हाच कुठे तरी संपले असेल.

घरात जरा स्थिरस्थावर झाल्यानंतर कोणाचे लक्ष नाही, असे पाहून मी

घराच्या मागच्या गॅलरीत गेलो आणि गॅलरीबाहेर अंग काढून जेवढे अंग चिंब करून घेता येईल तेवढे करून घ्यायचा प्रयत्न केला. पण तोपर्यंत पावसाने दिशाच बदलली. कदाचित मघा मी जे पावसाशी वैर केले, त्यामुळे तोही रागावला असेल. त्याची राणीसारखी खेळकर मैत्रीण मी घरात आणली, याचा राग पावसाला का नाही येणार? मला माझ्यावरच खूप रागवायचे होते, पण स्वत:वर रागावण्याऐवजी जगावर रागावण्याच्या वयात येऊन मी ठेपलो होतो. आपल्याला जे आनंद भोगता येत नाहीत, ते दुसऱ्यालाही भोगू द्यायचे नाहीत, अशा कळकट म्हातारपणाच्या उंबरठ्यावर मी आज येऊन पोचलो आहे. मला वाटते, एक सूक्ष्म मत्सर माझ्यावर ताबा मिळवतो आहे. सर्वच सुखांबाबत माझे असे होईल का हो? मला माझ्या वाढत्या वयाची भीती वाटत नाही; मात्र दुसऱ्याच्या आनंदाबद्दल असूया निर्माण होईल की काय, अशी भीती वाटते आहे. 'सगळ्याच स्त्रिया सारख्या असतात', 'दारूत असते तरी काय एवढे?', 'डोंगर, समुद्र पाहायला एवढी पायापीट का करायची?' असले प्रश्न माझे समवयस्क मला विचारतात, ह्याचे कारण मला आता कळायला लागले आहे. डोंगर किंवा रानवाटा तुडवणे याचा आनंद खरे म्हणजे मला कधीच घेता आलेला नाही, कारण ऐन तरुणपणात मी पंगू झालो. त्या पंगुत्वाचे दु:ख मला कधी जाणवले नाही, कारण ते शरीराचे पंगुत्व होते. माझे मन त्या वेळेस मला कोठेही घेऊन जात असे. आता भीती वाटते, माझे मनही पंगू होईल की काय, ही. पहिला पाऊस आला आणि तो तसा दर वर्षी येणारच– दर वर्षी माझ्या आयुष्यातून एक-एक वर्ष कातरले जाणार. झाडाला जर दर वर्षी नवी पालवी फुटते, तर माझ्या मनाला दर वर्षी नवी पालवी का फुटू नये? खरे तर वर्षांचे हिशेब ठेवण्यापेक्षा या नव्हाळ पालवीचे हिशेब मला ठेवता आले म्हणजे पुरे आहे. ते काही नाही, उद्या सकाळी राणीला लवकर उठवायचे. पाऊस आला तर उत्तमच आहे; पण नसला, तरीसुद्धा पौड रस्त्यावरच्या त्या आमच्या नेहमीच्या टेकडीवर घेऊन जायचे. ताजा, टवटवीत वारा तिची जी झुलपे अस्तावस्त करील, त्यांचा स्पर्श आपल्या गालाला होऊ द्यायचा. अनावर वेगाने राणी टेकडी चढायला लागेल आणि आजोबाला टेकडी चढता येत नाही, म्हणून तुच्छतेने मागे पाहू लागेल. पाहू दे, पाहू दे. शैशवाने वृद्धत्वाला खिजवायचे नाही, तर मग कोणी?

-०-०-०-

२४

खेळाया मग अवीट गोडी

'रामशास्त्री' या गाजलेल्या चित्रपटात अनेक गोष्टी संस्मरणीय आहेत. उत्तम संवाद, उत्तम चित्रपटकथा, समर्थ कलाकार, भव्य नेपथ्य– यांहीपेक्षा त्या चित्रपटातील काही गाणी अजून माझ्या आठवणीत आहेत. या गोष्टीला चाळीस वर्षे उलटून गेली, तरीही त्यांतले प्रासादिक शब्द मुखातून आपोआप बाहेर पडतात. 'दोन घडीचा डाव' हे ते गाणे, आणि त्या गाण्याचे रचनाकार होते शांताराम आठवले. आता स्मृती पूर्वीइतकी काम करीत नसली तरी स्मृतिकोशामध्ये त्यातील काही ओळी अंगठीत हिरा बसवावा अशा बसलेल्या आहेत.

वास्तविक, हे गाणे दोन लहान मुलांनी म्हटलेले आहे; पण जीवनाचे एक सुंदर भाष्य त्यातून प्रकट झालेले आहे. लहान मुलांच्या तोंडीसुद्धा ते अनुचित वाटू नये, अशी त्याची ठेवण आहे.

दोन घडीचा डाव
त्याला जीवन ऐसे नाव।।
मनासारखा मिळे सौंगडी
खेळाया मग अवीट गोडी
रंक आणखी राव,
त्याला जीवन ऐसे नाव।।
जगताचे हे सुरेख अंगण
खेळ खेळू या दोघे आपण
झेलू या पराभवाचे घाव
दोन घडीचा डाव।।

हेच ते गाणे. त्याची चाल सोपी होती. मोठ्या ठसक्यात हे गायलेले होते

आणि माझ्या आठवणीनुसार बेबी शकुंतलेच्या भावुक डोळ्यांतून हे गाणे प्रगटले होते. म्हणून तर ते गाणे लक्षात राहतेच; पण त्याहीपेक्षा 'मनासारखा मिळे सौंगडी, खेळाया मग अवीट गोडी' या शब्दपंक्तीने अनेक व्यथांवर एकदम हळुवार फुंकर पडते. आता या साध्या छोट्याशा दोन कडव्यांच्या या गीतात एकाच शब्दाला महत्त्व आहे. तो म्हणजे 'मनासारखा'. जोडीदार सगळ्यांनाच मिळतात, पण मनासारखा जोडीदार किती जणांना मिळतो? त्या वेळेला मनासारखे वाटलेले जोडीदार शेवटपर्यंत मनाजोगते का राहत नाहीत? ही गोष्ट खरीच आहे की, एकाच कुंडीत दोन झाडे लावली तरी त्यांची वाढ काही सारखी होत नाही. एक ताडासारखे वाढून कुंडीच फोडते, तर दुसरे कुंडीच्या एका कोपऱ्यात खालमानेने वाऱ्याबरोबर डुलत असते.

शिवाय जोडीदार मनाजोगता आहे किंवा नाही, हे ठरविण्याची संधी किती जणांना मिळते? पॅकिंगवरून जशी मालाची प्रत समजत नाही तसे चेहऱ्यावरून स्त्री-पुरुषांचे अंतरंग समजत नाही. वरवर माणूस बरा-वाईट, उग्र, शबल असा अंदाज बांधता येतो; पण परस्परांच्या रुचीसाधर्म्याचा बोध काही त्यावरून होत नाही. देहरूपाची आवड कदाचित वस्तू पाहण्याने पारखून घेता येईल. सडसडीतपणा आवडत असेल तर स्थूलत्व नाकारता येईल. काळे-निळे गूढ डोळे आवडत असतील, तर घाऱ्या डोळ्यांकडे पाठ फिरवता येईल. पुष्टता जर मनात भरत असेल, तर नजरेने ती जोखता येईल. लांब केस, गालावरची खळी, बसण्याची व चालण्याची ऐट, आवाजाचे मार्दव किंवा तुसडेपणा या गोष्टी जमतील तेवढ्या पाहून घेता येतील. तरीही लग्नाला उत्सुक असणारी माणसे आपले रंगरूप दुसऱ्याच्या आवडी-निवडीनुसार बदलतात. घायकुतीला आलेली माणसे आपला वाण खपावा म्हणून क्षणभर का होईना राजवर्खी पडद्याआड रूपाला लपवतात. एक अस्पष्ट आणि गूढ रूप पाहणाऱ्याला देऊ करतात. हे वय चोखंदळपणा विसरण्याचेच असते. दोघांचाही तो फसवणुकीचा खेळ असतो. दोघेही फसवून घ्यायला मनापासून तयार असतात, कारण फसवण्याचा आनंद त्या वेळी लुटायचा असतो. खरे म्हणजे, तो फसण्याचा आनंद असतो आणि आनंदाला दुसरा पर्याय नसतो. जोडीदार तर भेटला, या पहिल्या आनंदात सगळ्या गोष्टी मनाजोगत्याच वाटत असतात. मग घेतलेले मुखवटे हळूहळू गळू लागतात. आपली फसवणूक झाली, असे प्रत्येकाला वाटू लागते. लांबसडक केसांचे रहस्य गंगावन आहे, हे पहिल्या सकाळीच कळते आणि पुष्टतेचे रहस्य पॅडिंग आहे, हे तर संसार सुरू झालेल्या पहिल्या रात्रीच कळते. सगळी उसनी

अवसाने गळून जातात– दोघांचीही! खरे म्हणजे त्याच स्थितीत दोघे एकमेकांना अनुरूप असतात. प्रत्येकाला आपल्या योग्यतेपेक्षा कर्तबगार आणि सुंदर जोडीदार हवा असतो. आता सर्वांनाच या मापाने मनाजोगता जोडीदारच मिळणे शक्य नाही. शिवाय आजची माझी मनाजोगती व्याख्या कायम थोडीच राहणार आहे? गरीब, जुन्या वळणाची, शब्दाला शब्द न करणारी अशी बायको मला हवी होती. मिळाली. अशाच पुष्कळ असतात, आणि नसल्या तरी करून घेता येतात. पण पुढे मित्रांच्या धीट, वादविवाद करणाऱ्या, थोड्या आगाऊ बायका पाहून आपली बायको फारच मेंचट आहे, असा शोध मला लागला. मग आमचा फॉर्म्युला बिघडला, कारण मनाजोगता जोडीदार असेल तर खेळाला गोडी येणार. बायको मनाजोगती राहिली नाही, सबब खेळाचा रंग बिघडला.

बी.एस्सी. किंवा बी. कॉम परीक्षेत पहिल्या वर्गात पास झालेल्या मुलाबरोबर एखाद्या मुलीचे लग्न होते; तेव्हा आपला नवरा आज ना उद्या नशीब काढेल, डिपार्टमेंटच्या परीक्षा देईल, आणि आपण ऑफिसरची बायको होऊ, अशा अपेक्षेने जिने लग्न केलेले असते तिचे सगळेच आडाखे चुकतात. नवरा आयुष्यभर कारकून राहतो आणि सुट्टीत मित्रांकडे पत्त्यांचे अड्डे लावतो. अशा वेळेला 'फुकट गेले हो माझे आयुष्य, फशिवलं मला यांनी!' अशी सार्वत्रिक हाकाटी करण्याची संधी त्या मुलीला मिळते, आणि करुणेचा विषय आपण व्हावे, अशी ज्या पुष्कळांची इच्छा असते, त्या करुणाविषय बनून सुख मिळविण्याचा प्रयत्न करतात. पुष्कळांच्या आयुष्यातला उत्तरकाळ म्हणजे कुरबुर-काळ असतो. असलेल्या किंवा नसलेल्या दोन्ही उणिवांबद्दल कुरकुर करण्यातसुद्धा आनंद असतो. त्या खेळात वेळही बरा जातो आणि दुसऱ्याला घालून-पाडून बोलण्यात जे काही विलक्षण सुख लाभते, त्याची महती काय वर्णन करावी! अगदी सौंदर्याच्या सर्व लक्षणांचा विचार करून जोडीदार निवडता आला, सर्व सद्गुणांचा त्या जोडीदाराच्या ठिकाणी आढळ झाला; म्हणजे सर्व गोष्टी मनाजोगत्या घडतातच, असे नाही. मनाजोगता सवंगडी हे तसे दुर्मीळ असलेले गुलबकावलीचे फूल आहे, आणि त्या गुलबकावलीच्या फुलाचा शोध स्वप्नात किंवा प्रत्यक्षात करण्यात कोणी कसूर करीत नाही. प्रत्यक्षात शोध करणे त्याला महागडे वाटते, कारण मिळालेल्या जोडीदाराला सोडायचे तर नसते. पण स्वप्नामध्ये मात्र मनाजोगत्या जोडीदाराचा शोध करायला कसलीच अडचण नसते. त्यासाठीच तर कादंबऱ्या वाचायच्या, हिंदी चित्रपट बघायचे आणि जमेल त्या ठिकाणी, जमेल त्या दृश्यात कोणाला तरी ढकलून आपण घुसायचे आणि मनाजोगत्या जोडीदाराशी एकात्मता साधायची.

खेळाया मग अवीट गोडी / १४५

हे स्वप्नांचे जग सत्य आहे, कारण ते निराकार असते, आणि प्रत्यक्षात जगावे लागलेले आयुष्य हे कोपरे असणारे– किंबहुना, कोपरे टोचणारे आयुष्य असल्याने ते असते तरी आपल्या लेखी प्रत्यक्षात नसतेच. स्वप्नात जगणारी आणि अकारण सुस्कारे सोडणारी एक नवी पिढी आम्ही निर्माण करीत आहोत.

खरे म्हणजे, 'मनाजोगता' या शब्दाचा अर्थ आपल्याला समजलेला नाही. खरे तर तो मनापुरता आहे, म्हणजे मानण्या मनापुरता आहे. जो जोडीदार खुशीने किंवा नाइलाज म्हणून आपण स्वीकारलेला असतो, त्याला मनाजोगते करून घेता येते. किंवा आपले मन त्याच्याजोगते करून घेता येते. जगात सर्वथा कुरूप किंवा निरुपयोगी असे काहीच नसते. दृष्टी तीच असेल, पण पाहणे जर वेगळे असेल; तर तुळशीपर्णापासून ते पिंपळपानापर्यंत सर्वच पानांचे सौंदर्य टिपता येते. घाणेरीची फुलेसुद्धा डोळ्यांना सुखवू शकतात, कारण असले रंग क्वचितच पाहायला मिळतात. भडक जास्वंदीलासुद्धा टवटवीतपणाचे एक सौंदर्य असते. काटेरी बाभळीची फुले काय कमी सुंदर असतात? शेवटी दृष्टी हवी, हेच खरे! आणि दृष्टीने एकदा ठरविले, तर सौंदर्याचे आणि सुगंधाचे रस्ते तिला बरोबर शोधून काढता येतात. मनाजोगता म्हणजे मानण्याजोगता; म्हणजे जो-जो पुरुष किंवा जी-जी स्त्री या लोहमार्गाचा दुसरा रुळ बनून माझ्याबरोबर चालणार आहे, ती मला हवी होती तशीच आहे; ही समजूत एकदा करून घेतली की, असंतोषाचे दरवाजेच बंद होतात. कुरकुर हा असा एक रोग आहे की, जो नेहमी वाढतच राहतो आणि तृप्ती हा असा वर आहे की, दोन जीवांतील अंतर त्यामुळे कमी कमी होत जाते. दोन अगदी विशोभित, लोकदृष्ट्या विसंगत– रंग, उंची, प्रवृत्ती ह्यांत कसलेही साम्य नसलेली माणसे एकत्र येतात, आणि एकदम सुंदर होऊ शकतात, कारण मनाजोगते होणे त्यांना जमलेले असते. एकाला चालायला जो घाट अवघड वाटतो, तो दोघांना फार सुलभ वाटतो. किंबहुना, तसे वाटले तर घाट सपाट होतो. जिवाची उलघाल मुळीच होत नाही आणि दमछाक तर मुळीच होत नाही. माणसे म्हणजे काही कॉम्प्युटरने निर्माण केलेले आदर्शाचे पुतळे नसतात. दोन वेगवेगळ्या बगीच्यांत फुललेली ही झाडे एकमेकांची सोय म्हणून एकत्र येतात. सोईचा पुढे विसर पडतो व मग जवळपणाचीच गैरसोय होते. मग झाडे वाढतच नाहीत. दोघेही कुचंबतात. नाइलाजाने तिसरी रोपटी उगवतात. तीही धड वाढू शकत नाहीत. झाडे वाढायसाठी जिव्हाळ्याचा ओलावा लागतो, तशीच उन्हाची ऊबही लागते.

झाडांची सळसळ जरूर ऐकू यावी. झाडांनी एकमेकांना अगदीच मिठ्या

मारून बसावे, असे नाही. थोडा दुरावा, थोडा रुसवा, थोडी अजीजी, बरीचशी काकुळती, थोडा अहंकार, थोडा उद्दामपणा झाडे उंच व्हायला मदत करतात. फळ धरण्याचा मोसम साधावा लागतो; तेव्हा दुसऱ्याला सांभाळावे लागते, कधी कधी चोंबाळावे लागते. कारण त्याशिवाय संभव होत नाही. एकदा हव्यासावर नियंत्रण घातले, जगातील सौंदर्याचा मज्जाव केला, जगातल्या सुगंधांना अडवण्यासाठी जगाच्या खिडक्या बंद केल्या की, असलेल्या सुगंधाची महती पटते आणि घरातल्या पानाफुलांत दडलेले सौंदर्य नजरेत भरते. हव्यास आवरलेला असल्यामुळे समोरच्या फुलांचा टपोरेपणा डोळ्यांना सुखावतो आणि गात्रांना रोमांचित करतो. शेवटी सुख ही दुनियेत मिळणारी गोष्ट नाही; तिचा संभवच मुळी मनात होतो. पण कस्तुरीच्या सुगंधाने बेभान झालेला कस्तुरीमृग तो सुगंध शोधण्यासाठी रानोमाळ हिंडत राहतो. कस्तुरी जवळ असून बिचारा असंतुष्ट असतो. असेच किती तरी कस्तुरीमृग सुखाच्या शोधासाठी सैराट हिंडत असतात. त्यांना माहीत नसते की, त्यांच्याच शेजघरात सुखाची उदबत्ती पेटलेली आहे. जेव्हा त्यांना उत्तरकाळात केव्हा तरी तो अस्पष्ट पण उन्मत्त सुगंध जाणवतो, तेव्हा सगळे काही मिळूनसुद्धा आपण उपाशी का राहिलो याची त्यांना खंत वाटते. सुग्रास अन्नाची, भुकेल्या तोंडाची गाठभेटच होऊ नये– अशा या विधियोजनेला काय म्हणावे? आदर्शाशी संसार होत नाही. संसार करायचे असतात ते मातीचे कुल्ले असणाऱ्या माणसांशीच. तेथेच रूप शोधायचे असते लावण्यवती लक्ष्मीचे. लक्ष्मीचे एकच चित्र जगात नसते; ज्याच्या-त्याच्या योग्यतेनुसार वेगवेगळे रूप घेऊन लक्ष्मी वावरत असते.

म्हणून 'मनासारखा मिळे सौंगडी' याचा अर्थ काही वेगळाच असला पाहिजे. म्हणजेच, जो सौंगडी मिळाला आहे, त्याला आपल्या मनात जागा असली पाहिजे. आपल्या मनाचे गुणधर्म त्याच्या ठायी परावर्तित करण्याची दृष्टी असली पाहिजे. थोडक्यात, हाती आलेले फूल हेच जगातले सुंदर फूल आहे, असे मानण्याचे उदारपण मनात रुजले पाहिजे. सौंदर्याचा जन्मच मुळी औदार्यात होतो. योजना माणसाने केलेली असो किंवा दैवाने केलेली असो; योजना झालेली आहे, संसाराच्या भिंती उभ्या राहिलेल्या आहेत– छप्पर उभारायचे तेवढे बाकी आहे. हे छप्पर मनाजोगते उभे केले, म्हणजे प्रत्येक खेळ रास होईल. प्रत्येक पुरुषाचा कृष्ण होईल आणि प्रत्येक स्त्रीची राधा होईल. तरीही सगळेच काही प्रत्यक्षात मिळेलच, असे नाही. कारण तेथेही कोणी तरी अन्य असेल. पहारे असतील आणि पहारेकऱ्यांचे डोळे चुकवून खेळ खेळावा लागणार. रासक्रीडा

खेळण्यासाठी प्रत्येक नदी जमुना होईल आणि प्रत्येक वृक्ष कदंब वृक्ष होईल. म्हणून 'मनासारखा मिळे सौंगडी' या शब्दप्रयोगाऐवजी 'मनासारखा करू सौंगडी' अशी मनाची प्रतिज्ञा असली पाहिजे. बोलून-चालून हा एक खेळच आहे आणि खेळाचे नियम पाळलेच पाहिजेत. या खेळाला एक बंदिस्त अंगण आहे. अंगणाबाहेर पाहायचे नाही, हा खेळाचा पहिला नियम आहे. मग या खेळाला अवीट गोडी न यायला झालेय काय?

- ० - ० - ० -

२५

लाटेवर पुन्हा एकदा स्वार होणार काय?

आज सकाळी जागा झालो तरी अंथरुणातून उठावेसे वाटत नव्हते. तसे विशेष काहीच घडले नव्हते. रात्री खूप काही वाचले नव्हते, एखाद्या मैफलीत सामील झालो नव्हतो, प्रकृतीवरही अत्याचार केलेले नव्हते. म्हणजे, रस्ता घाटाचा नव्हता. आयुष्याची गाडी रुसावी आणि ठप्प व्हावी, असे खरोखरीच काही घडले नव्हते. तरी पण सकाळी उठलो– जरा उशिरा उठलो, तरी अंग उगीच जड झालेले. उठावेसे वाटत होते, पण उठवत नव्हते. आयुष्यात सूर्य उगवल्यानंतर मी कधी बिछान्यात राहिलो नाही. पण आज पायांत त्राण नव्हते आणि मनालाही उत्साह वाटत नव्हता. दिवस सुरू करायला पाहिजे, असे वाटून काय उपयोग? मनात दिवस सुरू झाल्याशिवाय तो आपल्यापुरता प्रत्यक्षात सुरू होतच नाही. तापजाळ नव्हता. काही व्याधी नव्हती. निदान मला जाणवत तरी नव्हती. मग हे देहाचे गाठोडे अंथरुणावरच पडून राहावे, असे का वाटावे?

खरे तर या निरुत्साहाला नोंदता येईल असे एकही कारण नव्हते. कारणे दिसत नसली तरी गोष्टी घडतातच. मग आपण त्याची कारणमीमांसा शोधायची. मला तर माझ्या या पराधीन आणि चैतन्यशून्य दिवसाचे नवल वाटत होते. पाखरे केव्हाच हाक मारून मारून निघून गेली. झाड-वेलींच्या तुऱ्यांनी बोलावून पाहिले. प्रकाशाचा समुद्र मला बुडवायला निघाला. पण मी आपला निर्विकार आणि चेतनारहित. काय करावे, तेच कळेना. माझ्या आधी आज घरात लोक उठलेले, म्हणजे तसे नवलच घडले होते. सकाळची प्रसन्न हवा हळूहळू तापू लागली आणि तिनेही मला जागवण्याचा नाद सोडून दिला.

काही तरी विचित्र घडले होते. जडशीळ झालेले हातपाय हालचाल करायला अजिबात उद्युक्त नव्हते. मला अनुभव नाही; पण लोक म्हणतात की,

खूप मद्यपान झाले की, दुसऱ्या दिवशी असे होते. आता मद्याशिवाय झिंग येण्याचे दिवस आले आहेत, ही गोष्ट खरी; पण मद्य असा शक्तिपात करीत असेल, हे काही मला पटत नाही. आता सगळ्याच सुखांच्या आभासांवर किंवा आठवणींवर दिवस काढायची वेळ येत जाणार! काही वाईट नाही. त्यात पेले जेव्हा शिगोशीग भरून जातात, तेव्हा त्यात नव्या अनुभवांची भर घालता येत नाही. सुख सांडून तर चालत नाही; मग नव्या सुखानुभवांना खोळंबत बाहेर उभे राहावे लागते, कटाक्षाने रोखावे लागते, निमंत्रणे नाकारावी लागतात, आणि नव्या सुखाच्या वाटा टाळून ओळखीच्या वाटांवरूनच प्रवास करावा लागतो. असेल– क्षणिक असेल, पण नवा आनंद आपल्यातले काही शोषून घेतो आणि फक्त एक आठवणींचा थेंब मागे ठेवतो. आता हे थेंब साठवायचे तरी कोठे? बऱ्या-वाईट आठवणींनी आपल्या आयुष्याचा पेला तुडुंब भरून गेला आहे.

आत्ता अंथरुणावर लोळत असताना किती तरी कडू-गोड आठवणी झिम्मा घालीत खिजवताहेत. त्या गाण्याला एक मिश्किल असा अर्थही आहे. हा झिम्मा अंत:करणी मला डिवचतो आहे. आम्ही एकदा आलो होतो, पण तुला वेळ नव्हता; असे तर तो सुचवीत नाही? अरे, आम्ही किती वेळ तुझ्या मनाचे दार ठोठावीत होतो, पण तू भलत्याच नादात गुंतून पडलेला असल्याने तुला कळलेच नसणार. तो क्षण तुला साधता आला नाही. त्याच त्या गोष्टींशी रमण्यात तू धुंद झालास. कळत असेल किंवा नकळत असेल, पण आमचे अस्तित्व तुला जाणवलेले नाही. आम्ही अभोगी, आम्ही अभागी. छे: छे:, तू अभागी; कारण तुला जीवनातले अनेक भोग समजलेच नाहीत! काचेचे तुकडे घेऊन तू हिऱ्यासारखे मिरवलेस. बाजारी सेंट हुंगता-हुंगता तुला अनोख्या सुगंधांची जाणच आली नाही. नशेत चालणारा माणूस तू; बाहेरचे एवढे विशाल आकाश तुझ्या नजरेच्या टप्प्यात आलेच नाही. सुरक्षित, सुख-दु:खांचे हिशेब मांडत तू दिवस काढलेस. पण काही दु:खे आणि पुष्कळ सुखे ही जमिनीवरचे पाय सोडल्याशिवाय मिळत नाहीत.

हे खरे असेल का? बहुतेक असणारच! कारण मला जी सुखे ज्ञात आहेत, त्यापेक्षा अज्ञात सुखे अनंत आहेत. सराईत वाटेने चालणाऱ्या प्रवाशाला ठरलेलीच फुले, वेली, पाखरे भेटतात. रस्ता सोडायचे धारिष्ट्य फारसे झाले नाही. बेगुमानपणे, पण त्याच त्या रस्त्यावरून पुन: पुन्हा चाललो असे तर घडले नसेल?

शरीराचे जडपण मनात शिरू लागते. घडले काय, करायचे होते काय

आणि प्रत्यक्ष हाती आले काय, याचा हिशेब असतो फक्त आठवणी. त्याच गोड करून घ्यायच्या असतात. तृप्त असल्याचा देखावा करायचा. मिळवायचे ते मिळवून झाले, असे म्हणायचे. एक वेळ अशी येते की, सुरक्षिततेच्या सोईसाठी उसळलेले मन दडपून टाकायचे असते. आपल्या मर्यादांची जाणीव झाली आणि ही जाणीव म्हणजेच भेकडपणाला निमंत्रण– म्हातारपणाची चाहूल. एखाद्या पेन्शनरने सारे संचित काळजीपूर्वक कुठे तरी गुंतवावे आणि त्याच्या व्याजावर उर्वरित आयुष्य घालवावे, असेच नाही का आपले झाले? थोडेसे कौतुक, थोडीशी प्रतिष्ठा, दोन वेळच्या जेवणाची शाश्वती आणि एक सुरक्षित बंदिस्त घर– हे का आयुष्याचे श्रेय असते? कळत-नकळत आपल्याभोवती आपण एक तुरुंग बांधला, असे तर झाले नाही?

छे: छे:! असा तुरुंग असेल, तर तो फोडायला पाहिजे. काही नवे करू नये, नवे साहस मनातसुद्धा आणू नये, आहे ते पुरवून खावे. खरेच, मग आपले आयुष्य जवळपास संपत जाते. आज सकाळी उठल्या-उठल्या देह जडशीळ झाला, कारण आपले मन जडशीळ झाले असले पाहिजे.

जगण्यासाठी काही तरी प्रयोजन असायला हवे. आता जगत राहणे, हे तर प्रयोजन झालेले नाही? केवळ जगत राहण्यासाठी देहाला आणि मनाला शीण द्यायची गरज उरली नाही. मग झोपून राहावेसे वाटले आणि जगण्यापुरते चैतन्य उरले म्हणजे पुरेसे आहे. छे: छे:! असे होऊन कसे चालेल?

–हा विचार मनात आला आणि मी खडबडून उठलो. काही तरी केले पाहिजे, घडविले पाहिजे, भांडणे उरकून काढली पाहिजेत– असे एकदम मनात आले, आणि मग मन पूर्वीसारखे प्रफुल्लित झाले. हे खरेच आहे की, विचार आणि आचार यांची शिस्त म्हणजे एक प्रकारची गुलामगिरी आपण स्वीकारलेली आहे. त्यामुळे कितीही नवनवे आपण म्हणत राहिलो तरी त्यात पुन: पुन्हा तेच ते आचार आणि विचार येत राहणार. पण, निदान शब्द तर वेगळे असतील; समोरची माणसेही निराळी असतील, आपले मुद्दे सांगण्याचे शहाणपण तर थोडे नवे आले असेल! देह तर काही रोज बदलता येत नाही; तो जुनाट असतो. घर, बायको, मुले हीही काही क्षणाक्षणाला बदलत नाहीत; तीही तीच असतात. भोवतालची माणसे दूर जायचे म्हटले, तरी दूर जाऊ शकत नाहीत; आपल्याला दूर जाऊ देत नाहीत. आपली भूमी अचल आहे, इतिहास तसाच आहे. माणसा-माणसांचे व्यवहार वरवर बदलल्यासारखे वाटले, तरी तेच आहेत. मग आपण तेवढे संपूर्णतया बदलून जाऊ किंवा बदलून गेले पाहिजे, ही मागणी कितीही

रोमांचकारी असली तरी शक्यतेच्या कोटीतील नाही. शस्त्रे तीच असली, तरी युद्धे निराळी असू शकतात. युद्धांच्या जागा बदलतात, राजेही बदलतात आणि समाजाच्या एका नव्या मांडणीत आपलीही जागा आपोआप बदलते. आपल्या शब्दांना नवे अर्थ येऊन चिकटतात. अश्रू तेच असतात, पण त्यांची कारणे बदलतात. गर्जना त्याच असतात, तरी राग-लोभ बदललेले असतात.

होय, आपल्या हातांत जे बदलण्यासारखे आहे, ते आपण बदलत असतो, आणि आपण बदलायला नकार दिला तरी भोवतालचे सारे जग बदललेले असते. बुद्धिबळाच्या डावातील एक प्यादे स्थिर राहिले, तरी अन्य प्यादी बदललेली असतील; म्हणजे सारी व्यूहरचनाही बदलली जाते. प्यादे तेच असते, पण त्याचे कामच बदलते.

नवे काही घडत नाही किंवा नवी आवाहने पेलवत नाहीत, हे बाह्यार्थाने खरे असले तरी सर्वार्थाने खरे नसते. समुद्र हलला की, प्रत्येक बिंदूला हलावेच लागते. कोणत्याही वादळात सहभागी व्हायचे नाही असे ठरविले, तरी बिंदूला वादळापासून दूर राहताच येत नाही; त्याचेही वादळ होतेच.

मीही असाच या मानवी समुद्रातील एक बिंदू आहे. मी जरी या मानवी समुद्रापासून अलिप्त राहण्याचा प्रयत्न केला, तरी मला तसे कोण राहू देईल? मला आपोआपच हलावे लागेल. आलेला शीण फेकून द्यावा लागेल. हरवलेली उभारी पुन्हा जमा करावी लागेल, आणि प्रसंग पडला, तर एखाद्या उंच लाटेवर जाऊन पोचावे लागेल. या माझ्या अवस्थेतही एका उंच लाटेवर मला स्वार झालेले पाहून कोणाला आश्चर्य वाटेल. पण त्यात आश्चर्य करण्यासारखे काहीच नाही. लाट मी निर्माण केलेली नाही किंवा लाटेवर मी स्वारही झालेलो नाही. कुणी तरी लाटेवर मला नेऊन बसविले, त्याला मी तरी काय करणार? त्या आवेगात मी सापडून गेलो आणि सापडावे अशी माझी इच्छाही होती. एक तर लाट उंच गेली की, आकाश अधिक जवळ येत नाही का? तेही निमंत्रण माझ्या मनात होतेच. पण त्याहीपेक्षा लाटेवर उंच स्वार झाले की, काय वाटते म्हणून तुम्हाला सांगू! सारे जग अगदी लहान-लहान दिसते. याचसाठी आपला जन्म झाला होता किंवा काय, असेसुद्धा वाटून जाते. आयुष्यात जगण्यासाठी वेळोवेळी चांगली-चांगली कारणे मिळत राहणे यापरते भाग्य कोणते? मी लाटेच्या वर गेलो, हा केवळ दैवयोग. कारण त्या उंचीचा मी कर्ता-करविता नाही. ती लाटही माझ्यापेक्षा लहान-लहान थेंबांनी निर्माण केलेली आहे आणि ही लाटसुद्धा काही वेगळी नाही. या अथांग समुद्राचा तो चिमुकल्या बिंदूंचा एक समूह आहे. अशा

अनेक लाटा निर्माण करण्याची सागराची शक्ती आहे. एखाद्या क्षणी एखाद्या लाटेवर मी क्षणमात्र असतो आणि त्याने माझ्या साऱ्या आयुष्याचे सोने केलेले असते. लाटा का निर्माण होतात, केव्हा निर्माण होतात, हे तर तुमच्याइतकेच मलाही माहीत नाही आणि त्याची मला आवश्यकताही नाही. केव्हा तरी शेवटचा श्वास सोडण्यापूर्वी एखादी अशीच लाट निर्माण व्हावी आणि मी त्यावर स्वार व्हावे. बस्स! लाटेवर स्वार होणाऱ्या प्रत्येकाच्या नशिबी गतीही ठरलेलीच असते. उंची हवी, म्हणजे केव्हा तरी पतनाचाही प्रसंग येणारच! पण म्हणून काही कोणी लाटेवर स्वार होण्याची संधी चुकवणार आहे काय? मी तरी ती का चुकवावी? इष्ट देवतांना प्रार्थना करून मी एवढेच सांगेन की– या क्षुद्र, सुरक्षित कोटरातून एक क्षण तरी मला लाटेवर स्वार व्हायला मिळू दे! त्या उंचीने कदाचित मला भोवळ येईल, कदाचित त्या आवेगाने मी निष्प्राण होईन; पण तो क्षण वाया जाता कामा नये. पुढे माझे काय झाले, हा इतिहास कोणी लक्षात ठेवू नये; ठेवणारही नाही. एक क्षण का होईना मी शुक्रताऱ्याशी, चंद्र-सूर्याशी जवळीक साधण्याच्या प्रयत्नात होतो, या एका वाक्याने माझा इतिहास संपावा. नाही तरी उंचीचेच इतिहास लिहायचे असतात ना? म्हणून केव्हा तरी एकदा चैतन्यावस्थेत आहे तोपर्यंत गगनाला हात लावावेत, निदान लागल्यासारखे वाटावेत.

–हा विचार मनात आला आणि काय सांगू... खडबडून उठून बसलो. जडशीळ झालेले शरीर फुलासारखे वाटू लागले. अजूनही काही नवे करण्यासारखे आहे, या कल्पनेनेच या देहात पुन्हा चैतन्याचा वारा भरला आणि हा फुगा आसमानात निघाला. सारी अप्रसन्नता विरघळून गेली. तरुण वयात होते तसे अवसान अंगात जमायला लागले, असेसुद्धा क्षणमात्र वाटले. मी नेहमीच्या दिनक्रमाला लागलो. लिहावेसे वाटत नव्हते, ते एकदम काय लिहू आणि काय नको, असे वाटायला लागले. एका करकरीत कोऱ्या दिवसाचा सदरा घालून मी माझ्या बैठकीवर बसलो. उल्हसित झालेल्या मला पाहून ओळखीचे पक्षी घरात डोकावू लागले. वृक्षवल्लरींनी माना हलवून स्वागत केले. लेखनिक समोर येऊन बसला. तो आपली आयुधे काढून लिहायला आरंभ करण्यापूर्वी मी म्हणालो, 'अजून एका लाटेवर स्वार व्हायचे आहे!' त्या बिचाऱ्याला काही कळेना– कसली लाट, कशावर स्वार? यातील शब्द नीट आठवून तो लिहायला लागणार होता, पण गोंधळून त्याने पुन्हा विचारले, 'काय?' आणि मीही पुन्हा सांगितले : 'लाटेवर पुन्हा एकदा स्वार व्हायचे आहे.'

-०-०-०-

२६

धरायचा का पुन्हा सूर्यफुलांचा रस्ता?

कधी कधी आपल्या पायांखालची वाळू घसरते आहे, अशी जाणीव आपल्याला होऊ लागते. आजपर्यंत जे-जे घट्ट व पक्के असे आयुष्याचे रस्ते मानत आलो, ते सारे रस्ते एखाद्या दिवशी धुक्यात हरवतात. आजपर्यंतची वाटचाल चुकली किंवा काय, असाही संशय मनात जागा होतो. मग सारा हुरूप गळून जातो. सारी भांडणे निरर्थक वाटतात. ज्या आग्रहासाठी आपली वाटचाल चालू असते, त्या आग्रहाचा कणा मोडलेले कलेवर खांद्यावर घेऊन प्रवास करता येत नाही. आपले रस्ते चूक असतात म्हणून नव्हे, तर दुसरे चांगले रस्ते दिसू लागतात म्हणून आपले जीवन पुष्कळदा कवडीमोलाचे वाटते.

ही नैराश्यग्रस्तता या जीवनप्रवासात अपरिहार्य आहे. किंबहुना, अशा निराशेच्या काट्याकुट्यांतून रक्तबंबाळ झाले की, अवचितपणे आपले चालणे किती अपरिहार्य आहे, हेही जाणवते. निराशेने खचता-खचताच केव्हा तरी पायाला त्राण देणाऱ्या गोष्टी घडतात. नवे हुरूप, नवे आवेश जागे झाले की, जखमांना कुरवाळत वाटचाल करताना धन्यता वाटते. ज्यांना कधी नैराश्य येतच नाही, अशा असामान्य माणसांच्या पुढे मी नम्र आहे.

काही माणसे अशी सुसाट चालत राहतात. बरे-वाईट याचा हिशेब करायलासुद्धा त्यांना उसंत मिळत नाही. ती स्वत: धगधगत असतात आणि शेजाऱ्याला पेटवीत असतात. वणव्यातून मार्ग काढीत-काढीत झपाट्याने ती वाटचाल करीत असतात. त्यांचे एक सोडून द्या! स्वत:च्या मार्गावरचा अपार विश्वास, निश्चित अशा श्रद्धा आणि प्रयत्नांनी प्राप्त केलेला बेडरपणा यांमुळे त्यांचे चालणे म्हणजे लकाकणे असते.

हो, असेही लोक आहेत की– जे डोळ्यांना झापडेच लावतात; म्हणजे

आपला रस्ता चुकला आहे, ही गोष्ट त्यांना कळण्याची कधी शक्यताच नसते. हे लोक फार सुखी असतात. 'तुम्हाला हे कळणार नाही,' अशा हेटाळणीच्या सुरात ते विरोधकांची उपेक्षा करतात. त्यांच्या लेखी शेंडी तुटो वा पारंबी तुटो, हाच रस्ता! खड्डा असला तरी त्यात ते पडतील. पडले तरी त्यांचेच नाक वर असेल. आपलाच नैतिक विजय झाला, यावर त्यांची श्रद्धा असते. विवेकाचे इंद्रिय त्यांना कधी लाभलेलेच नसते. मतभेद वगैरे गोष्टी ते लाथेने उडवून टाकतात. आपापली झापडे सांभाळून ते आपले चालत राहतात आणि खोट्या हौतात्म्याच्या आनंदात नेहमी सुखी असतात.

आणखीही काही लोक असतात. ते रेंगाळत, नाइलाजाने, रखडत चालायचा प्रयत्न करतात. त्यांना स्थिर राहताच येत नाही, म्हणून त्यांना चालावे लागते. कोणत्याही रस्त्याने गेले तरी बिचारे दुर्मुखलेलेच असतात. त्यांना काहीही दिले वा कोणीही सोबतीला भेटले, तरी यांची चिरचिर चालूच असते.

आपण जन्मालाच का आलो? आपल्या नशिबी हीच जात का आली? हाच व्यवसाय का आला? हेच खत्रूड आपल्या गळ्यात का पडले? –अशा अनेक शंका-कुशंकांनी यांचे आयुष्य भरून गेलेले असते. यांना सुखी करणे परमेश्वरालाही शक्य नसते. एखादी गोष्ट मिळाल्यानंतर हरखून जायचे यांना माहीतच नसते; त्याला ते तरी काय करणार म्हणा!

असेही काही लोक आहेत की, ज्यांनी साऱ्या गोष्टींना खरोखरीच निरर्थक मानले आहे. त्यांना आज काहीच नको असते; किंबहुना, आज काही घेतले नाही तरच उद्या आपल्याला भरपूर मिळेल, अशी त्यांची समजूत असते. आंतरिक समाधान, शाश्वत सुख, चिरंतन शांतता असे शब्दप्रयोग या पोपटांना कोणी तरी शिकवलेले असतात. त्यामुळे वाटचाल करायची. बस्स् एवढेच! यांच्या मनात कधी संभ्रम उत्पन्न होत नाहीत. मस्त अफूची गोळी चघळून रस्त्याने चालणाऱ्या प्रवाशाला सर्व दिशा सारख्या असतात. आकाशावर पाय ठेवून पृथ्वीवर डोके ठेवण्याचीसुद्धा त्यांची तयारी असते.

असेही काही लोक असतात की, त्यांच्या अंगात नको तितके अवसान असते. उत्साहाने ते ओसंडत असतात. प्रवासाला जाताना त्यांना अनावर उत्साह असतो. बेडिंग बांधूनच ही मंडळी सदैव तयार असतात. कुणी नुसते प्रवासाचे नाव काढले की, ही मंडळी धावत सुटतात. रस्ता चुकण्याचे त्यांना अजिबात दु:ख नसते, कारण दिशेबद्दल यांचा आग्रह नसतो! कसल्याही वातावरणात ही मंडळी सुखीच असतात. वाळवंटही यांना ताप देऊ शकत नाही किंवा हिमालयातील

थंडीही यांना गारठवू शकत नाही.

या साऱ्या वजाबाकीतून काही लोक उरतात– माझ्यासारखे! फारशी बुद्धी नसलेले आणि असलेले कोणतेही ज्ञान मुळापासून न वाचलेले! काही काळानंतर आपण चुकीच्या रस्त्याने तर आलो नाहीना, म्हणून उगीचच सावध होणारे. दहा-दहा वेळा तिकीट चाचपून पाहणारे! गाडी वेळेवर पोचते का नाही याची चिंता करणारे! आता गाडी वेळेवर पोचून खरोखरच त्यांना काही करायचे नसते; पण आपली गाडी वेळेवर पोचलेली बरी, असे त्यांना सारखे वाटत असते. त्यामुळे त्यांच्या मनात नेहमी परस्परविरोधी विचार वावरत असतात. कधी वाटते, आहे ही प्रवासाची दिशा काही वाईट नाही; पण याऐवजी त्या पलीकडच्या रस्त्याने गेलो असतो, तर बरे झाले असते!

आता असे पाहा– मी एक छोटासा पत्रकार! तो होण्यासाठी आयुष्याची चाळीस-पंचेचाळीस वर्षे खूप भटकत राहिलो. लक्षावधी रुपयांचे व्यवहार केले. पैशाचे वैयर्थ्य समजले. मान-सन्मान, नावलौकिक यांचा फसवेपणाही मला कळला. हे सगळे समजून-उमजून दरिद्री पत्रकारव्यवसायात आलो. पण मधूनच एखादे वेळेस का होईना, अर्थमुद्रा डोळा घालून खुणावतेच. एखादा मान मिळायला हवा होता, पण तो मिळाला नाही म्हणून खंत उरतेच. मग एवढ्या वाटचालीत शिकलो-शिकलो, ते काय? प्रवासातल्या पुष्कळ मळक्या वस्त्रांची गाठोडी खांद्यावर आहेतच.

आयुष्यात एकारलेल्या विचित्र माणसांची काही संगत लाभलेली होती. शोभेचा बाण जसा वेगाने आकाशात जातो, आणि वर गेल्यावर अकस्मात फुटतो– जग प्रकाशित करतो; मग सगळा काळोख होतो. त्या वेगाचे व प्रकाशाचे अस्तित्वसुद्धा मागे राहत नाही. अशा त्या बाणाचे काही काळ मला आकर्षण होते. मी तसा वेगाने आकाशात गेलोसुद्धा, पण अस्मानात स्फोटाची भीती वाटली; मग प्रकाशायचा राहूनच गेलो– आलो आपला परत जमिनीवर! विसरलो तो वेग, लकाकून टाकणारा तो प्रकाश. अनेकांचे डोळे खिळवून टाकणारा तो प्रकाश एकदा जो आयुष्यातून गेला, तो पुन्हा म्हणून कधी परत आला नाही. आत्ताच्या या तशा अर्थाने शांत, सुरक्षित परंतु कधी कधी अंधारलेल्या रस्त्यावर भणंगपणे हिंडताना कधी कधी वाटते– या लांबच्या प्रवासापेक्षा तो क्षणिक चमकदार प्रवास सुखाचा असला पाहिजे.

असाही रस्ता काही काळ चालून गेलो की, ज्या रस्त्यावर नव्हती सोबत– नव्हती संगत. एवढेच नव्हे, तर तो प्रवास खरे तर झपाटलेला होता.

लोकांनी मूर्ख म्हणावे, कुचेष्टा करावी अशा या प्रवासात पाय रोवून काही काळ काढला असता; तर बाबा आमटे होता आले असते की नाही, कुणास ठाऊक; पण बाबा आढाव नक्की होता आले असते. झाडांची पाने, फुले, फळे पुष्कळांना दिसतात. पण जमिनीत गाडलेले मूळ वर्षानुवर्षे अंधारात असते, याची कुणाला याद असते? एका त्या मानाने सामान्य बुद्धीच्या झपाटलेल्या धोंड्याने हिंगण्याच्या माळावर स्वतःला पुरून घेतले, कोण काय म्हणते याची फिकीर केली नाही. दारिद्र्याचीही त्याने चैन केली आणि हळूहळू त्या धोंड्याला रंगीबेरंगी सुंदर अशी फुले आली; ज्या फुलांनी केवळ हिंगण्याचा परिसरच सुगंधित केला नाही, तर महाराष्ट्रात पसरलेल्या सगळ्या दगड-धोंड्यांत देवाची महती आणली. कोट्यावधी वाकलेल्या माना ताठ झाल्या. अश्रूंचे झरे आटून गेले, आणि जागोजाग उत्साहाची व कर्तृत्वाची कारंजी फुलली. पण ते सारे व्हायला पन्नास-साठ वर्षे एका माणसाला जमिनीत गाडून घ्यायला लागले. एवढा दम सामान्य माणसाला निघत नाही. मला तर चार-सहा महिन्यांपेक्षा एखाद्या गोष्टीत जास्त रमताच येत नाही. जमिनीत पाय रोवायला गेलो, तेव्हा आमचे हात-पाय फक्त चिखलाने भरले.

या सृष्टीचे रहस्य शोधण्याचे दोन रस्ते आहेत. एक डोळ्यांच्या बाहेर आणि एक डोळ्यांच्या आत. दोन्हीही रस्त्यांची वाटचाल खऱ्याखुऱ्या अर्थाने प्रतिभासंपन्न माणसालाच करता येते. या वाटचालीत प्रत्यक्ष उपयोगी असे काहीही मिळणार नसते; पण इतरांना जे समजलेले आहे त्यापेक्षा एक कण तरी आपल्याला जास्त समजले, तरीसुद्धा आपण बाजी मारलेली असते. मुठीत सापडले म्हणून पकडून ठेवावे, तर ती वाळू निघते. फक्त मिटलेली मूठ शिल्लक राहते; मुठीत काहीच सापडत नाही. प्रयोगशाळेतल्या उपकरणांपासून किंवा वेदांतांच्या गहन जंगलापासूनचा प्रवास माणसाची शक्ती नेहमी खच्ची करणारा! याही रस्त्याने वाटचाल करता-करताच पहिल्या एक-दोन टप्प्यांतच हे रस्ते आपले नव्हेत, हे कळून चुकले. विज्ञानाची गूढ प्रमेये अंगावर चाल करून येतील, असे वाटले. आकड्यांच्या आणि आकृतीच्या विळख्यात प्राण कासावीस झाले. तिथून वेगाने मागे परत फिरावे लागले.

असाच एक सुंदर बांधीव ॲव्हेन्यू एक दिवशी नजरेच्या टप्प्यात आला. तो रस्ता इतका सुंदर होता की, पहिल्या वळणावरच मी अवाक् होऊन उभा राहिलो. श्रम, प्रतिभा, पुनरुक्तीतून नवनिर्मिती– असले वेडे सायास तेथे अटीतटीने चाललेले होते. कातडे तिथे बोलत असे. तांबे, लोखंड असे धातूसुद्धा तिथे ताणून बोलत असत. ते बोलणे समजावून घेण्यासाठी हवे होते, ते कानच

माझ्यापाशी नव्हते! सुरांचे ते रस्ते माझ्या लेखी असुरांचे होते. जबरदस्तीने पुढे जाण्याचा केलेला प्रयत्न अज्ञात मायासुरांनी हाणून पाडला, आणि नाइलाजाने खाली मान घालून मागे परतावे लागले. ही खंत अजूनही मधून-मधून डोकावते. त्याच त्या शब्दांच्या पंक्तीतून हिंडताना एखादी वेलांटी पंचमापर्यंत घेऊन जाते. बस्स, तेवढेच! तोही रस्ता असाच हरवून गेला. असे खूप रस्ते भेटले, गेले! काही आठवणी मागे ठेवून गेले. काही माझ्यातला मीपणा घेऊन गेले.

पण माणसाला थांबून कुठे चालते? सारी पृथ्वीच स्वत:भोवती फिरते, शिवाय सूर्याभोवती फिरते, आणि ही सूर्यमाला आणखीन कुणाभोवती तरी फिरते— हे सारे आपल्याला माहीत का नसते? म्हणून आपण चालायचे थोडेच थांबतो? चालायला हे पाहिजेच! माझा हा पत्रकारितेचा धंदा चालूच राहतो. शब्दांवर हुकमत नाही, शरसंधानासाठी लागणारा अचूक वेध नाही, लोकांचे वस्त्रहरण करायला निघताना स्वत:ची वस्त्रे सांभाळता येत नाहीत; पण मग हा प्रवास व्हायचा कसा? हे चालणे अटळ आहे. मनात अभिनिवेश असला की, सुचतात शब्द, सुटतात बाण! नेम चुकत असतील— नव्हे, चुकतातच! पण दुसऱ्याच्या जखमा पाहून क्षणमात्र बरे वाटते. एकदम काही तरी चुकल्यासारखे वाटते. मनात सारखे चुकांचे कबुलीजबाब देत-देत हा रस्ता चालत राहायचा!

एक गोष्ट मात्र खरी— एखादा तरी मिणमिणता दिवा हातात घट्ट धरून ठेवायला हवा. असा दिवा लाभला, तेही आश्चर्यच! त्या दिव्यात कधी गुरुजनांनी, कधी अज्ञात मित्रांनी, कधी परिवाराने, कधी ग्रंथांनी थोडे-थोडे तेल टाकले आणि दिवा विझू दिला नाही.

पुष्कळदा वाटते, हे काही खरे नाही. आपण गाळात तर रुतत चाललो नाही? आपण हवेत तर तरंगत नाही? शब्द हेच ज्या रस्त्यावर सोबत करतात, ते रस्ते पक्के आहेत का? इमानदार आहेत का? का हे मधेच दगा देतील? एकटे सोडतील? जी दैवते आपण पुजली, त्यांचेही कुल्ले मातीचेच होते, हे लक्षात आले म्हणजे मग भीती वाटायला लागते. ज्यांच्या त्यागावर आपण लुब्ध झालो व ज्यांच्या उंचीची एखादी वीट झालो, ते सारे फसवे निघाले म्हणजे मग?

का, हे कळले असूनसुद्धा या दैवतांची पूजा बांधतच राहू? महात्म्याला महामानव करू? पाप्याला पुण्याईचा उजाळा द्यायचा, जे तशा अर्थाने क्षुद्र असतात त्यांना राक्षस ठरवायचे? का, हे सारे चुकले होते असे एकदा ओरडून सांगू? सगळेच चुकले होते, असे म्हणताना पायांखालची भूमी सरकली जाईल.

अशा वेळेला मी काय करावे?

आपले सारे अस्तित्त्व संपणर असते! ज्या कबुलीजबाबाची गरज नाही, असले भलते कबुलीजबाब देऊन आपणच आपला नाश कसा काय करायचा? ती हिंमत आता राहिलेली नाही. एक काळ असा होता की, क्षणार्धात जळून जाण्याचे वेड मनाला मोहवीत होते. पण आता अशी जळून जाण्याची भीती वाटते आहे. कोमट, सराईत असे दांडपट्ट्याचे चार घाव फिरवावेत, शौर्याची वाहवा करून घ्यावी, काही कौतुकांचे आणि काही शिव्यांचे नजराणे घेत राहावे– बस्स! किती छानदार आयुष्य आहे! यात नाही धोका, नाही संपून जाण्याची भीती!

मग दोन जन्मठेपा हसत भोगणाऱ्या व मृत्यूशी मैत्री करणाऱ्या अवध्य विनायकाची आठवण कशासाठी येते? संन्यस्त राहून ऐहिकाचा संसार करणाऱ्या गाडगेमहाराजांचे नाव कशाला आठवते? दूर तिकडे कुठे तरी आनंदवन, सोमनाथ, हेमलकसा अशा अपरिचित भूमीत जाऊन सबंध परिवाराला पुरून घेणाऱ्या बाबा आमट्यांचे कौतुक तरी कशाला करायचे! एक नव्हे, दोन नव्हे, अशा अनेक सूर्यफुलांचा सोस बाळगला; त्यांच्यावर लट्टू झालो, तो रस्ता चुकला का मी चुकवला? कित्येकदा चुकवलेले रस्ते सुरक्षित असतात. पण म्हणायचे, रस्ता चुकला म्हणून! आता उशीर झाला आहे. ज्यांना कुठल्याच रस्त्यावर चालायचे नसते, ती माणसे तरीही मला मानतील; पण त्या वेळेस ती सारी सूर्यफुले मात्र हसत असतील!

अशा रुळलेल्या रस्त्याला सोडून एखाद्या सूर्यफुलाचा रस्ता पुन्हा धरता येईल का? पाहायचे का? काय होईल?

-०-०-०-

२७

एक थेंब तरी उरावा

समोरच्या गायिकेने त्या कवितेतील आर्त भाव अशा तऱ्हेने व्यक्त केलेला होता की, क्षणमात्र ते शब्द आपण बोलतो आहोत, असे वाटून गेले. कारण आता या वयात माझ्या मनात अधून-मधून अशी भावना जन्म पावते, आणि ती निसर्गाला धरून आहे. जिथे आडातच नाही तिथे पोहऱ्यात कुठून येणार? विहीर कोरडी पडत चाललेली आहे. आपण तृषार्ताला पाणी पाजण्यासाठी विहिरीत पोहरा टाकून तो वर ओढून पाणी मिळवण्याची जी खटपट करीत आहोत, ती व्यर्थ आहे. पोहरा खाली जाऊन वर आला, पण त्यात पाण्याचा टिपूसही नव्हता; कारण विहीरच कोरडी झाली होती. पाण्याचा उपसा एक तर अवाजवी झाला होता; शिवाय ज्या जिवंत झऱ्यातून पाणी येत असे, तो जिवंत झरा गाळामुळे म्हणा किंवा भूमीतील पाण्याची पातळी खोल गेल्यामुळे म्हणा, आता विहिरीला पाणी पुरवीत नव्हता. अशा वेळेला कितीही निष्फळ यत्न केले, तरी विहिरीतून पाणी शेंदून तृषार्तांची तहान भागवणे ही गोष्ट अशक्यच. आणखी कोठे पाणी मिळते का, यासाठी आपण दृष्टी पोहोचेपर्यंत चहूबाजूंनी निरखले; पण या उजाड माळावर कसल्याच ओलाव्याची चाहूल लागत नव्हती. या समोरच्या माणसाची तहान मी कशाने भागवू? आजपर्यंत माझ्या परीने मी येणाऱ्या-जाणाऱ्याला पाणी दिले, निवारा दिला आणि त्यांचा दुवा घेतला. मी काही मोठा दानशूर माणूस नव्हे. तसा मी मूळचा कृपणच. दिले तर हिशेबानेच देणार अन् घेतले तर योग्यतेनुसार घेणार. कुणी काही जास्त देतो म्हणाले, तर तुसडेपणाने नको म्हणण्याची पिढीजात सवय असलेल्या घराण्यात माझा जन्म गेला.

आपल्यापुरते धन मिळविले. कंजूष राहणीमुळे जे थोडे-फार उरले,

त्याचा लोभ ठेवला नाही. ते दुसऱ्याला देऊन टाकतानाही दान केल्याची आढ्यता मनात जन्म पावलीच नाही. जी काही थोडी फार संपत्ती आपल्या सवयीनुसार खर्च करून उरली, ती आपलीच नाही असे म्हटल्यावर तेथे दान करण्याची भावना जन्म कशी पावणार?

लहान राहण्यात धन्यता मानली. उंच मानेने चालण्यात सार्थक मानले. कुणाचे काही ऐकून घेतले नाही आणि कुणावर अकारण तोंड टाकले नाही. फार काळ कसल्याही मायेच्या जंजाळात सापडलो नाही, आणि जेव्हा सापडलो, तेव्हा त्यात गटांगळ्या खाल्ल्या नाहीत. जे-जे काही आयुष्यात आले, ते नाकारले नाही किंवा त्याचा अवाजवी अभिमान बाळगला नाही. लोक ज्याला अनीती म्हणतात, तसेही वागून झाले; पण अपराधीपणाची भावना कधी मनात जागीच झाली नाही. जे काही केले गेले, त्यात अभिमान बाळगण्यासारखे काही नव्हतेच, त्यामुळे त्याचा दंभही मिरवला नाही. अलौकिक असे काही जगलोच नाही आणि क्षुद्रत्वाच्या पातळीवर कधी उतरलोच नाही. मी फक्त जगलो– मजेत जगलो. तशा काही तक्रारी नाहीत. करायचे काही राहून गेले, असे कधीमधी वाटते; पण त्यातही विलाप नाही. दूध तापवल्यावर पातेल्यातून ते काढून घेतले तरी पातेल्याला दुधाचा बराच साका चिकटून बसतो. वास्तविक, आपले वय विसरून ते पातेले चाटून-पुसून स्वच्छ करण्याची इच्छा मनात झालेली असते, पण लाज वाटते, लोक हसतील, अशी सर्वांना भीती वाटते. पण सुदैवाने मला तशी भीती कधी वाटली नाही. भोवतालच्या क्षुद्र माणसांच्या त्या हसण्यालाही अर्थ नव्हता किंवा त्यांच्या प्रशंसेलाही अर्थ नव्हता. लज्जा वाटावी, असे काही घडले नाही. पश्चात्ताप वाटावा, असा तर मुळी प्रश्नच उत्पन्न झाला नाही. त्यामुळे उरलेल्या या लहानशा हुरहुरी– म्हणजे पहाट झाल्यावर उरलेल्या दवाच्या थेंबासारख्या– मागे राहिल्या. हव्या तेवढ्या सगळ्या गोष्टी एकाच आयुष्यात करता आल्याच नसत्या, हेच शहाणपण आल्यामुळे काही गोष्टी पुढच्या जन्मासाठी राखून ठेवल्यात, असे ठरवून मनाची समजूत घातली. चार इष्ट मित्रांचा लोभ संपादन करता आला. अजूनही आपण हवेहवेसे वाटतो, या जाणिवेने मनाला बरे वाटते.

तसे अंगावरचे वस्त्र आता विरविरीत झाले आहे. शिवण उसवली आहे. रंग तर केव्हाच फिके पडले आहेत. पण याच वस्त्राने आपल्याला ऊब दिली आहे, आणि मुख्य म्हणजे, आपल्या अब्रूचे रक्षण केले याचे भान शिल्लक आहे. माणसाच्या आयुष्यात एकच अंगरखा मिळतो. तो घालूनच आपण जन्माला

येतो, आणि जेव्हा तो अगदीच फाटतो, तेव्हा आपले जगातले अस्तित्व संपते. कपडा कितीही काळजीपूर्वक वापरला तरी कपड्याचे आयुष्य आपण ठरवलेले नसल्यामुळे, फाटायचा तेव्हाच तो अंगरखा फाटणार असतो. अतिरिक्त वागलो, व्यसने केली, लहानशा हट्टासाठी जगाबरोबर भांडणे केली; त्यामुळे आपला अंगरखा लवकर फाटला, हे खरे नसते. तुम्हीही कसेही वागला असता तरी वेळ आली की, तो अंगरखा उसवणारच असतो, विरणारच असतो, आणि त्याच्या अभावी आपले अस्तित्व संपणार असते. वापरण्यामुळे अंगरखे फाटत नाहीत, तर न वापरल्यामुळे फाटतात आणि निरुपयोगी होतात. आपण अंगरखा वापरला एवढेच नव्हे, तर तो मिरवला याचा आनंद आजही सुखावह वाटतो.

सांगायचे होते काय की, आता कुणी व्याकूळ झालेला पांथस्थ भेटला तरीही देण्यासाठी पाण्याचा एक छोटासा घडासुद्धा शिल्लक राहिलेला नाही. द्यायची इच्छा खूप आहे, पण देणार कुठून? विहीर रिकामी पडली, हा दोष माझा नाही. पोहऱ्यात पाणीच येत नाही, त्याला मी तरी काय करू? मी खूप पाणी स्वत:च प्यायलो किंवा दुसऱ्यांना पाजले, म्हणून काही विहीर कोरडी पडली नाही. हव्यासामुळे झरे आटले, असेही घडलेले नाही. आटायचे तेव्हाच ते आटले. मी विहिरीच्या काठावर बसलो आहे म्हणून जाणारे-येणारे तहानलेले प्रवासी माझ्याकडे पाणी मागतात, त्यात त्यांचाही दोष नाही... एके काळी येथे पाणपोई चालत होती, याच्या खुणा लोकांना दिसतात; तेव्हा घोटभर तरी पाणी मिळेल, अशी येणाऱ्या पांथस्थाची समजूत होते. पाण्याचा टिपूससुद्धा आता माझ्याजवळ उरलेला नाही, हे पाहून त्यांना माझा रागही येतो. त्यांना वाटते, या लुच्च्याने थोडे तरी पाणी आपल्यासाठी राखून ठेवले असणारच.

मी कितीही समजूत घातली तरी त्यांना हे पटणार नसते की, काल-परवापर्यंत तुडुंब भरलेली ही विहीर आता खरेच आटून गेलेली आहे. केव्हा तरी अचानक एखाद्या झऱ्यातून चार-दोन थेंब ठिबकतात. ते मी अधाश्यासारखे पिऊन घेतो, आणि त्यावर कशीबशी गुजराण करतो. सूर्याचा दाह सुरू झाला की, मी स्वत: तहानलेला असतो. ओलाव्यासाठी माझेच मन आसुसलेले असते. अशा स्थितीत दुसऱ्याला काय देणार? मला पांथस्थाची कीव येते. पण जगात दयेने कुठलेच प्रश्न सुटत नाहीत. त्यांनाही कदाचित माझी कीव येत असेल. विहीर थोडी अधिक खणली, तर कदाचित एखादे चुळकाभर पाणी जमा होईल. पण विहीर खणण्यासाठी आता हातात बळ नाही. कुणी मदतीला येणार नाही. श्रमाने खोदल्याशिवाय विहीर आपोआपच निर्माण होत नसते, याचे पांथस्थांना

भानच नसते. एके काळी माझ्या दोन्ही हातांना मी कामाला लावले होते, सायासांचा डोंगर उभा केला; तेव्हा कुठे छोटीशी विहीर मी निर्माण करू शकलो. तिने मला जीवन दिले आणि म्हणून मला नको असलेले जवळचे जादा पाणी मी लोकांना देऊ शकलो. पण आता मी लोकांना कसे सांगू की, माझ्या हातांना आता कुदळ उचलता येत नाही, पहारीचे घाव घालता येत नाहीत, खडक फोडता येत नाहीत; नाही तर मी हतबल होऊन आता विहिरीच्या काठावर बसलो असतो कशाला? ओंजळी भरभरून मी तुम्हाला पाणी दिले आणि तुम्हीही ते प्याले आहात. पण आता खरोखरीच माझी विहीर आटली. निसर्गनियमाने आटली. त्यात कुणाचाच दोष नाही. देण्याचा आनंद संपला, याबद्दल खंत आहे; पण उपाय नाही. आताही आहे ते आयुष्य स्वीकारले पाहिजे. म्हणून मित्रांनो, आडवाट करून माझ्या ह्या विहिरीवर तुम्ही येऊच नका, आणि आलात तरी नुसतेच भरपूर पाणी पिण्याचे सोंग करा; म्हणजे माझ्या हतबल अवस्थेची मला जाणीव होणार नाही. मी काही आसपासच्या दुसऱ्या विहिरीवर जाऊन पाणी पिऊ शकत नाही. पण तुम्हाला ते करायला काय अडचण आहे? सगळ्याच भोवतालच्या विहिरींत मचूळ पाणी नाही. काही विहिरी सुंदर, गोड पाण्याने भरलेल्या आहेत. कुणी त्या विहिरी बांधून काढल्या आहेत. काहींनी तर विहिरीत उतरण्यासाठी पायऱ्यासुद्धा बांधल्या आहेत. खुशाल त्या विहिरीवर जा. पाण्याला प्रत्यक्ष भेटा आणि पोटभर पाणी घ्या. एक विहीर आटली म्हणून जगाचे तसे काही अडलेले नाही. मीच तुम्हाला सांगतो आहे की, आजपर्यंत जरी माझ्याच विहिरीवर तुम्ही नित्यनियमाने येत होतात तरी आता तुम्ही आसपासच्या विहिरींचा आश्रय घ्या. तुमची तहान भागली आहे हे मला नुसते जरी कळले, तरीसुद्धा मला अतिशय हर्ष होईल. तृषार्ताला पाणी देण्यासारखे दुसरे पुण्य नाही. आजपर्यंत या विहिरीतून पोहरे काढून-काढून माझ्या हाताला घट्टे पडले आहेत. तुम्ही पाण्यासाठी आता माझ्याकडे येऊ नका; तर अन्यत्र पाणी पिऊन, तहान भागवून माझ्याकडे या. म्हणजे तुमच्या तोंडावर आपोआपच तजेला आला असेल आणि ओठांवर ओलावा राहिला असेल. त्या ओलाव्यानेसुद्धा माझी तहान भागेल. प्रत्यक्ष पाणी मिळून तहान भागली नाही, तरीही माझी व्याकुळता कमी होईल. आता पुन्हा पाऊस पडणार नाही, तेव्हा माझी विहीर तुडुंब भरण्याची शक्यता नाही. त्याची मला खंत नाही. प्रत्येक विहिरीला मर्यादा असतेच आणि त्या मर्यादेतच तिला वागावे लागते.

होय, कदाचित असेही होईल की, नीरव रात्रीनंतर जे पाण्याचे चार-दोन

थेंब विहिरीतील झऱ्यातून ठिबकतात, तेही कदाचित यायचे थांबतील. मला हे माहीत आहे की, ते जोपर्यंत मला मिळत राहतील तोपर्यंत मी या विहिरीच्या काठावर बसलेला तुम्हाला दिसेन. पाण्याचा शेवटचा थेंब मिळाल्यानंतर पुन्हा कधीही एखादा थेंबसुद्धा येथे ठिबकणार नाही. मी कळवळेन. पाण्यासाठी टाहो फोडीन. पण कृपा करा. तो टाहो ऐकून कुठल्या तरी विहिरीतील पाण्याची ओंजळ घेऊन ती माझ्या मुखात घालू नका. दुसऱ्या विहिरीचे पाणी पिण्याचा अधिकार तुम्हाला आहे, मला नाही. वादळात सापडलेल्या नौकेवरच्या कर्णधाराला नौका सोडून जाता येत नाही, कारण त्याचे भाग्य त्या नौकेशीचे जोडलेले असते. नौका वादळातून बचावली तर तो नवा पोशाख चढवून सुकाणू हातात घेऊन ऐटीत उभा राहतो. पण नौकाच समुद्रात गचकली तर तो तिचा एक भाग होऊन समुद्रात विलीन होतो. माझेही असेच आहे. माझ्या विहिरीशी माझे भाग्य चिकटले. ही माझी विहीर आहे, तिच्यात पाण्याचा एक टिपूस आहे तोपर्यंत मी जगणार आहे. जगता येते तोपर्यंत माणसाला मरण्याचा अधिकारच नाही, म्हणून जोपर्यंत या विहिरीतून एखादा थेंब मला टिपून घेता येतो तोपर्यंत माझी विहीर मी सोडणार नाही.

पूर्वी याच विहिरीच्या पाण्याच्या अस्तित्वाने रंगीबेरंगी पाखरे डौलदार आवर्तने घेऊन या विहिरीभोवती वावरत असत. मला हेही आठवते की, इथल्या ओलाव्याच्या आश्रयाने लहान-मोठी झाडे येथे उभी होती की, ज्या झाडांचे मोहोर मी वर्षानुवर्षे पाहत आलो. आता तो सारा हिरवा रंग परागंदा झाला आहे. अजूनही एखादे चुकलेले रंगीत पाखरू पूर्वीच्या ओढीने माझ्या खांद्यावर येऊन विसावते आणि मला म्हणते,

'चल, आपण दूर मुलुखात जाऊ. मी तुला रस्ता दाखवेन. जिथे विपुल पाणी आहे, घनदाट अरण्ये आहेत, तिथे आपण जाऊ.' मी माझा थरथरता हात त्या पाखराच्या पिसांवरून फिरवतो, आणि त्या पाखराला समजेल अशा भाषेत त्याला सांगतो, 'तू जास्त काळ येथे घुटमळू नकोस. इथे आता काही उरलेले नाही. तुझे सगेसोयरे तुझी वाट पाहत असतील. तू इथे जास्त काळ राहिलास तर तृषार्ततेमुळे तुझ्या पंखांतला जोम कमी होईल. तू आत्ताच गेलेले बरे. तू आलास, बरे वाटले. आयुष्यातले पूर्वीचे सगळे रंग तुझ्यामुळे क्षणभर परत आले. विसरलेले अनेक स्वर तुझ्या चिवचिवाटामुळे पुन्हा मनात जागे झाले. मी तुझा आभारी आहे. ज्याच्याजवळ काही उरले नाही, अशा निष्पर्ण वृक्षाचा आसरा घेण्याची तुम्हा पाखरांची रीत नाही. म्हणून म्हणतो, वेळच्या वेळी परत

जा. तू माझी चिंता करू नकोस. माझे मोठे छान चालले आहे. आयुष्यातला जमाखर्च मांडायला आता माझ्याकडे खूप वेळ आहे. किती पाखरे येथे आली याची मी नुसती याद केली, तरीसुद्धा माझ्या अंगावर रोमांच उठतात. किती ओंजळींत मी पाणी घातले, या आठवणीने माझे हात थरथरतात. अरे, होते तेव्हा मी दिले, कुणाला नाही म्हटले का? पण आता मी काय करावे? माझ्याजवळ देण्यासारखे काहीच उरले नाही. मागणाऱ्यांना मागावे कुठे, हेच कळत नाही, त्याला मी काय करू? त्यांना वाटते, इतकी वर्षे तुडुंब भरलेली विहीर अशी मधे आटेलच कशी? ते आपले ओळखीच्या रस्त्याने येतात आणि निराश होऊन अनोळखी रस्त्याने परत जातात. मला खंत असली तर एवढीच आहे की, त्यांचा परतून जाताना झुकलेला पाठमोरा देह मला बघवत नाही. मी खरोखरीच सांगतो, यात माझे काही चुकलेले नाही. जर खरोखरच माझ्या उधळपट्टीच्या वागण्यामुळे ही विहीर रिकामी पडली असती ना, तर अजूनही या वयात थरथरत्या हातांनी मी हीच विहीर आणखी खोल करण्याचा प्रयत्न केला असता. पण नाही मित्रा, असे होत नाही. होणारही नव्हते. पर्जन्यधारा कोसळतात तेव्हा पाणी जमिनीत मुरते आणि विहिरीचे झरे खळखळतात व विहिरीत पाणी जमा होते. हे पाणी देऊन संपत आले की, पुन्हा पर्जन्यकाळ येतो. हे ऋतुचक्र किती तरी युगे चालत आलेले होते. पण खरे सांगू? पाऊसच रुसला आहे, त्याला मी तरी काय करू? पाण्याने भरलेले काळे मेघ आकाशात दिसतात, क्षणभर विसावतात आणि सरळ पुढे निघून जातात. मी विनवून पाहिले तरी त्यांना दया येत नाही. पाऊस इथे पडला नाही तरी मेघांना आपल्या पोटात पाणी साठविता येत नाही. माझी विहीर भरली नाही म्हणून काही शेजारच्या विहिरी भरणार नाहीत असे थोडेच आहे? लोकांची तहान भागणारच आहे! झाले तर मग! माझ्याच विहिरीवर लोकांनी यावे, इथेच पाणी प्यावे, असा दुराग्रह मी कशासाठी बाळगायचा? फक्त एवढेच मनाला वाटते, शेवटच्या क्षणासाठी एखादा तरी थेंब या माझ्या विहिरीत उरावा.'

-०-०-०-

२८

गेले... ते दिन गेले!...

खाली झोपाळ्याची कुरकूर थांबली की, आमचे वडील बहुधा बाजारपेठेत गेले असावेत, हे आम्हाला कळे. ते घरात असेपर्यंत आम्ही सारी मुले चिडीचूप असू. आम्हालाच नव्हे, तर साऱ्या गावाला त्यांचा धाक होता. त्यांचे दर्शनही अतिशय करडे होते. डोळ्याला डोळा भिडविण्याची तर हिंमतच नव्हती. सहा फूट उंचीचा, गोरापान, घाऱ्या डोळ्यांचा त्यांचा देह प्रथमदर्शनीच दुसऱ्याला शबल करून टाके. एक सरकारी अंमलदार म्हणून त्यांना प्रतिष्ठा होतीच. सर्वांना सर्व बाबतींत सल्लामसलत देण्याचा त्यांना नैसर्गिक अधिकार प्राप्त झाला होता. साऱ्या आयुष्यात त्यांनी एकसुद्धा कॅज्युअल लीव्ह घेतली नाही किंवा कोणत्याही कारणाकरिता ते ऑफिसमध्ये एक मिनिटही उशिरा गेले नाहीत. इंग्लिश माणसाला लाजवील असे फर्डे इंग्लिश ते लिहीत. कडेकोट आणि शिस्तबद्ध वागणाऱ्यांचा धाक सर्वांनाच वाटतो, तसा आम्हा पोराटोरांनाही तो वाटेच; पण पोलीस अधिकारी, मामलेदार, फॉरेस्ट ऑफिसर अशी मंडळीसुद्धा त्यांच्यापुढे अदबीने बसत. आजऱ्यावर त्यांचे अतिशय प्रेम होते. ते दर वर्षी माथेरान, महाबळेश्वर किंवा सिमला, नैनीताल अशा ठिकाणी जाण्याऐवजी आपल्या जन्मगावी येत असत. ते स्वत: येत असतच पण आम्हालाही घेऊन येत असत. आम्ही सहकुटुंब-सहपरिवार आजऱ्याला येत असू. अर्थात हे येणे तसे स्वस्त नव्हते. गावातील नातेवाईक तसे श्रीमंत नव्हते, म्हणून त्यांच्यासाठी अनेक गोष्टी आणाव्या लागत असत. शिवाय आपल्या इतमामाप्रमाणे राहायचे, तर आम्ही असेपर्यंत पाहुण्यांची जी ऊठ-बस होई, पाहुणचार करावा लागे, त्याची जबाबदारी उचलावी लागे. त्या काळातल्या रीतीरिवाजानुसार जेवढे म्हणून मुलांचे लाड शक्य असत, ते केले जात. पण त्यात छानछोकीला फारसा वाव

नव्हता. आपल्या मुलांनी कुणाला तरी मारले, अशा तक्रारी त्यांच्याकडे आल्या, तर त्यांना बरे वाटायचे. याउलट, आपल्याला कुणी जर मारले, अशी तक्रार आम्ही घेऊन गेलो, तर ते विलक्षण संतापायचे. "तुमचे हात काय केळी खायला गेले होते? कशाला एवढे ताडासारखे वाढलात?" असे ते म्हणायचे. माझ्या माहितीप्रमाणे माझ्या वडिलांना तीन धाकट्या बहिणी व एक सख्खा धाकटा भाऊ होता. ते सर्वांत थोरले. त्यामुळे थोरलेपणासाठी त्यांना थोडी-फार झीज लागायचीच. माझी आईसुद्धा सर्वांत थोरली. त्यामुळे तिचे दोन सख्खे भाऊ आणि तीन-चार बहिणी यांचीही बरीचशी जबाबदारी तिच्यावर असे. कर्तेपणाचे ओझे त्यांना कधीच वाटले नाही आणि कुटुंबाची जी जबाबदारी घ्यावी लागे, ती ते हसतमुखाने पार पाडीत.

वडिलांबरोबर आजऱ्यातील आमचा एक महिन्याचा निवासकाळ हे आमच्या लेखी एक ओॲसिस होते. कारण आजऱ्यात त्या मानाने धाक कमी, अभ्यासाचा तगादा नाही. उरलेले अकरा महिने मात्र पुण्यात प्रत्यक्ष जमदग्नीच्या घरात आम्ही राहत होतो.

वडिलांचे हे असे तामसी, संतापी वागणे; तर त्या विरुद्ध आमची आई होती. ती गरीब म्हणजे किती गरीब असावी, याला सीमाच नाही. माझी बायको तिला सोडून कधी माहेरीसुद्धा गेली नाही, म्हणजे पाहा. वडिलांचे शिस्तपालन प्रत्येकालाच थोडेफार सोसावे लागे. उशिरा घरी परतले, तर जेवण मिळत नसे. सगळ्यांना झोपा लागल्यावर आई हळूच आमच्या खोलीत येई आणि आम्हाला चार घास भरवी– अर्थात वडिलांना चोरून. माझ्याहून थोरल्या असलेल्या माझ्या बहिणीचे– यमूचे लग्न झाले, आणि अगदी पहिल्याच वेळेला जावईबापू घरात आले. घरात अर्थात त्यांना एकांत मिळेल, अशी कोणतीच सोय नव्हती. त्यामुळे तेही आमच्याबरोबर कोपऱ्यात झोपत असत. तसे आमचे घर मोठे होते. भाड्याचे होते तरी सहा खोल्या होत्या आणि नंतर डेक्कन जिमखान्यावर आम्ही स्वतंत्र बंगला बांधला, तेव्हा तर प्रत्येकाला स्वतंत्र खोल्याही मिळाल्या. मुलाबाळांबरोबर स्त्री-पुरुषांनी– अगदी नवरा-बायकोनेसुद्धा सलगीने वागणे आमच्या घरात मंजूर नव्हते. खुद्द आई-वडिलांनाही आम्ही एकत्र पाहिले नाही. लहान मुलांचे घरातले अस्तित्व हे त्या काळात तरी बरेच उपसर्गकारक असले पाहिजे. आई तर कानडी मुलुखातलीच. जालिहाळची. बापू गोखल्यांच्या वंशातली, आणि धारवाडला शिक्षक असल्यामुळे वडिलांनाही कानडी उत्तम येत होते. त्यामुळे आमच्यापासून गुप्त बोलायचेच असेल, तर त्यांना कानडीतून बोलता

येई. माझे मेव्हणे जेव्हा दिवाळसणासाठी आमच्या घरी आले, तेव्हा वडिलांनी त्यांना सांगितले, "रात्री आठ वाजता आम्ही सर्व जेवतो. आठपर्यंत तुम्ही आलात तर ठीकच आहे, नाही तर तुम्ही बाहेरून जेवून आलात असे समजू." प्रत्यक्ष जावयाशी ही भाषा, मग बाकीच्यांचा प्रश्नच मिटला.

आजऱ्याशी माझा जो संबंध आहे, तो मुख्यत्वेकरून अगदी बालपणापासून ते कॉलेज संपेपर्यंत फक्त मे महिन्यात. धुवांधार पावसातले आजरे मी पाहिलेले नाही. मी सांगतो त्या काळात आजऱ्याला जवळपास १८० इंच पाऊस पडे, आणि एकदा का पावसाला जूनमध्ये सुरुवात झाली की, भातलावणीच्या कामानिमित्त किंवा अगदी अत्यावश्यक गरजेशिवाय माणसे बाहेर पडू शकत नसत. सुस्नात आजरा हे गाव मी एकदाच पाहिले, तेही वळवाच्या पावसात. पण एरवी ते थंड हवेचे ठिकाण. एक शांत गाव, एक मागासलेला परिसर, याशिवाय मी आजऱ्याला वेगळ्या रूपात पाहूच शकत नाही. आजरे अजूनही फारसे बदललेले नाही. गावात फार मोठे उद्योगधंदे निघण्याची शक्यता नाही किंवा सपाट असा मुलूखही नाही. शिवाय रेल्वे स्टेशनपासून ५०-६० मैल दूर असलेले हे गाव. गावाभोवतालची झाडी आता तुटली म्हणून गाव थोडेफार भकास झाले आहे, पण देशावरच्या परिस्थितीसारखी तेथे भयानक परिस्थिती नाही. झाडी नसली तरी तेथे झाडे आहेत. आता वनीकरणाचे काही प्रयत्नही चालू आहेत. पण सरकारी वनीकरणाचे प्रयत्न आणि सरकारी अधिकाऱ्यांच्याच अनुमतीने होणारी वृक्षतोड याचे प्रमाण व्यस्त असल्यामुळे झाडांची संख्या कमी होत आहे. पूर्वी चंदनाचाही व्यापार या भागात बऱ्यापैकी होत असावा. चंदन, साग ही झाडे तोडण्यासाठी सरकारी परवानगी लागते. त्यामुळे जे काही चंदन तेथे विकले जाई, ते बेकायदा तोडीतून असे. आता तर चंदनाचे झाड कुठे दिसतच नाही. झाडे तुटली, निसर्गाचे रौद्र रूप हरवले आणि रामतीर्थाचेही स्वरूप नष्ट झाले. तिथले दोन-दोन पुरुष उंचीचे दगड आता पात्रात दिसत नाहीत. आता रामतीर्थ म्हणजे गावालगतचा छोटा धबधबा– एवढेच स्वरूप त्याला राहिलेले आहे. तरीही अजून रामतीर्थावर गेल्याशिवाय बरे वाटत नाही.

सावंतवाडीच्या नाट्य संमेलनाला गेलो असताना मुद्दाम वाकडी वाट करून, मित्रांचा थोडा रोष पत्करून त्यांना मी आजऱ्याला आणले होते. बरोबरचे सहकारी रसिक असूनसुद्धा त्यांना रामतीर्थाचे आकर्षण मुळीच वाटले नाही. मग माझ्या लक्षात आले की, माझ्या मनातील रामतीर्थ आणि प्रत्यक्षातील रामतीर्थ यांतसुद्धा खूप फरक पडला आहे. पूर्वी तीन मैल रान तुडविल्यावर गडगा पार

करून सोहाळ्याला म्हणजे माझ्या आतेभावाच्या गावाला जायला लागायचे. त्या वेळी जाणवणारे हिरण्यकेशीचे पात्र आता पार शुष्क झाले आहे. आता संगम हा संगम वाटतच नाही. दोन नद्यांनी एकत्र येऊन भेटणे याला जर संगम म्हणत असतील, तर आता ही गळाभेट होतच नाही; तर दोन शुष्क पात्रे एकमेकांत उगाचच मिसळल्यासारखी वाटतात. या नद्यांतून पूर्वी जे पाणी वाहायचे, ते आता कुठे गेले बरे? चित्रा आणि हिरण्यकेशी या नद्यांवर कुठे बंधारेही घातले नाहीत. मग जमिनीचे शोषलेले व झाडांच्या मुळांनी अडवून धरलेले जे पाणी तेव्हा वाहत असे, ते आता कुठे गेले? काही असो; आता आजरा हे एक हरवलेले चित्र मी माझ्या डोळ्यांत बाळगले आहे.

ज्या-ज्या गोष्टी आवश्यक असतात, त्या साऱ्या आजऱ्याला लाभलेल्या आहेत. गाव टुमदार आहे, उतरणीवर वसलेले आहे. रानावनांनी वेढलेले आहे. दोन डोंगरांच्या पाळण्यात ते हलते आहे. गावात दोन नद्या आहेत, संगम आहे, धबधबा आहे, जुनी परंपरा असणारी शाळा आहे, १३/१४ हजार पुस्तके असणारे वाचनालय आहे, उतरणीवर असल्यामुळे गाव स्वच्छ आहे; शिवाय सत्तर-ऐंशी हात खोल विहिरी असल्याने पाण्याचा वापर जपूनच करावा लागतो. गावाच्या मध्यभागी रवळनाथाचे मंदिर आहे. इतरही देव-देवतांची मंदिरे आहेत. मुख्य म्हणजे, गावाला आकार आहे. आता गावात महाविद्यालयही निघाले आहे. ग्रामपंचायतीने एक मोठा ॲन्टेना बसवून १०० घरांत टी.व्ही. पाहण्याची सोय केली आहे. तशी म्हणण्यासारखी गावात भांडणे नाहीत. गाव तशा अर्थाने समृद्ध नसले तरी खाऊन-पिऊन सुखी असावे. गावाच्या एका अंगाला सह्याद्रीचे उतार आहेत. त्यामुळे आंबा, फणस, नारळ या झाडांमुळे कोकणी वातावरण आहे. कोकणात जाण्यापूर्वीच या लाल धूळवाटांची आमच्या गावातूनच सुरुवात होते. गावात तसे भले साहित्यिक झाले. ताम्हनकर इथलेच. शिवाजी सावंत, के. ना. वाटवे... आणखीही बरीच नावे सांगता येतील. इचलकरंजीच्या अमलाखाली असलेले हे गाव तसे पहिल्यापासून थोडे सुधारलेले आहे. मूळच्या योजनेप्रमाणे हिरण्यकेशी नदीवर धरण झाले असते, तर गावाशेजारीच एक प्रचंड धरण उभे राहणार होते. पण त्या धरणाच्या पाण्याचा उपयोग कर्नाटकाला होणार, म्हणून या योजनेचे बारा वाजले. सीमाप्रदेशातल्या अनेक गावांना ती झळ जशी पोहोचली आहे, तशी ती आजऱ्यालाही पोहोचली आहे.

अजून आजऱ्याला जावेसे वाटते. ग्रामीण साहित्य संमेलनाच्या निमित्ताने तेथे दोन-तीन दिवस राहिलो होतो. सारे लहानपणीचे दिवस मी आठवत होतो.

गेले... ते दिन गेले!... / १६९

तसे आता गावात आमचे घर नाही, शेत नाही किंवा फारसे नातेवाईकही नाहीत. आमचे पूर्वज ज्या घरात राहिले, ते घर आमच्या दत्तक चुलतभावाकडे अजून आहे. याच घरात माझे किती तरी बालपण गेले आहे. जो काही मी बरा-वाईट घडलो, त्याला मुळा-मुठेइतकेच हिरण्यकेशी व चित्रा नद्यांचे पाणीही कारणीभूत आहे. माती माणसाला घडविते हे जर खरे असेल, तर मी मनाने आजऱ्याच्या मातीतून घडलेलो आहे असे सांगताना मला अभिमान वाटतो– पुणेकर असण्यापेक्षा.

- ० - ० - ० -

२९

शुभ प्रसंगी कावळ्याने ओरडू नये, म्हणून

अखिल भारतीय साहित्य संमेलनाच्या अध्यक्षीय निवडणुकीबद्दल गेले काही दिवस अवाच्यासवा मजकूर प्रसिद्ध होतो आहे. ह्यात अग्रेसर 'महाराष्ट्र टाइम्स'चे गोविंदराव तळवलकर आहेत. म. टा. मध्ये साहित्य संमेलनावर अग्रलेख आला आणि आपल्याकडे तो आला नाही, तर आपल्याला कमीपणा येईल, म्हणून जवळपास तेच ते मुद्दे घेऊन इतर वृत्तपत्रांनाही या विषयावर अग्रलेख खरडले. साहित्य संमेलनाच्या अध्यक्षीय निवडणुकीबाबत जेव्हा काही वाद निर्माण होतो, तेव्हा त्याच विषयावर लिहून राजकीय भ्रष्टाचार या चिखलातील चार-दोन शिंतोडे उडालेले संपादक लेखण्या सरसावून साहित्यिक विषयावर तुटून पडतात. तेवढेच सांस्कृतिक लेखन आपल्या हातून झाले, असे त्यांना म्हणता येते. मूळ वाद जेवढा असेल, त्यात भर घालून काही संपादक आपली खाज भागवून घेतात. लोकांना खरोखर मतभेदाचे मुद्दे कोणते, हे समजू न देता आपण तेवढे कसे नि:स्पृह आहोत, हे दाखविण्याचा त्यांचा उद्देश असतो.

यंदाच्या साहित्य संमेलनाच्या अध्यक्षपदासाठी एकूण पाच नावे होती. अनेकांची इच्छा वसंत कानेटकरांचे मागे हुकलेले अध्यक्षपद त्यांना या वर्षी मिळवून द्यावे, अशी असल्यामुळे त्यांनी परस्पर तीन उमेदवार म्हणजे वा. रा. कांत, के. ज. पुरोहित (शांताराम) आणि द. मा. मिरासदार यांना नावे मागे घ्यायला लावली. उरले वसंत कानेटकर आणि आनंद यादव.

माझा आता साहित्यसंस्थेशी कोणताही संबंध नाही. त्यामुळे या निवडणुकीत मला लुडबुडण्याचे कारणही नव्हते. यादव माझे पंचवीस वर्षांचे जुने मित्र आहेत. त्यांनी निवडणुकीला उभे राहायचे ठरविले, तेव्हा एक मित्र म्हणून ते माझ्याकडे आले आणि त्यांनी माझे मत विचारले. त्या वेळेस अन्य कुणी उभे नव्हते.

श्री. ना. पेंडसे, विंदा करंदीकर यांना बिनविरोध अध्यक्षपद हवे असल्यामुळे ते उभे राहण्याची शक्यता नव्हती. तेव्हा मी यादवांना म्हणालो, "अवश्य उभे राहा. पण काही पथ्ये मात्र जरूर सांभाळा, पहिली गोष्ट केवळ एक लेखक म्हणून उभे राहा. तुमच्या ज्या साहित्यविषयक भूमिका आहेत, त्यांचा तुम्ही यापुढे कुठेही उच्चार करू नका; विशेषत: ग्रामीण परिसिरातील संमेलन आणि आपण ग्रामीण लेखक म्हणून आपल्याला असलेला जास्त अधिकार. त्याचप्रमाणे अध्यक्षीय निवडणूक संपेपर्यंत कुणालाही मुलाखत देऊ नका आणि तोंड बंद ठेवा. उत्साहाच्या भरात मी अध्यक्ष झाल्यावर हे करणार आहे, ते करणार आहे, असे बोलण्याचा मोह होतो. ज्याला काही करायचे असते, त्याला अध्यक्षच व्हावे लागते असे नाही. किंबहुना, अध्यक्ष नसलेल्या माणसालाच काही गोष्टी करणे शक्य होते. कोणत्याही अध्यक्षाने आत्तापर्यंत दीड दिवसाच्या गणपतीपेक्षा कोणतेही काम केलेले नाही, आणि, तुम्हीही ते करणार नाही. एक मित्र म्हणून आणखी सल्ला– तो म्हणजे, वयाने आणि मानाने तुमच्याहून कोणी ज्येष्ठ साहित्यिक उभा राहिला, तर खळखळ न करता नम्रतापूर्वक माघार घेण्याची तयारी ठेवा." विश्राम बेडेकरांसाठी मिरासदारांनी माघार घेऊन जो मोठेपणा मिळविला, तो अध्यक्ष होऊनही त्यांना मिळाला नसता.

त्यानंतर त्यांनी अध्यक्षपदासाठी फॉर्म भरला. यथावकाश इतरांचेही फॉर्म भरले गेले आणि त्यांत कानेटकरांचाही फॉर्म भरला गेला. मला वाटले होते की, मला कबूल केल्याप्रमाणे यादव आपले नाव मागे घेतील. पुन्हा ते भेटले, तेव्हा मी त्यांना विचारले, तेव्हा त्यांनी जी भूमिका घेतली, ती ऐकून मी थक्कच झालो. ते म्हणाले, "आता मी एकटा नाही. अनेक लोकांनी माझ्या उमेदवारीला पाठिंबा दिला आहे. त्यांना विचारल्याशिवाय आता मी माघार घेऊ शकत नाही." या त्यांच्या भूमिकेचे मला अतिशय आश्चर्य वाटले. एक तर आपले स्वातंत्र्य अन्य कुणाकडेही गहाण टाकणे, हे मला तत्त्वत: मान्य नाही. दुसरी गोष्ट अशी की, असे ते कोण लोक की, ज्यांच्या संमतीचे एवढे महत्त्व होते? त्यांपैकी अध्यक्षीय निवडणुकीचे कोणी मतदारसुद्धा नाहीत किंवा फार मोठे श्रेष्ठ साहित्यिकही नाहीत, तर यादवांच्या नव्या ग्रामीण साम्राज्यातील हे लहान-मोठे सुभेदार आहेत. हे असे काही होईल, ही मला खात्री होतीच! म्हणून जेव्हा ते माझ्याकडे पहिल्यांदा आले, तेव्हा मागितल्यावरून मी त्यांना योग्य सल्ला दिला होता. पण माणसे एकदा अभिनिवेशाने पेटली की, मागे काय बोलणे झाले, याचा त्यांना विसर पडतो. हा सारा सावळागोंधळ घडूनसुद्धा यादवांबद्दल मला

सहानुभूती आहे. ग्रामीण चळवळीसंबंधीची त्यांची मते मान्य असोत किंवा नसोत; पण त्यात लबाडी आहे, असे मला कधी वाटले नाही. आपल्यापेक्षा वडीलधाऱ्या माणसाबरोबर युद्ध करण्याचा प्रसंग आला, तर नम्रतापूर्वक अभिवादन करून युद्धाला आरंभ करावा, हा महाभारताचा संकेत स्वत: यादव असूनही आनंद यादवांना उमजला नाही...

निवडणुकीत कोण जिंकते, कोण हरते, हे सारे डावपेचाचे खेळ आहेत. यशाचा आणि साहित्यिक गुणांचा काही संबंध नसतो. ज्याला ही निवडणूक लढविण्यासाठी चांगला अनुभवी सल्लागार मिळेल, तो निवडून येईल. पण यादवांच्या हातून शिष्टाचाराचा भंग झाला, असे मला वाटते. यादवांनी थोडा दम काढला असता, तर वर्षा-दोन वर्षांत ते अध्यक्ष झालेच असते. ग्रामीण भागात साहित्य संमेलन भरते म्हणून ग्रामीण साहित्यिकाला हा मान मिळणे अत्यावश्यक आहे, ही यादवांची भूमिका तर सर्वथा खुळेपणाची आहे. कारण यामुळे फार चुकीचे पायंडे पडतील. उद्या मालेगावात साहित्य संमेलन भरवायचे ठरले, तर मुसलमान साहित्यिक शोधावा लागेल! जर आनंद यादव अध्यक्ष होण्याच्या योग्यतेचे असतील तर न्यूयॉर्कमध्ये साहित्य संमेलन भरले तरीही ते अध्यक्ष होऊ शकतील, आणि ग्रामीण साहित्य हेच खरे साहित्य, हा आपला लाडका सिद्धांत तेथेही मांडू शकतील! प्रवरानगरला साखर निर्माण होते, साहित्य निर्माण होत नाही. प्रवरानगरला जी पन्नास मते अध्यक्षीय निवडणुकीसाठी दिली गेलेली आहेत, ती काही त्यांची साहित्यिक पात्रता पाहून नाहीत; ज्या ठिकाणी संमेलन भरणार आणि जेथील लोक संमेलनावर चार-पाच लाख रुपये खर्च करणार, त्या लोकांनाही तात्पुरती साहित्यिक प्रतिष्ठा देण्याचा हा एक मार्ग आहे. ती पन्नास मते या निवडणुकीत निर्णायक असतात. ही मते मिळविण्यासाठी यापूर्वी सर्व मराठी साहित्यिकांनी खूप धडपड केलेली आहे. तेव्हा आजच मोठे आक्रित घडते आहे, असे वाटण्याचे कारण नाही. साहित्य महामंडळाने या स्वागत मंडळाची मते काढून घेतली, तर हा प्रश्न निकालात निघण्यासारखा आहे.

आनंद यादवांचे खुलासे-प्रतिखुलासे सगळे वाचले, तर त्यांना मी अध्यक्षीय निवडणूक होईपर्यंत तोंड बंद ठेवण्याचा उपदेश का केला होता, हे लक्षात येईल. वसंत कानेटकरांनीही वृत्तपत्रांतील लेखातील विधानांना किंवा आरोपांना उत्तरे दिली नसती, तर फार बरे झाले असते. एकदा एक उत्तर दिले आणि परिस्थिती बदलल्यामुळे जर दुसरे उत्तर द्यावे लागले, तर दुटप्पीपणाचा आरोप स्वीकारावा लागतो. राजकारणी लोकांसाठी वापरायचे शब्द साहित्यिक वादविवादाच्या

वेळेस जेव्हा गोविंदराव तळवलकर वापरतात, तेव्हा त्यांच्या बुद्धीची कीव करावीशी वाटते. बाळंतिणीच्या खोलीत, अंधारात वावरणाऱ्या स्त्रीप्रमाणे वावरणारा हा संपादक समोरासमोर वाद करायला अपात्र आहे. संस्था चालविण्याचा याला शून्य अनुभव आहे. साहित्य संस्था कशा चालवतात, हे याला अजिबात माहीत नाही. संस्था चालविणे हे श्रेष्ठ साहित्यिकांचे काम नसते; फक्त त्या संस्थांकडून मानसन्मान उपटणे एवढेच त्यांचे काम असते, असे सर्व जण मानतात. साहित्य संस्था उपटसुंभांच्या हाती गेल्या, म्हणून आमचे गोविंदराव गळा काढतात. निष्ठेने संस्था चालविणाऱ्या लोकांना– मग ते डॉ. भालेराव असोत, नाना जोग असोत किंवा पुणे साहित्य परिषदेचे म. श्री. दीक्षित असोत– त्यांना गोविंदराव विचारणार, तुम्ही साहित्यिक आहात काय? नाही. मग चालते व्हा या संस्थेतून! पण ही माणसे नसती तर साहित्य संस्था टिकल्याच नसत्या.

सरकारचे कोणत्याही प्रकारचे अनुदान घेऊन साहित्य संस्था मिंध्या होतात, असा एक आणखी लाडका समज आहे. मिंधे होणे ही प्रवृत्ती आहे. पैसे घेण्याशी किंवा न घेण्याशी तिचा काही संबंध नाही. सरकारचे सर्व प्रकारचे पैसे घ्यावेत, कारण ते काँग्रेस मंत्र्यांच्या बापकमाईचे नसतात. ते पैसे जरूर घ्यावेत, पण तरीही मिंधे होऊ नये. साहित्यिकांना पहिल्या वर्गाचा प्रवासखर्च द्यावा (गाडगीळांसारख्या माणसाला विमानानेही बोलावावे.); तरीही वादाचा प्रश्न निर्माण झाला की, खुशाल मंत्र्यांच्या 'अरेला' का रे'ने जबाब द्यावा! संमेलने भव्य व्हायला हवीत, भोजन पक्वान्नांचे हवे, वातानुकूल खोल्या हव्यात, पहिल्या वर्गाचा प्रवासखर्च हवा आणि शिवाय दोन-तीन दिवस व्यर्थ घालविल्याबद्दल मानद्रव्यही हवे. हे सगळे सभासदांच्या रुपया-दोन रुपयांच्या वर्गणीतून होत नाही; सरकारचे, साखर सम्राटांचे, उद्योगपतींचे पैसे घेतले तरच हे शक्य होते आणि मग 'महाराष्ट्र टाइम्स'ची सचित्र रंगीत पुरवणी काढणे ही शक्य होते. आजच्या सामाजिक व्यवस्थेत हे अपरिहार्य आहे. अग्रलेख लिहिल्यामुळे ही परिस्थिती बदलतही नाही, एवढेच नव्हे तर संमेलनाचा अध्यक्ष कोण व्हायचा, यावरसुद्धा प्रकाश पडत नाही. (शंकरराव खरातांच्या निवडणुकीच्या वेळचे म. टा. चे अग्रलेख वाचावेत) वास्तविक, वृत्तपत्रातून हे जे शब्दमैथुन चाललेले असते, हा षंढांचा शृंगार असतो. त्यातही लबाडी असतेच! वसंत कानेटकर हे जर ठरल्याप्रमाणे गोविंदराव तळवलकरांना भेटायला गेले असते, तर कानेटकरांबद्दल थयथयाट करणारा अग्रलेख गोविंदरावांनी लिहिला नसता! असे गोविंदराव कोण लागून गेलेत की, ज्यांच्या रागा-लोभाची पर्वा साहित्यिकांनी करावी? यादव

काय किंवा कानेटकर काय, या दोघांचे मोठेपण 'महाराष्ट्र टाइम्स'च्या संपादकांमुळे त्यांना प्राप्त झालेले नाही. वसंतरावांचा दुटप्पीपणा हा अग्रलेखाचा विषय होऊ शकतो, तर शरद पवारांच्या कोलांटउड्या हा अग्रलेखाचा विषय का होऊ नये? आपल्याला दुर्गाबाईच अध्यक्ष हव्यात, असा यशवंतराव चव्हाणांनी आग्रह धरला आणि अध्यक्षपदाच्या निवडणुकीत हस्तक्षेप केला; तेव्हा यशवंतरावांचे जोडे पुसणाऱ्यांना तो हस्तक्षेप खपवून घ्यावा लागला. मग विखे-पाटलांनी हस्तक्षेप केला, म्हणून काय बिघडले?

आपण काय लिहितो, आपण मागे काय भूमिका घेतल्या आणि वास्तवात साहित्य संमेलनात काय घडते, याचा गोविंदरावांनी थोडा शांतपणे विचार करायला हवा. वस्तुस्थिती अशी आहे की, इतिहासजमा झालेल्या अनेक थोर साहित्यिकांनीही साहित्यिक निवडणुकीत अधिक घृणास्पद प्रकार वापरले होते. आज आपण ते सर्व विसरून जाऊन त्यांच्या साहित्याचे स्मरण ठेवतो. माणसे इथून-तिथून सारखीच असतात. मेल्यामुळे आज ती मोठी वाटतात, इतकेच. टिकणार ती वसंतरावांची नाटके आणि यादवांच्या कादंबऱ्या. गोविंदरावांचे अग्रलेख यापूर्वी महाराष्ट्रातील जनतेने प्रातर्विधीसाठी वापरून टाकलेले आहेत. पुरुषोत्तम भास्कर भावे हे गोविंदरावांचे मित्र. त्यांच्या साहित्यिक निवडणुकीत काय झाले? आचार्य अत्र्यांसारख्या महाबलाढ्य पत्रकारालाही उचापती करूनच निवडून यावे लागले. सर्जनशील कलावंताला खुशामतीचे शास्त्र जर अवगत असते, तर गोविंदरावांच्या आशिर्वादानेच हे कलावंत निवडणुकीला उभे राहिले असते. आपला वरदहस्त हवा असे गोविंदरावांना वाटते; मग कै. बा. भ. बोरकरांवर, गोविंद तळवलकर, पु. ल. देशपांडे, अनंतराव भालेराव अशा अनेकांनी वरदहस्त ठेवूनही ते का तोंडघशी पडले? पत्रकारांनी आपल्या शब्दांची विश्वासार्हता वाढविली पाहिजे. त्याऐवजी पत्रकार ती दिवसेंदिवस गमावत चालले आहेत. गोविंदराव नि:पक्षपातीपणाचा आव आणतात; आपण कुणाचीही बाजू घेणार नाही; असे आर्जवी पण नाटकी शब्दांत म्हणत राहतात. पण त्यांचा एका उमेदवाराला आतून पाठिंबा असतो. या वेळेस दुर्दैव असे झाले की, उमेदवार दोनच राहिले. त्यांत आपले परममित्र व्यंकटेश माडगूळकर यांना संतुष्ट करण्यासाठी गोविंदरावांनी यापूर्वीच यादवांना निकालात काढले होते. त्यांचा पहिला लेख वाचून असेच वाटते की यादवांची काही धडगत नाही. प्रत्यक्ष 'गोविंद'च जेथे नाराज झाला, तेथे 'यादवां'चे रक्षण कोण करणार? पण यादवांचे नशीब थोर! कबूल करून वसंतराव कानेटकर मुजऱ्यासाठी गोविंदरावांच्या दरबारात गेले

नाहीत. श्रीमंत गोविंदराव यांची तबियत गरम झाली आणि त्यांनी वसंत कानेटकरांना मरेपर्यंत फाशी अशी शिक्षा ठोठावली– फक्त या आज्ञा अमलात आणण्यासाठी गोंदिवरावांजवळ एखादा कुत्रादेखील नव्हता. तसे लहान-मोठे पाळलेले कुत्रे टाइम्सच्या कचेरीत आहेत, पण त्यांना धड भुंकतासुद्धा येत नाही. वसंतरावांवर गोविंदरावांनी तोफ डागली आणि यादवांच्या गोटात हर्षकल्लोळ उडाला. खरे म्हणजे, वसंतराव कानेटकरांच्या दुटप्पीपणापेक्षा गोविंदरावांचा दुटप्पीपणा मजेशीर आहे. वसंतरावांनी येऊन-जाऊन काय केले? आधी उभे राहत नाही म्हणाले, उभे राहिले, नंतर माघार घेतली आणि बदललेल्या परिस्थितीनुसार माघारीचा अर्ज परत घेतला! केवढी धरसोड! गोविंदराव जसे चव्हाणांचा कासोटा घट्ट धरून राहिले, तसे एकदा नाही म्हणालो, तर या जन्मात तर नाहीच, पण पुढील जन्मातसुद्धा अध्यक्षपदासाठी उभा राहणार नाही– असे कानेटकरांनी म्हटले असते, तर गोविंदरावांचे समाधान झाले असते. शब्द दिला म्हणजे दिला, बदलायचा असेल तर गुपचूप बदलावा. या कानाचे त्या कानाला कळता कामा नये. पण कानेटकर आपले उघड-उघड एक दिवस नकार, एक दिवस होकार– असे करीत राहिले. गोविंदरावांसारख्या स्वाभिमानी (!) तत्त्वनिष्ठ (!) आणि साहित्याची कळकळ (!) असणाऱ्या माणसाला वसंतरावांच्या त्या वागण्यामुळे किती यातना झाल्या! गोविंदाची कृपा मिळाली की, पुष्कळ फायदे होतात. पण वसंतराव तशा अर्थाने अव्यवहारीच! मी म्हणतो की, गोविंदरावांच्या पाठिंब्याचा काडीचाही उपयोग नसला, तरी त्यांना भेटायला जायला काय हरकत होती? फार तर गोविंदरावांच्या लाचार मित्रांच्या संगतीत बसून मद्य प्यावे लागले असते! आपण या देशातील कर्तुम अकर्तुम शक्ती आहोत आणि मॅडम थॅचरबाई आपल्या सल्ल्याशिवाय कोणतीही गोष्ट करीत नाहीत, असली गोविंदरावांची बडबड ऐकावी लागली असती! नाही तरी इतर वेळेला तरी चांगले प्रतिभाशाली सुंदर बोलणारे लोक या देशात आहेत कुठे? जसे नागरिक, तसेच त्यांचे कार्यकर्ते, तसेच त्यांचे नाटककार, तसेच कादंबरीकार आणि तसेच पत्रकारसुद्धा! आपल्यापैकी पतिव्रता कोण, याचा निवाडा जिच्या यारांची संख्या कमी यावरूनच करायचा असेल, तर आनंद यादव व वसंत कानेटकर यांनी 'महाराष्ट्र टाइम्स'मधील टीका मनाला लावून घेण्यात अर्थ नाही. कुणीही निवडून येवो, अखेरीस साहित्यिकच निवडून येणार आहे! विखे-पाटीलच त्या साहित्यिकांचे स्वागत करणार आहेत आणि या तिघांनाही शिव्या देणारे पत्रकार व लेखक विखे-पाटलांचाच पाहुणचार घेणार आहेत. शिमगा झाल्याशिवाय नवे वर्ष उजाडतच नाही. बोंबल्याचे काम

बोंबल्याने केले; नव्या वर्षाची गुढी उभारण्याचे काम साहित्यिकांनी करावे. साखरसम्राटांनी झाले-गेले विसरून जाऊन सर्वांना गोड जेवण घालावे. साहित्यिकांचे मानापमान सांभाळावेत. म. टा. चा जो कोणी प्रतिनिधी येईल, त्याचा विशेष मानसन्मान ठेवायला विसरू नये! शुभ कार्यात कावळा ओरडू नये, म्हणून सावध राहावे. साहित्य संमेलनात कावळ्यांनी ओरडू नये, म्हणून आधीच काळजी घेतलेली काय वाईट?

- ०-०-०-

३०

असाही दिवस उजाडावा

दिवस उजाडतो आणि मावळतो. तसे रोजच्या रोज नवीन काही घडत नाही आणि घडणार तरी काय? जग हे पुनरुक्तीने भरलेले आहे. त्याच त्या गोष्टी पुन: पुन्हा कराव्या लागल्यामुळे माणसाला कधी कधी कंटाळा येतो. पण तसे आयुष्य जगण्यावाचून त्याला पर्याय नसतो. मध्यंतरी एखादे अनपेक्षित असे घडते की, ज्यामुळे आयुष्यावर पुनरुक्तीचा जो बुरा चढलेला असतो, तो पार खरवडून निघतो.

आणीबाणीच्या कालखंडातले ते दिवस हे असेच रोमांचक होते. क्षणाक्षणाला काही तरी नवे अवसान मागणारे होते. एरवी थोडा भांडखोर असलो, चळवळ्या असलो, तरी मुद्दाम घडवून आणल्याशिवाय माझ्या आयुष्यातही नवे काही घडत नाही. इतर व्यवसायांपेक्षा पत्रकारितेचा व्यवसाय हा अधिक चित्तथरारक आणि घाईगर्दीचा असतो, कारण वर्तमानाशी तो निगडित असतो. एरवी कागद-कोट्याचे अर्ज, लेखकांना स्मरणपत्रे, कामगारांच्या मागण्या, प्रुफांची भेंडोळी, खोटी अवसाने, तिरकस आश्वासने– यांत दिवस संपून जातो. आपल्या परखड लेखावर खटला होतो, तेव्हा जरा शांत असलेले जग थोडे अशांत होते. एरवी बहुतांशी तेच ते घडत असते. तीच फसवी खुशीपत्रे, आपल्या कंपूतील लोकांची आश्वासक मार्गदर्शने, परिचितांची स्तुतीपर येणारी परीक्षणे. बस्स, एवढेच.

पण आणीबाणीत व आणीबाणीनंतर सगळेच काही बदलले. आणीबाणीत कोंडमारा होता, म्हणून सरकारला चकवण्यासाठी प्रतिदिनी डावपेच लढवावे लागायचे. काहीही लिहिले तरी त्यातून आणीबाणीविरोध शोधून काढण्यासाठी सेन्सॉरचे अधिकारी तत्पर असत, आणि मूर्ख सरकारी अधिकाऱ्यांना फसवून आणीबाणीविरोधी लिहिण्याचे मार्ग आम्ही शोधत होतो. माझ्या वाचकांना माझ्या

लेखनाची शैली परिचित झाली आहे. त्यामुळे मी सूचकतेने लिहिले तरी ते समजून घेऊ शकत असत. मद्दड सरकारी अधिकाऱ्यांना मात्र माझ्या लेखनातील व्यंजना समजू शकत नसे. 'वीस कलमी कार्यक्रमांना आमचाही पाठिंबा आहे.' अशा अर्थाचा एक लेख मी त्या वेळी लिहिला होता. त्यात वीजनिर्मिती, वनीकरण, जादा उत्पादन हा सरकारच्या नेहमीच्या कामाचाच भाग आहे (आणि त्यासाठी आणीबाणी आणण्याची गरज नाही), असे मी लिहिले. हेतू इतकाच होता की, आणीबाणी आणल्याची जी कारणे सांगितली गेली, ती खोटी आहेत. हा लेख सेन्सॉरने पास केला, तो छापलाही गेला आणि मग सुमारे महिनाभराने या लेखाबद्दल चौकशी सुरू झाली. पण सेन्सॉरने मंजुरी दिल्याकारणाने माझ्यावर दोष ठेवणे सरकारला शक्य झाले नाही. त्याचप्रमाणे गोपाल नीलकंठ दांडेकर यांचे 'कृष्णायन' हे छापलेले पुस्तक मी मंजूर करून घेतले. त्यातील कंसाने देवांना बंदिवासात घातले आणि त्यांचा छळ केला, एवढा भाग मी छापला आणि पुढचे लेखन छापणे थांबवले. त्या वेळच्या सरकारी अधिकाऱ्यांनी एवढाच मजकूर छापल्याबद्दल मला जाब विचारला. मी त्यांना त्यांनीच दिलेली मंजुरी दाखवली. मी म्हणालो, ''आम्ही काय छापू नये, हे सांगण्याचा अधिकार तुम्हाला प्राप्त झाला आहे. पण काय छापावे, याबद्दल सरकारचे कोणतेच बंधन आमच्यावर नाही.'' या व असल्या लहान-मोठ्या खटपटींपेक्षा अधिक काही त्या काळात घडणे शक्य नव्हते.

उघड-उघड नेहमीच सरकारविरोधी भूमिका घेणाऱ्या 'सोबत'सारख्या साप्ताहिकाला सरकारचा ससेमिरा खूपच भोगावा लागला. त्यामानाने ॲकॅडमिक स्वरूपाची– लोकशाहीची चिकित्सा करणाऱ्या नियतकालिकांना कमी त्रास भोगावा लागला. अशी नियतकालिके फक्त उच्चभ्रू समाजात वाचली जातात की, ज्यांना बी. बी. सी.चे वृत्त ऐकणे शक्य होते. पण 'सोबत' सैद्धांतिक चर्चा करणारे वृत्तपत्र नव्हते, आणि म्हणून सरकारने शेवटपर्यंत आमच्या छापखान्यात रखवालीसाठी बसवलेला माणूस उठवला नाही.

आणीबाणी कायम राहणार नाही, म्हणजे राहू दिली जाणार नाही, हे कळत होते. जगातल्या बड्या राष्ट्रांचे दडपण वाढत होते आणि त्या गोष्टीचा आपल्या परराष्ट्रनीतीवर परिणाम होत होता. भारतीय जनतेने इंदिरा गांधींना आणीबाणीत सुखाने राज्य करू दिले, हा आपल्यावरील कलंक आपण पत्करला पाहिजे. ज्याप्रमाणे १९४२ च्या तथाकथित स्वातंत्र्ययुद्धाचा आपण अवाजवी गौरव करतो, तसे आणीबाणीतील प्रतिकाराचेही आहे. राज्यकर्त्यांवर या दोन्हीही

चळवळींचा कोणताच परिणाम झालेला नव्हता. महात्मा गांधींनी या देशातील पौरुषाचे खच्चीकरण केले होते; नचपेक्षा जुलमी राज्यकर्त्यांना सुखाने राज्य करता येणार नाही, अशी अवस्था निर्माण करणे हे मुळीच कठीण नव्हते. पण तसे घडले नाही आणि यापुढेही घडेल, असे वाटत नाही. स्वाभिमानी आणि सार्वभौम देशातील नागरिकांनी देशाच्या रक्षणासाठी दाखविण्याची तत्परता जेवढी आवश्यक आहे, तितकीच स्वत्वाच्या रक्षणासाठी तत्परता दाखविण्याची गरज आहे. स्वत:चा देश, धर्म, संस्कृती ह्या सर्वांची प्रतिष्ठा जतन का करायची, तर त्या सर्वांच्या प्रतिष्ठेत प्रत्येकाची प्रतिष्ठा गुंतलेली असते, म्हणून. जर मलाच प्रतिष्ठा नसेल तर माझ्या परिवाराला, माझ्या राज्याला, माझ्या भाषेला, त्याचप्रमाणे माझ्या राष्ट्राला तरी प्रतिष्ठा कोठून येणार? भारतातील कोट्यवधी नागरिकांना आजही कोणतीच प्रतिष्ठा नाही; किंबहुना, प्रतिष्ठा म्हणजे काय, हेही त्यांना माहीत नाही. त्यामुळे त्यांच्या सामूहिक जीवनालाही प्रतिष्ठा नाही. जे घडते आहे, ते दैवयोगाने घडते आहे, आणि त्या जडणघडणीत माणसाचे कर्तृत्व काहीच नाही, असे आम्ही आमच्या धर्माकडून शिक्षण घेतले आहे. परिणामी, इहलोकातील प्रतिष्ठेला किंमत उरली नाही.

आणीबाणीनंतरचे दिवस घाईगर्दीचे, धावपळीचे आणि २४ तास गुंतवून टाकणारे होते. बऱ्याच दिवसांनी पत्रकारांना स्वातंत्र्य मिळाले होते. विरोधकांना बोलता येऊ लागले होते, आणि जनतेची प्रतिक्रिया रस्त्यारस्त्यावर व्यक्त करणे आता शक्य झाले होते. आणीबाणी उठणार याचा अंदाज आल्यापासूनच मी माझी लेखणी बेफाट सोडली होती आणि 'सोबत'चा अंक आठवड्यातून दोनदा प्रकाशित करण्याचे ठरवले होते. जनता पक्षाची निर्मिती होत होती. उमेदवार ठरायचे होते आणि पुष्कळसे लोक तुरुंगातून सुटायचे होते. फक्त निवडणुका जाहीर झाल्या होत्या. ज्याला जसे हवे त्याप्रमाणे त्याने आणीबाणीचा निषेध करण्याचे काम चालवले होते. निवडणुकीचा कार्यक्रम जाहीर झाल्यापासून मी माझा कार्यक्रम ठरवून टाकला. जे दोन-चार मित्र वा साहित्यिक सभेत बोलू शकतील, अशांना गाडीत घालायचे व २-३ वाजता पुणे सोडायचे. ज्या रस्त्यावरून पुण्याची वेस ओलांडायची, त्या रस्त्यावर येणाऱ्या गावांना आमचे आगमन कळवले जायचे आणि ते आमच्या स्वागतासाठी रस्त्यावर येऊन उभे राहायचे. पुढचा कार्यक्रम जर आखीव नसेल, तर तिथला चहा-फराळ घेऊन तिथल्या सभेचा कार्यक्रम आटपायचा व पुढे प्रवास सुरू व्हायचा. त्या वेळेस पाहुणचार नको-नको म्हणताना पुरे व्हायचे. अशा सभा घेत-घेत शेवटची

रात्रीची सभा कुठल्या तरी मोठ्या गावात व्हायची. ती सभा अर्थात आखलेली असायची आणि म्हणून परिणामकारक होत असे. या माझ्या दौऱ्यात पुण्यातले कित्येक साहित्यिक मी नेले होते. साहित्यिकांनी या गर्दीचा वेगळाच अनुभव त्या वेळी घेतला. मी काही मोठा वक्ता नाही. इंदिरा गांधींविरोधी व्यासपीठावर त्या काळात कोणीही वक्ता दाद मिळवत असे. माझे एक व्याख्यान वाईला आणि दुसऱ्या दिवशीची व्याख्याने कोकणात ठरली होती. दक्षिणेस मिरज-सांगलीपर्यंत, पूर्वेस सोलापूर जिल्ह्याच्या सीमेपर्यंत, उत्तरेस नाशिक-कोपरगावपर्यंत एका महिन्यात माझी शंभर एक तरी भाषणे झाली होती. आता हे अखेरचे सत्र होते. त्यामुळे वाईच्या व्याख्यानानंतर तेथे मुक्काम करून दुसऱ्या दिवशी पोलादपूरपासून चिपळूणपर्यंत जायचे, असे आम्ही ठरवले.

मी नवी घेतलेली फियाट गाडी प्रवासासाठी वापरीत होतो. ड्रायव्हर, मी आणि छाया गोडबोले हे पुढे बसत असू आणि मागे जेवढे लोक उरले असतील, ते बसण्याचा प्रयत्न करीत. फियाट गाडीच्या मागील बाजूस पाच लोक बसू शकतात, हे त्या गाडीची जाहिरात करणाऱ्यांना उपयोगी पडणारे प्रात्यक्षिक आम्ही करत होतो. या साऱ्या प्रवासात गाडीत पेट्रोल कुणी घातले नाही किंवा वाटेत जो चहा-फराळ घेत असू, त्याचे पैसेही कुणी दिले नाहीत. हा माझा खासगी व्यवहार होता. या कामी माझा खर्च किती झाला, याचा मी हिशेब ठेवलेला नाही; पण तो दहा हजारांपेक्षा नक्कीच जास्त असेल. मला व्याख्यानबाजीची नशा चढलेली. वेळच्या वेळी जेवण मिळेल, असे नव्हते. रात्री बारा-एक वाजता जेवणाचा उत्साह राहत असेच, असे नाही. पण या महिन्याभराच्या अविश्रांत प्रवासात मी कधी आजारी पडलो नाही किंवा मधुमेहाचा रोगी असूनही मला कधी दमल्यासारखे झाल्याचे आठवत नाही. काही पथ्ये मी पाळत होतो. मुख्य म्हणजे, त्या कालखंडात मी मद्याला शिवलोदेखील नाही. भरपेट जेवणापेक्षा दूध, ताक, सरबत अशा पेयांवरच मी भर ठेवला होता. त्यामुळे रात्री बारा वाजता सभा आटोपून पुण्यात पहाटे ४-५ वाजता आल्यावर चार-दोन तासांची विश्रांती घेऊन लेखनिकाला मजकूर सांगून आणि छापखाना व कार्यालयात फेरी मारून पुन्हा प्रवासाला जायला मी सिद्ध होत असे. त्या वेळेला 'सोबत'चा खप ४० हजारांपर्यंत गेला होता, आणि आठवड्यातून अंक दोनदा काढला जाई. एवढी छपाई माझ्या जुन्या छापखान्यात उरकणेच शक्य नव्हते. मग अधून-मधून काही फॉर्म्स बाहेरून छापून आणावे लागत. कामगारांनी, सहकाऱ्यांनी, लेखकांनी सहव्यावसायिकांनी त्या काळात जे सहकार्य दिले, त्याला तोड नाही.

'मंतरलेले दिवस' या शब्दप्रयोगात त्या कालखंडाचे वर्णन करता येईल.

वाईला जायचे ठरवून आम्ही पुण्याहून २-३ वाजता निघालो. वाटेत एक-दोन ठिकाणी थांबावे लागलेच, पण तरी सभेला वेळेवर पोचलो. सभा घाटावरच होती. गर्दी चांगली होती. लोकांनी निवडणूक फंडासाठी नोटांचा हार उत्स्फूर्तपणे घातला. ती रक्कम अर्थात यशवंतरावांचे प्रतिस्पर्धी उमेदवार नितीन लवंगारे यांना द्यायची होती. दलित समाजाची राखीव जागा त्यांना मिळत असतानाही यशवंतराव चव्हाण यांच्याविरुद्ध जनरल जागेवर उभे राहायला मी त्यांना उद्युक्त केले होते. कसलीही साधने नसताना– एवढेच नव्हे, तर कित्येक निवडणूक केन्द्रांवर त्यांचा माणूसही नसताना या निवडणुकीत त्यांना चांगली मते मिळाली.

वाईच्या सभेत द. मा. मिरासदार येणार होते. पण त्यांना रजा न मिळू शकल्याकारणाने चिपळूणच्या सभेसाठी रात्रीच्या एस्. टी. ने आपण येऊ, असे ते म्हणाले आणि त्याप्रमाणे ते खरोखरीच आले. वाईला आमचा मुक्काम माझे स्नेही द. न. पटवर्धन हे नगरसेवक, वृत्तपत्रलेखक आणि त्या वेळचे जनता पक्षाचे कार्यकर्ते यांच्या घरी होता. सभा संपल्यानंतर दुसऱ्या दिवशी सकाळी चिपळूणला जाण्यापूर्वी आम्ही नाश्त्यासाठी घरी यावे, असा तर्कतीर्थ लक्ष्मणशास्त्री जोशी यांचा निरोप आला. त्यांचा-माझा स्नेह जुना असला तरी त्यांचा यशवंतरावांशी असलेला स्नेह आणि काँग्रेस पक्षात त्यांचे असलेले स्थान विचारात घेता त्यांना उपद्रव द्यावा, असे मला वाटत नव्हते. दुसऱ्या दिवशी सकाळी त्यांचा पुन्हा निरोप आल्यावर आम्ही सर्व जण व गावातले जनता पक्षाचे कार्यकर्ते यांच्यासह त्यांच्या घरी गेलो. त्यांनी जो आदरसत्काराचा मांड मांडलेला होता, तो व्यक्तीच्या सत्काराचा नव्हता; तर कऱ्हाडच्या संमेलनापासून त्यांच्या मनात धुमसत असलेल्या सेन्सॉरशिप विरोधाचा होता. काही वेळा अशा असतात की, फार उच्चतर निष्ठांसाठी व्यवहार म्हणून पत्करलेल्या काही निष्ठा गौण मानाव्या लागतात. शास्त्रीबुवा गेली कित्येक वर्षांत काँग्रेस पक्षात वाढलेले, उच्च पदावर चढलेले; पण जेव्हा लेखनस्वातंत्र्यावर निर्बंध आले आणि असमर्थनीय अशी असुरशाही निर्माण झाली, तेव्हा सत्ताधीशांच्या नाराजीची पर्वा न करता त्यांनी कऱ्हाडच्या संमेलनात लेखनस्वातंत्र्याचा पुरस्कार केला होता. जनता पक्षाच्या आमच्यासारख्या प्रचारकांना घरी बोलावून त्यांनी केवळ आदरसत्कार केला असे नाही, तर जनता पक्ष विजयी व्हावा असा आशीर्वाद द्या अशी विनंती करून मी त्यांना नमस्कार केला; तेव्हा त्यांनी आशीर्वादही दिला. बरोबरीच्या लोकांना या दृश्याचे आश्चर्य

वाटले, पण मला ते वाटले नाही. याचे कारण ज्ञानाच्या रस्त्यावरच्या वाटसरूने अवघड प्रसंगात असेच वागले पाहिजे, आणि तसे वागताना काही ज्ञानवंतांना मी पाहिले आहे. शास्त्रीबुवांच्या घरचा पाहुणचार आटोपला आणि पसरणीचा घाट आम्ही चढायला लागलो. उत्साह तर अमाप होता. आपण एका मोठ्या राजसूय यज्ञात पाणक्याचे काम करतो आहोत, ही जाणीव होती. युद्ध जिंकण्यासाठी सेनापती लागतो, पण मरण्यासाठी सैनिकच लागतात.

आम्ही पोलादपूरला पोहोचलो, तेव्हा तीन वाजले असतील. पोलादपूरला कुठे तरी चहा घ्यावा, म्हणून आम्ही गाडी थांबवली आणि एका हॉटेलमध्ये जाऊन बसलो. आम्ही काही मागणी करणार त्यापूर्वीच शेजारच्या हॉटेलातून एक गृहस्थ तावातावाने येऊन म्हणाला, "तुम्ही कुठे बसलात याची काही शुद्ध आहे का तुम्हाला?" आम्हाला काही समजेना व मग त्याने वरच्या पाटीकडे बोट दाखविले. तेथे लिहिले होते– 'इंदिरा काँग्रेसला मते द्या!' त्याने आम्हाला निमंत्रण दिल्याने आम्ही त्याच्या हॉटेलात जाऊन बसलो. जे-जे तेथे काही चांगले होते ते-ते त्याने आम्हाला खाऊ घातलेच; पण घरातून दही आणून आम्हास फर्मास दहीमिसळ खाऊ घातली. पैसे देण्याचा प्रश्नच नव्हता. त्याने तर पैसे घेतलेच नाहीत, पण हॉटेलबाहेरच्या पानवाल्यानेही पैसे घ्यायला नकार दिला. बिर्लाशेठनी ५० लाख रुपये दिले म्हणजे आपण त्यांचा उदार म्हणून गौरव करतो. पण एक तर ही रक्कम त्यांची खासगी नसते, तर कारखान्याच्या नफ्यातून निर्माण केलेल्या ट्रस्टमधील असते; शिवाय कितीही रक्कम दिली तरी त्यांच्या पंचपक्वान्नांच्या भोजनात अंतर पडणार नसते. याउलट, पानवाल्याची दिवसभरची कमाई चार-पाच रुपयांपेक्षा जास्त असण्याची शक्यता नव्हती. आम्ही मागू तेवढी पाने त्याने आम्हाला दिली; एवढेच नव्हे, तर चार-दोन पाने बांधूनही दिली. याचा अर्थ, आजच्या दिवसाच्या कमाईवर त्याने पाणी सोडले होते. त्यागाचे मोजमाप कसे करावे, याबद्दल मनात संभ्रम उडण्याचे कारण नाही. असे अनेक प्रसंग गेले महिनाभर मी अनुभवले.

माणसातील लघुत्व आणि क्षुद्रत्व एरवी अनुभवायला मिळतेच, पण त्या मंतरलेल्या दिवसांच्या काळात माणसातील देवत्वाचे रूपही मी पाहिले. ज्यांच्या घरात कधी मटण शिजलेले नाही, त्यांनी आम्हाला मटण आवडते अशी समजूत करून घेऊन तेही तयार ठेवले होते. मी संपूर्ण शाकाहारी आहे, हे कळल्यामुळे आपली खटपट फुकट गेली, याबद्दल त्यांना दुःख वाटले असेल; पण त्याहीपेक्षा गमतीचा भाग असा आहे, ज्यांच्या घरात मद्य कुणीच कधी

प्यायलेले नाही, एवढेच नव्हे, तर त्याचा शब्दोच्चारसुद्धा कधी घडलेला नाही, त्या घरात मद्याची सोय करण्यात आलेली होती, आणि आम्हाला संगत लाभावी म्हणून त्या विषयातील दर्दी माणसे हजर ठेवण्यात आली होती. खूप आग्रह करूनसुद्धा मद्याला मी नकार दिला. मद्य पितो, ही गोष्ट मी गुप्त ठेवलेली नाही. पण ज्या प्रचारासाठी मी बाहेर पडलो, त्याचे पावित्र्य जर मीच राखले नाही, तर मग ज्या सहानुभूतीची मी अपेक्षा करत होतो, ती मला मिळाली नसती. शिवाय ज्यांच्याकडे मी पाहुणा म्हणून जातो तेथील घरधनी जर मद्य पीत नसेल, तर मीही मद्य पीत नाही. ज्या घराने आपली राहण्याची सोय केली, उत्तम आदरसत्कार केला; त्या घराला न रुचणाऱ्या गोष्टी करण्याचा आपला अधिकार नाही. घरात वडीलधारी माणसे असतात, त्यांचा आशीर्वाद हवा असतो, आणि तो मिळाला की, मनाला जी एक शांती मिळते, ती शांती मी मोलाची मानतो. जाणीवपूर्वक व्रत म्हणून ज्यांनी चारित्र्याची जोपासना केली आहे, त्यांच्यापुढे माझी मान झुकलेली असते.

दिवस असे गेले– आणि असेच जावेत. पुन्हा आमच्या स्वातंत्र्याचा अपहार व्हावा, पुन्हा आम्हाला प्रतिकार करता यावा. पूर्वीच्या चुका आम्ही आता करणार नाही. आता दडपणशाही आली तर आम्ही दबून वागणार नाही. राज्यकर्त्यांना समजले पाहिजे की, जरी शांतिब्रह्म महात्मा गांधींनी या देशातील पुरुषार्थाचे खच्चीकरण केले होते, तरी काही पुरुष शिल्लक राहिलेच.

त्या दिवसाची वाट पाहायला हवी–
तोपर्यंत म्हणूनच जगायलाही हवे.

-०-०-०-

३१

अपराध मीच केला

आपल्या हातून अपराध व्हावा आणि त्याची शिक्षा मात्र दुसऱ्याला भोगायला लागावी, अशा वेळी एक विषण्णता पदरी येते. असे नेहमीच घडते, असे नाही. पण कधी तरी घडते. उरलेले आयुष्य नियतीने आपल्यावर लादलेली ही अबोल शिक्षा भोगण्यात जाते. आपण काही तरी करायला गेलो, त्यात आपला निकटचा सहकारी सामील झाला, काही काळ दोघांनी वाटचाल एकत्र केली, आणि याच वेळेस बहुतांशी आपल्या चुकीमुळे आपला मित्र अडचणीत आला, त्याला आपण वाचवू शकलो नाही. त्यामुळे पुढच्या जगण्यातली पुष्कळ मजा जळून गेली. पश्चात्तापाने आपल्या लहान-मोठ्या सुखात मिठाचा खडा पडतो. हे दुःख असे काही विचित्र असते की, त्या दुःखाचा उपशम करताच येत नाही. करण्याची इच्छा असते, पण संधीच मिळत नाही. एकाच अपराधाबद्दल दोघांनीही शिक्षा भोगण्यात शहाणपणही नसते. गुन्ह्यातला आरोपी मिळाला की, कायद्याचे समाधान होते; मग आणखी एकाने गुन्ह्याची कबुली देऊनही काय साधणार असते? अशा कबुलीजबाबामुळे आपला मित्र वा मैत्रीण गुन्हेगारीतून मुक्त होणार असेल, तरच गुन्ह्याची जबाबदारी घेण्यात अर्थ असतो. आपला सहकारी शिक्षा भोगतो आहे व आपण सुरक्षित जीवन जगत आहोत, मुक्त हवेत मौजमजा करतो आहोत, याबद्दल अपराधी भावना मनात असणे, हीही एक प्रकारची शिक्षाच नाही का? हळव्या माणसांना ती शिक्षा वाटते. दुसऱ्यांना तोंडघशी पाडण्यातच ज्यांचा जन्म गेला, त्यांना या घटनेचे दुःख होण्याचे कारण नाही. ज्याने आपले कर्तबगारीचे क्षेत्र विस्तृत केले आहे किंवा ज्यांना अनेकांची मान्यता मिळवावी लागली आहे, आणि इतरांपेक्षा कौतुकाचा वाटा जास्त मिळाला आहे, त्यांना हा दुःखाचा प्रकार सोसावा लागतो.

ज्यांना प्रत्यक्ष शिक्षा भोगावी लागते, ती शिक्षा शारीरिक असतेच पण त्यांना आजन्म बदनामीतच वावरावे लागते. आपले दु:ख मात्र वैयक्तिक असते. त्याचे प्रदर्शन दुसऱ्यापाशी करता येत नाही. अश्रू आले तरी लपवावे लागतात. हुंदक्यांना तर गिळूनच टाकावे लागत. ओरडून सांगायची इच्छा असते की, हा गुन्हा त्यांचा नाही; माझा आहे, मला शिक्षा द्या. पण कायद्याला अपराध्याचे नुसते कबुलीजबाब चालत नाहीत. पुराव्याने ज्याच्यावर गुन्हा शाबीत करता येतो, त्याला शिक्षा भोगावी लागते.

एक घटना आठवते. मी एका अशाच लोकविलक्षण कृत्यात त्या काळात मग्न झालो होतो. अभ्यासामधले लक्ष उडाले होतो. मी तोपर्यंत पिस्तूल एक तर चित्रपटात पाहिले होते किंवा दिवाळीत केपा उडवताना पाहिले होते. जे काही मनाशी योजले होते, त्यासाठी पिस्तूल सहजगत्या मिळाले. मला आश्चर्य वाटले. मला वाटले होते की, असे प्राणघातक हत्यार मिळवणे फार जिकिरीचे असेल. तुम्ही जर थोडे फार पैसे खर्च करू शकत असाल, तर पिस्तूल मिळवणे त्या काळात तरी अवघड नव्हते. ते पिस्तूल जेव्हा मिळाले, तेव्हा मी अगदी थरारलो. ते कोरे करकरीत पिस्तूल होते. ज्याचे लकाकणेसुद्धा भयानक वाटत होते. पिस्तुलाचा सराव व्हावा म्हणून आम्ही आळंदी रस्त्यावर एका निर्मनुष्य दगडाच्या खाणीत गेलो. तशी ती जागा असुरक्षितच होती, कारण लष्कराचे डेपो अवतीभोवती होते. पण सायकलवरून यापेक्षा अधिक दूर जाणे आम्हाला शक्य नव्हते. पिस्तुलाचा घोडा जेव्हा मी प्रथम दाबला, तेव्हा त्याच्या प्रतिघाताने मी लटपटलो होतो. माझा मित्र तर घाबराघुबरा झाला होता. हळूहळू नेम धरून आपल्या लक्ष्यावर गोळी मारायला मी शिकलो. प्रत्यक्षात आम्हाला एखाददुसरी गोळीच मारावी लागणार होती. उरलेल्या गोळ्या तशा अर्थाने शिक्षणासाठीच होत्या. पुन्हा एक-दोन दिवसांनी तिथे जायचे, असे ठरवून आम्ही गावात परतलो. कदाचित कुतूहलापोटी असेल, कदाचित साहसापोटी असेल, कदाचित माझ्या घरी फारशी सुरक्षित जागा नसेल; म्हणून ते पिस्तूल माझा मित्र त्याच्या घरी घेऊन गेला.

वास्तविक, ती गोष्ट उघडकीला यायचे काही कारण नव्हते. माझ्या मित्राचा थोरला भाऊ त्या वेळेस अनेक चळवळींत गुंतलेला असे. भारत संरक्षण कायद्याखाली त्याला पकडायला पोलीस आले आणि तेथे झालेल्या झडतीत ते पिस्तूल पोलिसांना सापडले. जरी पिस्तूल प्रत्यक्ष माझ्या मित्राच्या कपाटात सापडले, तरी त्याला या कृत्याबद्दल फारसे कोणी जबाबदार धरले नाही. त्याच्यावर कोणताच वहीम नव्हता. खालच्या मानेने वावरणारा तो एक अभ्यासू

मुलगा होता. पिस्तुलाशी त्याचा कोणत्याही कारणाने संबंध येईल, यावर कोणाचा विश्वासच नव्हता. पोलिसांनी माझ्या मित्राच्या भावाला पकडले. खूप मारहाण केली. पण त्याला पिस्तूल खरोखरीच कोठून आले, हे माहीत नव्हते. आपल्या भावाने अशा तऱ्हेने धोकेबाज पिस्तूल घरात आणले, हे त्याला खरेही वाटत नव्हते. प्रत्यक्षात मारहाणीतून माझा मित्र सुटला, पण त्यालाही चार-दोन तडाखे बसलेच. पिस्तुलाचा आपल्या भावाशी काही संबंध नाही, हे सांगण्याचा त्याला मोह होत होता. पण पिस्तुलाचे उत्तरदायित्व आपल्याकडे घेतले तर ते कोणाकडून आले, हेही माझ्या मित्राला सांगावे लागले असते. पोलिसांनी प्रयत्नच केला असता, तर मारहाणीपुढे माझा मित्र टिकला नसता, पण काय योग असेल तो पाहा. शिक्षा व तुरुंगवास हे दोन्ही माझ्या बाबतीत तेव्हा चुकले. अगदीच ज्याचा काही संबंध नव्हता तो माझ्या मित्राचा भाऊ या प्रकरणात अडकला. त्याची शिक्षा निदान वर्षा-दोन वर्षांनी तरी वाढली असेल.

पुढे आमच्या डोक्यातून त्या दहशतवादी कल्पना निघून गेल्या. आम्हाला ज्याने उत्तेजन दिले होते आणि हा बनाव घडवून आणण्याची ज्याची इच्छा होती, तो बोलण्यात जेवढा शूर होता तेवढा कृतीत नव्हता. मी त्याला तेव्हाही दोष दिला नाही व आजही देत नाही. कारण नियतीच्या हातातली आम्ही सारी खेळणी होतो. प्रसंग पडल्याशिवाय शौर्य, धाडस, हौतात्म्य यांचा प्रयत्य येत नाही, आणि हे गुण रस्त्यावरून जाणाऱ्या-येणाऱ्या माणसांजवळ नसतातच.

ज्या गृहस्थाने माझ्या डोक्यात हिंसाचारी कल्पना घुसवली होती, त्याने आयुष्याअखेरीपर्यंत माझ्याशी स्नेह ठेवला. मला मदतही केली. कारण आपण अपराधी आहोत, याची त्याला सतत जाणीव होती. मी चांगला हुशार मुलगा होतो आणि अगदी सहजगत्या एम. ए. किंवा एम. एस्सी. होऊन माझ्या आयुष्याचा रस्ता चालू शकलो असतो. पण हा भलताच एक किडा त्या काळात माझ्या डोक्यात घुसला व त्याने माझ्या शैक्षणिक आयुष्याचे वाटोळे केले. तसे माझे फारसे नुकसान झाले नाही. मी आयुष्यात वेगळ्या क्षेत्रात नावलौकिक कमावला. पण माझ्या मित्राचे कुटुंब मात्र तेव्हा जे खाली आले, त्यातून ते पुढे कधीच सावरले नाही. माझा तो पहिल्या दर्जाची बुद्धी असलेला मित्र कोर्टात शिरस्तेदार झाला; जो खरा आय. सी. एस. होण्याच्या लायकीचा होता, त्याच्या नशिबी कारकुनी आली. त्याची-माझी गाठ पडत असे. त्याच्यासाठी काही करावे, अशी समृद्धी माझ्याजवळ नव्हती. पण जेव्हा ती समृद्धी आली, तेव्हा मी त्याला काही साह्य करण्याची इच्छा व्यक्त केली तेव्हा तो हताश मुद्रेने म्हणाला, 'मित्रा, याची काही गरज नाही. तू

निदान कसली का होईना, लढाई चालू ठेवलीस. कोर्टात तुझ्यावर नानाविध खटले असतात तेव्हा वकीललोक तर तुझ्याबद्दल बरे बोलतातच, पण साहेब लोकसुद्धा तुला आदराने वागवतात. पैसे मिळवण्याची सगळी चव आता निघून गेली आहे. मला पैसा नकोच होता. जे काही आपण करणार होतो, ते खरेच आपल्या हातून झाले असते आणि त्यात आपण जळून गेलो असतो, तरी आनंद वाटला असता. तुझ्या मनात माझ्याबद्दल अनुकंपा आहे. तुला वाटते की, तुझ्या अपराधाबद्दल मला शिक्षा झाली. खरे सांगू मित्रा, असे काहीही घडले नाही. अपराध आपल्यापैकी कुणाच्याही हातून झाला असता तर मी आनंदाने शिक्षा भोगली असती. मी आणि तू अपराध करूच शकलो नाही, त्यामुळे शिक्षाही भोगावी लागली नाही. अरे, काही वाट्याला आले नाही याची खंत आहे. खैर! जाने दो!''

मी काहीच बोललो नाही.

''तुला ती केसकर आठवते का, रे?'' आठवते म्हणावे तरी पंचाईत आणि नाही म्हणावे तरी मी कृतघ्न ठरलो असतो. रोज मी चांगल्या-चांगल्या शब्दांच्या शोधात असतो, पण त्या वेळेस माझे शब्द माझ्यावर चक्क रुसले. मी नुसताच केविलवाणेपणे हसलो आणि म्हणालो, ''कुठे असते रे हल्ली?'' माझ्यापेक्षा अधिक केविलवाणेपणे तो हसला आणि म्हणाला, ''ती वारली, केव्हाच वारली. मी तिच्याशी लग्न करणार होतो, पण जमले नाही रे आणि एक दिवस तिने आत्महत्या केली...!''

पुढे काही बोलणे शक्य नव्हते. ते वय असे असते की, व्यक्तीच्या रूपाकडे, वैभवाकडे, संपत्तीकडे पाहून पुरुष-प्रकृतीची गाठभेट घडत नाही; ते एक वेगळेच प्रकरण असते. त्याला तर्कशास्त्र उपयुक्त नसते. तिच्या डोळ्यांत आग होती आणि फुलपाखराप्रमाणे माझ्या वयाची तरुण मुले ती आपल्या पंखांत झेलण्याचा प्रयत्न करीत असत. तशी ती सुंदर नव्हती– नाजूक तर नव्हतीच नव्हती. आग मात्र ती होतीच होती. तिच्यासारख्या मुलीने आत्महत्या का केली आणि तीही माझ्या मित्रासाठी, हे अनाकलनीय कोडे होते. माझा मित्र तसा बावळा होता. तिच्या डोळ्यांतली आग झेलण्याइतके त्याचे पंख मजबूत नव्हते. नेमके काय घडले असेल, देव जाणे! आपल्या रुचीची कक्षा कमी कमी करत ती माझ्या मित्रापाशी आली असावी आणि तिथेही आपला स्वीकार होत नाही, म्हणून दु:खी झाली असावी. खरे काय ते चाळीस वर्षांपूर्वी आंब्याच्या झाडाखाली तिच्या माझ्या मित्राचे अखेरचे हितगूज झाले, त्या आंब्याच्या झाडालाच फक्त माहीत. आमच्या कॉलेजातील रमाबाई हॉलशेजारी कोपऱ्यातले आंब्याचे झाड

किती तरी विरह आणि निरोप पाहून म्हातारे झाले आहे.

हे सारे आठवण्याचे कारण म्हणजे परवा जेव्हा मी बायपास सर्जरीसाठी अमेरिकेला जायला निघालो, तेव्हा निवृत्त झालेला तो माझा मित्र मला भेटायला आला. माझ्या प्रकृतीच्या गप्पा मारून झाल्यानंतर त्याने खिशातून एक पाकीट काढले आणि माझ्यासमोर शंभर रुपयांच्या दहा नोटा ठेवल्या. मी आश्चर्याने त्याच्याकडे पाहिले. नजरेने त्याच्यावर मात केली होती. हा माझा फार जुना मित्र पूर्वीसारखाच केविलवाणेपणाने हसला व म्हणाला, ''माझ्या आयुष्यात मुलाबाळांना अभिमानाने सांगता येईल अशी जी एक आठवण तू निर्माण केलीस, त्याची ही अल्पशी भेट. नाही म्हणू नकोस. आता माझी मुले चांगली मार्गाला लागली आहेत. पैशाची कसलीसुद्धा अडचण नाही. तुला लागणारी रक्कम मोठी आहे, हे मला माहीत आहे व त्यात हजार रुपये हे अगदी क्षुल्लक आहेत. तू नाही म्हणालास, तर मला वाईट वाटेल.''

माझ्या डोळ्यांत अश्रूंचे थेंब जमा झाले. ज्याचे आयुष्य सुतासारखे सरळ गेले असते, आय.सी.एस. होण्याची ज्याची योग्यता होती, कॉलेजमधील प्राध्यापकपद तर कुठेच गेले नसते; त्याच्या आयुष्यात मी भलत्याच गोष्टी घुसवल्या. अपराध मी केला होता, शिक्षा त्याने भोगली होती. मला भावनांचा वेग आवरेना. मी म्हणालो, ''मित्रा, मला क्षमा कर.''

तो म्हणाला, ''क्षमा कसली? तुला वाटते की, तू माझ्या डोक्यात भलत्याच गोष्टी शिरवल्यास, म्हणून हे असे झाले. हे खरे नाही. हे असेच घडले असते. तू नाहीस, तर तुझ्याऐवजी दुसरा कोणी तरी मला भारून टाकून गेलाच असता. जेव्हा मी माझ्या मुलाला तुझी सगळी हकिगत सांगितली व तुला एक हजार रुपये द्यायची इच्छा आहे असे सांगितले, तेव्हा कसलीही खळखळ न करता त्याने पाकिटातून पैसे काढून दिले व आणखी लागले तर सांगा, असे म्हणाला.''

खूप वर्षांपूर्वी 'वंदे मातरम्' हा चित्रपट निघाला होता. पु. ल. देशपांडे, सुनीता देशपांडे, ग. दि. माडगूळकर, सुधीर फडके अशी त्या काळची भारावलेली मंडळी त्या चित्रपटाच्या निर्मितीशी संबंधित होती. ते दिवस त्यांच्या आयुष्यात सोनेरी होतेच; पण आमच्या आयुष्यातही त्याने सोनेरी प्रकाश आणला होता. त्यात एक गाणे होते–

'अपराध मीच केला, शिक्षा तुझ्या कपाळी!'

-०-०-०-

३२

संदर्भ

एखादी घटना आपण दुसऱ्याला सांगितली तर ती ऐकून त्याला लगेच ती समजेल, असे नसते. आपल्याला त्या घटनेचा काळ, संबंधित व्यक्ती, त्या घटनेची निमित्ते– सर्व काही माहीत असते. त्यामुळे आपण जे बोलतो, ते दुसऱ्याला सहजगत्या समजेल असे आपल्याला वाटत असते; परंतु संदर्भाशिवाय पुष्कळ घटनांचा किंवा वचनांचा अर्थ लागत नाही. संदर्भ सांगितल्याशिवाय बोलण्याची पुष्कळांना खोड असते. त्यामुळे कित्येकदा ते खोटे सांगताहेत, असे वाटते. कारण ती घटना खोटी वाटावी, अशीच परिस्थिती असते.

एखादा कुरूप, वृद्धपणाने थरथरणारा माणूस जर सांगायला लागला की, 'मधुमालती बर्वेंचे आपल्यावर फार प्रेम होते, ती आपल्या मागे लागली होती. पण आपण तिला झिडकारले...' तर आज हे इरिगेशन खात्यातील जोशी कारकुनाचे म्हणणे कुणी तरी खरे मानील का? हा कारकून परिस्थितीने इतका गांजला आहे की, बोलून सोय नाही. चार मुलींची लग्ने करता-करता तो मेटाकुटीला आला आहे. अजून त्या जुन्या, कसब्यातल्या ओल असलेल्या चाळीत तो राहतो आहे. तो देखणा कधीच नव्हता. त्यातून आता अवकलेले म्हातारपण त्याच्या अंगावर आपल्या खुणा उमटवीत आहेच. केस केव्हाच पांढरे झालेले आहेत. तीन-चार नंबरचा चष्मा त्याच्या डोळ्यांवर आहे. दाढी वाढलेली आहे. असा हा जोशी कारकून, त्या मधुमालती बर्वेंचा प्रियकर होता, ह्याच्यावर कोण विश्वास ठेवील? मधुमालती बर्वेसुद्धा आता पन्नाशी उलटून गेलेली बाई असणार. एका साबणाच्या कारखान्याच्या गुजराती मालकाबरोबर पळून जाऊन तिने लग्न केले. बरेच दिवस ती दृष्टीस पडली नाही. परवा तिची गाठ पडली, तेव्हा सफारी घातलेला तिचा नवरा तिच्याबरोबर खरेदीच्या बॅगा घेऊन नव्या मारुती गाडीजवळ

उभा होता. या सगळ्यापेक्षाही तिच्या डोळ्यांत असणारा सुखवस्तू वृत्तीचा तृप्त भाव पाहून मी आश्चर्यचकित झालो. कॉलेजच्या गाढव वयात सगळ्याच मुली सुंदर दिसतात. मग हळूहळू थोडे जग पाहिले की, टिकणारे सौंदर्य कोणते असते, हे समजायला लागते. केवळ वसंतातच थोडा काळ सुंदर दिसणारे वृक्ष किंवा वर्षभर वेगवेगळी सौंदर्ये पांघरणारे वृक्ष यांच्या जाती वेगळ्याच असतात. मधुमालती बर्वे कॉलेजात असताना सुंदर होतीच, पण अजूनही तिचे सौंदर्य ओसंडून जात होते. तिला परवा नुकतीच पाहिल्यानंतर, हा माझा कॉलेजमधला मित्र जोशी, घरी आला असताना मधुमालतीचे आपल्यावर प्रेम होते असे म्हणत होता. आता ही गोष्ट विश्वसनीय वाटण्यासारखी नव्हती.

माझ्या तोंडावर आपोआपच आश्चर्य प्रकट झाले, तेव्हा जोशी खरोखरच नाराज झाल्यासारखा दिसला आणि म्हणाला, "बेहेरे, तुला खरे वाटत नाही?" तेव्हा मला काय सांगावे, हेच कळेना. जोशीचा सारा संसार मी अनेक वर्षे पाहतो आहे. जोशी एके काळी चांगला मुलगा होता, एवढे मला स्मरण आहे. पण या जोश्यावर कुणी प्रेम करेल आणि त्याहूनही हा तिला नाही म्हणेल, या गोष्टीची मी कल्पनाच करू शकत नाही. शिवाय परवा नुकतीच लक्ष्मी रोडवर भारी कापड दुकानाबाहेर मधुमालतीला नवऱ्याबरोबर मी पाहिलेली. आपोआपच मी म्हणालो,

"परवा मधुमालती बर्वे दिसली होती नवऱ्याबरोबर."

"तरीच!"

"नाही, मला समजलं नाही?"

"आजच्या मधुमालतीला पाहून तुला मी जे म्हटले ते खरे वाटले नाही, हे बरोबर आहे. चूक तुझी नाही, काळाची आहे."

का कुणास ठाऊक, जोशी एकदम खिन्न झाला. हळूहळू तो काहीही कुजबुजत होता. अखेरीस तो म्हणाला,

"बेहेरे, तुला एवढे तरी आठवते का नाही की, मी आपल्या कॉलेजच्या क्रिकेट टीमचा कॅप्टन होतो?"

मला एकदम सारे काही आठवले. होय, होय. हा जोशी आमच्या क्रिकेट टीमचा कॅप्टन होता, आणि यानेच त्या वर्षी आमच्या कॉलेजला ट्रॉफी मिळवून दिली होती. त्या वेळेस रणजी ट्रॉफीसाठी त्याची निवड झाली होती, आणि ऐनवेळेस वडील वारल्याने त्याला रणजी सामन्याला मुकावे लागले होते. जवळपास चाळीस वर्षांपूर्वीची घटना झटकन् डोळ्यांसमोर उभी राहिली. क्रिकेट टीमचा

कॅप्टन जोशी! त्याची त्या काळातील इमेज मी नुसती डोळ्यांसमोर आणली आणि मला जोशीभोवती असलेला मुलींचा घोळकाही आठवला : त्या घोळक्यात कदाचित् मधुमालती बर्वेही असेल, सांगता येत नाही. कुठल्या तरी अलौकिक गुणावर चटकन् लुब्ध व्हायचे ते वय असते. जोशी स्टार्ट घ्यायला लागला की, मी-मी म्हणणाऱ्या फलंदाजाची घबराट व्हायची. त्याच्या प्रत्येक पावलाला आम्ही सारे जण ताल देत असू आणि तो भेदक चेंडू स्टंप्सना भिडला म्हणजे मग आमचा सर्वांचा आवाज अस्मानाला भिडे. त्या गगनभेदी आवाजात कदाचित मधुमालतीचा आवाज मिसळला असेल. कोण कोणाला आवडावे, याचे संकेत थोडेच असतात? हा तर एक नजरबंदीचाच खेळ आहे. दोघांच्याही उत्सुकतेचा क्षण एकत्र आला की, माणसांचे काहीही घडू शकते. शेवटी साऱ्या गोष्टी निमित्तमात्र असतात.

चांगले-वाईट, यश-अपयश या साऱ्यांच्या सीमारेषा अगदी पुसट असतात. याच मधुमालतीने मॅच संपल्यावर जोशीशी हस्तांदोलन कशावरून केले नसेल? एवढेच कशाला, 'ग्रीन्स'च्या फॅमिली रूममध्ये ती त्याला लगटून बसलीही असेल. रस्ते वेगळे झाले तरी वळण विसरायचे कारण नाही. कदाचित मधुमालतीने ते वळण विसरण्याचा प्रयत्नही केला असेल, कदाचित तो यशस्वीही झाला असेल किंवा कदाचित एखाद्या उत्तररात्री सर्वार्थाने आणि सर्वांगाने तृप्त झाल्यानंतरही एखादा अश्रूचा थेंब तिने त्या क्षणाला गाळलाही असेल. संदर्भ लक्षात नव्हता, म्हणून असे घडले.

मध्यंतरी कधी नव्हे तो मी सचिवालयात गेलो होतो. सहसा मी मंत्र्यांच्या घरीच जाणे पसंत करतो. एका मित्राचे तातडीचे काम होते, म्हणून मला सचिवालयात जावे लागले. सचिवालयात आजच्याएवढी सिक्युरिटी नव्हती व माझ्यासारख्या पत्रकाराला अडवणार कोण? कधी नव्हे तो सचिवालयात मी आलेला. त्यामुळे थोडा वेळ इथे थोडा वेळ तिथे असा मुक्काम पडत गेला. ज्या मंत्र्यांना मला भेटायचे होते, त्यांना मी पब्लिसिटीतून फोन केला होता. त्यांनी एक तासाभराने यायला सांगितले होते. त्यामुळे इकडून तिकडे असा मी मित्राला फरफटत नेत होतो. शेवटी मंत्र्यांनी दिलेली वेळ आली आणि मी मंत्र्यांच्या खोलीसमोर आलो. तिथे एक करपलेला माणूस मंत्र्यांच्या वैयक्तिक चिटणीसांशी, गर्देशी तावातावाने काही तरी बोलत होता. त्याचे बोलणे ऐकू येत होते, तो म्हणत होता, "अरे, मी साहेबांचा बालमित्र आहे. त्यांना नुसतं जाऊन सांग– मी

आलोय, ते मला ताबडतोब बोलावतील.'' यावर सेक्रेटरी म्हणत होता की, ''तुम्ही म्हणता त्याप्रमाणे चिठ्ठी दिली. तुमचा हा निरोप सांगितला, तेव्हा साहेब म्हणाले, मी काही ओळखत नाही या माणसाला. तेव्हा मी तरी काय करणार? आलात तसे परत गेलेले बरे.'' समोरचा माणूस अगतिक झालेला होता. काही तरी अरिष्टात तो नक्कीच सापडला होता. काही तरी ओळख दाखवून मंत्र्यांकरवी त्याला काम करून घ्यायचे होते आणि मंत्री तर ओळख दाखवायला तयार नव्हते. एवढ्यात त्याचे माझ्याकडेच लक्ष गेले आणि तो म्हणाला,

''बेहेरे, ना रे तू?''

''हो, तुम्ही कोण?''

''अरे बेहेरे, मला विसरलास?''

''अरे, खरेच मला आठवत नाही.''

''अरे, मी जनार्दन शिर्के! बेचाळीसच्या चळवळीत भेटलो नव्हतो का? आपला भास्कर आता मंत्री झाला. तो तरी मला ओळखेल आणि माझ्या मुलाचे छोटेसे काम आहे ते करून देईल असे वाटले, पण हे मला आत जाऊच द्यायला तयार नाहीत, आणि भास्कर तर मला ओळखच दाखवायला तयार नाही!''

''जनार्दन नाही का तू? म्हणजे, वडगावचं पोस्ट लुटलेला!''

''करेक्ट! दे टाळी! आता तू मला ओळखलंस. तू पहिल्या दिवशी गोळी लागून हॉस्पिटलमध्ये गेलास. मी आणि भास्कर तुला भेटायला आलो होतो– रात्री बारा वाजता.''

''आठवतेय् म्हणजे काय? अरे, कमालच करतोस तू! त्या वेळेस भास्करने माझ्या उशीखाली शंभर रुपये ठेवले होते, हेसुद्धा आठवते.''

''अरे हट्, भास्कर कसला ठेवतो; तो पहिल्यापासून असाच कद्रू! अरे, मी अंगठी मोडून ते शंभर रुपये तुझ्यासाठी दिले होते. आता मला सांग, आपल्याला गरज नव्हती तेव्हा ही आपण एकमेकांकडे गेलो ना? काही मदत मागितली का? देशासाठी आपल्या हातून थोडे का काम झाले? त्याचा मोबदला मागितला का? मला स्वातंत्र्यसैनिक म्हणून पेन्शन मिळावे, असा अर्ज करायला अनेकांनी सांगितले. पण मी चक्क नकार दिला. आतासुद्धा अगदी नाइलाजाने मी भास्करला भेटायला आलो आहे. पण त्याची भेट कशी व्हायची, हा सगळा प्रश्न आहे ना!''

''भेट होईल रे, त्याची नको काळजी करू. पण तू कसा आहेस? तुझी मुले कशी आहेत?''

"सगळे असायचे तसेच आहे. आम्ही जन्माने शेतकरी, म्हणजे भिकारीच म्हण ना! आमची स्थिती कधी सुधारायची नाही, मुले धड शिकायची नाहीत. आमची सगळी जमीन कोरडवाहू. इतरांच्या मानाने पाहिले तर बरे आहे. खायला-प्यायला कमी नाही. मुलाने जिल्हा बँकेकडून कर्ज काढले. विहीर खणली, पण पाणी काही लागले नाही. गेली दोन वर्षे दुष्काळच आहे, तुला माहीत आहे. तेव्हा कर्जही फिटले नाही, व्याजही फिटले नाही. बँक तगादा करायला लागलीय. जमीनजप्तीची नोटीस निघाली, सहकारी खात्याकडून कर्जफेडीला मदत मिळावी म्हणून सचिवालयात आलो आहे. इथे आता कोणी ओळखत नाही. चळवळीच्या काळातले फारसे कोणी इथे दिसत नाही. नाही म्हणायला भास्कर तेवढा येथे आहे. पण त्याची गाठ पडत नाही, आणि... तो मला ओळखतच नाही, म्हणे!"

मी शिर्केचा हात हातात घेतला आणि मी भास्करच्या सेक्रेटरीला खुणवून सांगितले आणि सरळ भास्करच्या खोलीत शिरलो. भास्कर नेहमीसारख्या तंगड्या पसरून बसला होता. भोवताली त्याच्या चमच्यांचा गराडा पडलेला होता. नुकताच चहा झालेला असावा. मला पाहताच भास्करने हात जोडले व म्हणाला,

"या या, संपादक! तुमच्या मित्रावर– वसंतरावांवर गोविंदरावांनी काय लिहिले ते वाचले, का नाही?"

"हे पाहा भास्कर, तुझ्या राजकारणात मला काही रस नाही. मी दोस्तांना मानणारा माणूस आहे. तू माझा जुना दोस्त, म्हणून मी तुझ्याकडे येतो जातो. बाकी कुणाकडेही जात नाही हे तुला माहीत आहे. तुझ्याकडून आजपर्यंत मी एक दमडीचाही फायदा करून घेतला नाही. होय की नाही?"

"अरे बाबा, कोण म्हणतेय् असे? मी तर नेहमी तुझ्याबद्दल कौतुकाने बोलतो."

"माझे कौतुक जाऊ दे रे, पण तुला आपल्या जुन्या मित्रांनाही ओळखत नाहीस? इतका कशाने माजलास?"

"अरे बाबा, असा काय गुन्हा तरी काय केला आहे? कुणाला ओळखत नाही म्हणतोस? काही तरी बकू नकोस, बाबा."

"हे, बघ भास्कर, मी आलो होतो दुसऱ्या कामासाठी. पण एक भलतेच काम उपटले आहे. आता तुम्ही ज्यांच्यामुळे या मंत्र्याच्या खुर्चीत घट्ट चिकटून बसला आहात, त्यांनाच तुम्ही विसरायला लागलात? अगदी हद्द झाली!"

"हे बघ, असे कोडे घातल्यासारखे बोलू नकोस. सरळ काय ते सांग ना, एवढी लांबण कशाला?"

“बेचाळीस’चे दिवस आठवतात?”

“अरे, आठवतात म्हणजे म्हणजे काय– मंतरलेलेच दिवस होते ना ते! तुला पहिल्या दिवशी गोळी लागली आणि तू बाद झालास. पण आम्ही मात्र खूप धमाल केली.”

“तुम्ही म्हणजे कुणी कुणी रे?”

“लाडमास्तर आठवतात. मिसाळगुरुजी आठवतात, बॅ. साळुंके आठवतो... अरे, कुणाकुणाला आठवणार?”

“हां, तेही खरंच आहे म्हणा. गोष्टही जुनी झाली. गांडीखाली गाडी, भोवताली नोकर आणि हूं म्हणायच्या आत ‘जी’ म्हणणारे हुजरे आता तुमच्या आयुष्यात आले आहेत; तुम्हाला जुने मित्र कसे आठवणार?”

“अरे, कोडी घालण्यात किती वेळ घालवणार? सरळ सांग ना. काय चुकले माझ्याकडून?”

“हे बघ, भास्कर ससून हॉस्पिटलमध्ये मला तुम्ही भेटायला आला होतात. बरोबर?”

“बरोबर रे बाबा, आलो होतो.”

“त्या वेळी तुझ्याबरोबर कोण होते?”

“कोण होते? सांगणे मोठे कठीण आहे. मला वाटते, शाहीर कदम असावेत.”

“नाही– नाही. नीट आठव. रात्री तुम्ही चोरून आलात आणि जाताना माझ्या उशाखाली शंभर रुपये ठेवून गेलात, ”

“छे– छे! काही तरीच सांगतोस तू. शंभर रुपये कोठून ठेवणार मी, अरे? जेवायला पैसे नव्हते माझ्याकडे. जनार्दन शिर्क्यांने जेवायला घातले, तेव्हा जेवण तरी लाभले.”

“कोण शिर्के? कुठे असतो हा?”

“काही कल्पना नाही बुवा. पुन्हा कधी गाठच पडली नाही.”

“अरे, मग हॉस्पिटलमध्ये तुझ्याबरोबर तोच आला असणार!”

“असेल बुवा, शक्य आहे.”

“अरे, पण तुला ते काही आठवत नाही?”

“खरेच नाही रे! त्या वेळचे सगळे लोक मला भेटायला आले; काही ना काही कामे करून घेऊन गेले. त्यांनी जाणे-येणे ठेवलेय, पण या शिर्केचे काय झाले, काही कल्पना नाही.”

"अरे मूर्ख माणसा, तुझ्या अत्यंत महत्त्वाच्या कालखंडात तुझा जो जिगर दोस्त होता, ज्याने तुझ्यासाठी काही काळ पैसा खर्च केला... पोलिसांनी जेव्हा चंदनवाडीच्या डोंगरात छापा घातला, तेव्हा ज्याने तुला जीव धोक्यात घालून सोडवले; त्या शिर्केचे काय झाले, हे तुला माहीत नाही?"

"खरंच नाही रे! त्याची गाठ पडली नाही. मध्यंतरी किती तरी वर्षे गेली, मध्यंतरी खूप हाल काढले, त्यामुळे पुष्कळ गोष्टी राहून गेल्या, ही गोष्ट खरी आहे."

"पण तो समोर भेटला तर ओळखशील, का नाही?"

माझ्या म्हणण्याचा अर्थ भास्करच्या लक्षात आला असला पाहिजे. माझ्याबरोबर आलेल्या माणसाकडे तो निरखून पाहत होता. जुना काळ आठवत होता. काळाचे काही हिशेब जमवीत होता... आणि मग एकदम त्याची बत्ती लागली. मग तो खुर्चीवरून एकदम उठला व टेबलाला वळसा घालून शिर्केसमोर येऊन त्याने त्याला एकदम मिठी मारली. पुढचे काही सांगण्यात अर्थ नाही. नको– नको म्हणत असताना त्याने काय खटपट केली, कुणास ठाऊक! पण त्याच्या मुलाचे कर्ज फिटल्याची पावती त्याच्याकडे एक दिवस आली.

कर्जफेडीला मुदत मिळावी, एवढीच त्याची अपेक्षा होती. जेव्हा भास्करने आपल्या मुलाचे कर्ज फेडले हे त्याला कळले, तेव्हा तो परत शोध घेत आला व मला म्हणाला, "चल, जरा भास्करला गाठायचे आहे."

मी म्हटले, "का रे बाबा, आता काय झाले? तो तर म्हणत होता की, तुझे काम केलेय म्हणून."

"त्या भडव्याला काय वाटले की, मी भीक मागायला आलो होतो? माझे कर्ज फेडायचे त्याला कारण काय? मी त्याच्या पैशावर थुंकतो. तो काय जुन्या उपकारांची फेड पैसे फेडून करणार आहे? मी फक्त मुदत मागितली अन् त्याने पैसे फेकले!"

"अरे, जाऊ दे. तुझे काम झाले ना आता?"

"अरे हट्! मी काय दुसऱ्याची भीक घ्यायला नामर्द आहे काय?"

"अरे, पण ते पैसे काय त्याचे स्वतःचे थोडेच आहेत?"

"संपादक, तुम्ही तर गुरूच आहात. तुमच्याबद्दल आमचे मत जरा बरे होते; तुम्ही त्यातलेच निघालात. भास्करसारख्या माणसाला मिंधा करून घेण्यासाठी मला त्या पापात ओढायचे, माझ्या अंगावर पैसे फेकायचे? संपादक, तुम्हीही मंत्र्यांच्या पुढे गोंडा घोळायला लागलात वाटते?"

"अरे, मी त्यांतला असतो, तर त्याच्या चमच्यांसमोर त्याला झाडले असते का? अरे, मी त्यातला नाही म्हणून तर भास्करची माझी दोस्ती टिकली. काही ना काही तरी करून तो मला सरकारी कमिट्यांत अडकवायचा प्रयत्न करतो. परदेशी जाणाऱ्या शिष्टमंडळात माझे नाव घुसडतो. अजून तरी मी त्याला बधलेलो नाही. माझे ठीक आहे. माझी स्थिती काही फारशी वाईट नाही. पण दारिद्र्यातसुद्धा तू तुझी मस्ती टिकवून धरलीस, याबद्दल माझे तुला अभिवादन आहे. अरे, या सगळ्या काँग्रेसवाल्यांचा संदर्भ चुकलेला आहे. स्वातंत्र्य कशासाठी मिळवले, कुणी मिळवले– याचे विस्मरण या लोकांना झाले आहे. माणसाला जगण्यासाठी अन्न लागते, पाणी लागते, हवा लागते, त्याचप्रमाणे जगण्याला कारणही असावे लागते. साधने जमा करण्यासाठीच जी माणसे जगत राहतात, त्यांना जगण्यासाठी कारण कोठून सापडणार!"

मी काही कारणाने एका हॉस्पिटलमध्ये गेलो होतो. माझी वेळ येईपर्यंत मी बाहेरच्या रिसेप्शन रूममध्ये बसलो होतो. तसे तिथे बरेच लोक होते. त्यांत एक चेहरा सुकलेली, केस पांढरे झालेली, अंगावर एके काळी भारी असणारी पण आता विटलेली वस्त्रे असलेली स्त्री होती. खरे म्हणजे, इतक्या उच्चभ्रू हॉस्पिटलमध्ये ती विशोभित होती. माझ्या आधी तिचा नंबर होता. ती डॉक्टरांच्या खोलीत गेली, तेव्हा माझ्या लक्षात आले की, तिच्याबरोबर कुणी तरी आलेले आहे; कारण तो मनुष्य दरवाज्याबाहेर तिच्या येण्याची वाट पाहत तिष्ठत उभा होता. तो मनुष्य अगदीच सामान्य, खरे म्हणजे खालच्या वर्गातला, गुन्हेगारी जगातला असावा, असा वाटला. ज्या माणसांना एका वेळच्या जेवणाचीसुद्धा भ्रांत असावी, ती माणसे त्या महागड्या डॉक्टरकडे आणि हॉस्पिटलमध्ये कशी काय येऊ शकली, याचे मला आश्चर्य वाटले. पाच-सात मिनिटांत ती बाई बाहेर आली आणि मी डॉक्टरांच्या खोलीत प्रवेश केला. डॉक्टरांनी हसून माझे स्वागत केले. 'डॉक्टर' हे केवळ माझे डॉक्टर नव्हते, तर 'मित्र'ही होते. माझ्याकडून ते पैसे वगैरे काही घेत नसत आणि केवळ त्यांच्यामुळेच माझे आरोग्य शाबूत होते. महिना उलटला आणि जर मी त्यांच्याकडे गेलो नाही, तर न चुकता त्यांचा फोन येई व मग त्यांच्याकडे जायचे म्हणजे सर्व प्राथमिक चाचण्या पुऱ्या कराव्या लागत. त्याही त्यांच्या हॉस्पिटलमध्ये मोफतच व्हायच्या. खरे म्हणजे, मला त्यांची फी देणे शक्य होते आणि मीही फुकट्या प्रवृत्तीचा माणूस नसल्यामुळे त्यांची फी देण्यास उत्सुक असे. पण त्यांनी सर्वांना माझ्याबद्दल सांगून ठेवल्याने

माझ्याकडून कोणी पैसे घेत नसत. एकदा मी रागावून म्हणालो की,

"डॉक्टर, तुम्ही एक बिझी डॉक्टर आहात. तुमच्या वेळेला किंमत आहे. माझ्याकडून तुम्ही काहीच पैसे घेत नाही, याला काय अर्थ आहे?"

"ते तुम्हाला समजणार नाही आणि तुम्ही त्या भानगडीत पडू नका. पहिली गोष्ट अशी की, माझ्या गरजेच्या कमीत कमी दहा पट पैसे मला मिळतात. मला कसलेही व्यसन नाही, छानछौकीची हौस नाही; मला पैसे करायचेत काय? माझी अडचण एवढीच की, मला वेळ नाही. मला खूप वाटते की, आपण पत्रकारांशी, लेखकांशी, गायकांशी संबंध ठेवावेत. त्यांच्याशी गप्पा माराव्यात; पण हे करायला माझ्यापाशी वेळ नाही. जे पत्रकार, साहित्यिक, गायक, चित्रकार माझ्याकडे येतात; ते एक प्रकारे माझ्यावर उपकारच करतात. त्या कुणाकडूनही मी पैसे घेत नाही. माझ्याकडे बरीचशी वर्तमानपत्रे, पुस्तके, कॅसेट्स येतात, चित्रे येतात आणि त्यांचे पैसे मोजावे लागत नाहीत. मी एकदा सहज म्हणालो की, केव्हा तरी तुमची मैफल ऐकायची आहे... तर त्या गायकाने काय करावे? मला न सांगता-सवरता एक दिवस रात्री नऊ वाजता हा गायक सगळी साथसंगत घेऊन माझ्या घरी आला आणि म्हणाला, 'मैफिल काय तुमच्याही घरात होऊ शकते!' आणि रात्री दोन वाजेपर्यंत त्याने मनमुराद गाणे ऐकवले. मग मला सांगा– हा व्यवहार फायदेशीर, का तुम्ही म्हणता तो व्यवहार फायदेशीर आहे?" मी नुसता हसलो. कारण मीसुद्धा असेच केलेले आहे. बेरजा करून जमा खर्च लिहिण्यापेक्षा आणि नेमक्या बाक्या काढण्यापेक्षा हिशेब अपुरे ठेवणे अनेकदा फायद्याचे असते.

माझे ठीक आहे. माझा व्यवसायही तसाच आहे. पण डॉक्टरांसारख्या माणसाने हे तत्त्वज्ञान स्वीकारावे याचे मला कौतुक वाटले. सांगायचा मुद्दा काय, तर असे हे डॉक्टर! त्यांच्याकडे ही अशी सामान्य दर्जाची स्त्री पेशंट पाहून मला आश्चर्य वाटले. या त्यांच्या खासगी गोष्टीत मी लुडबुडायचे कारण नव्हते. पण का कुणास ठाऊक, मी त्यांना विचारले,

"आता जी पेशंट गेली, तिचे नाव काय?"

"ती काय तुमच्या ओळखीची आहे?"

"नाही बुवा! माझ्या कशी ओळखीची असणार ही?"

"असेच काही नाही. तुम्ही पत्रकार आहात. तुमचा काय, जव्हेरी बाजारापासून तो रंडीबाजारापर्यंत संपर्क असतो."

"तरीसुद्धा या बाईची कधी काळी ओळख झाली असावी, ह्याची शक्यता

वाटत नाही.''

"बेहेरे असे काही म्हणू नका. कोणते तारे कुणाला भेटायचे, हे काही ताऱ्यांना ठरविता येत नाही; ज्याने या ब्रह्मांडाचे ब्रह्मवर्तुळ आखलेले आहे, त्याने युती केव्हा व्हायची, ग्रहण केव्हा लागायचे हे सारे ठरविलेले आहे. आपण फक्त निमित्त असतो.''

"तरीसुद्धा डॉक्टर, ज्या तऱ्हेची बाईची आता स्थिती आहे, त्यावरून माझी-त्यांची कधीच गाठ पडलेली नसणार!''

डॉक्टर नुसते हसले आणि स्टेथास्कोपशी चाळा करू लागले. ते म्हणाले, "माणसाची पारख कशी करणार? रूपावर! तर, आत्ता बाईजवळ रूप औषधालासुद्धा शिल्लक नाही. श्रीमंतीवरून कराल, तर दोन्ही वेळेला बाईला जेवण भेटत नाही. त्या आल्यावर त्यांना मी तपासतो, औषध देतो आणि शिवाय पन्नास रुपयेही देतो. बाईचे कपडे मोलकरणीलासुद्धा शोभणारे नाहीत, डोळे थिजलेले आहेत... हे सारे वास्तव आहे. तुम्हाला त्या बाईची कणवसुद्धा वाटणे शक्य नाही, आणि ती इथे आली, हे पाहून माझ्याबद्दल तुमचा गैरसमज होणेही शक्य आहे. पण खरे सांगू? हा विषय आपण इथेच थांबवू.'' असे म्हणत ब्लड प्रेशरचं ॲपरेट्स काढायला ते वळले. तेव्हा मी म्हणालो, "डॉक्टर, अशा तऱ्हेने न बोलण्याचा माझा स्वभाव नाही. या बाईला तुम्ही तुमच्याकडे येऊ द्यावे, तपासावे; शिवाय तिला जाताना पन्नास रुपये द्यावेत, हे तर्कशुद्ध आहे काय?''

"सगळ्या गोष्टी तर्कशुद्ध असायलाच पाहिजेत, असे नाही बेहेरे! तर्क म्हणजे काय, तर बऱ्याच वेळा बरोबर येणारे गणित. पण काही गणिते अशी असतात की, ज्यांची उत्तरं हाती लागण्यापेक्षाही ती गणिते अर्धवट राहिलेलीच बरी वाटतात.''

"मग अशी आहे तरी कोण ही बाई की, जिच्यासाठी तुम्ही कोड्यात बोलताय्?''

"हे पाहा बेहेरे, गंधर्वांच्या अखेरच्या दिवसांत एखाद्या तरुण डॉक्टराकडे त्यांना जर कोणी नेले असते तर त्यांना त्याने सरळ सार्वजनिक हॉस्पिटलचा रस्ता दाखविला असता; तपासायलासुद्धा नकार दिला असता. त्याला गंधर्व कसे माहीत असणार? लोळागोळा झालेला एक विकलांग माणूस, एवढाच त्याच्या लेखी हिशेब उरला असता. जो नक्की बरा होऊ शकणार नाही आणि कदाचित पैसेही देऊ शकणार नाही, असा पेशंट त्या तरुण डॉक्टराने स्वीकारलाच

नसता.''

"असे कसे म्हणता डॉक्टर? गंधर्वांचे नाव केवढे! त्यांना ओळखत नाही, असे महाराष्ट्रात कोणी असू शकेल का?"

"सगळ्यांनाच सगळी माणसे माहीत नसतात बेहेरे. अनेक गावांत गंधर्वांचे नाटक झालेच नाही. स्वातंत्र्यपूर्व काळात कित्येक गावांत ग्रंथालयेसुद्धा निघालेली नव्हती. गंधर्वांची मोहिनी गंधर्व माहीत असणाऱ्यांना! परदेशाचे राहू दे, पण गंधर्वांचे नाव या देशात किती प्रांतांत माहीत आहे? काही तरी संदर्भ सापडल्याशिवाय माणसे एकमेकांना ओळखत नाहीत. तुमची नेहमी व्याख्यानाच्या वेळेस ओळख करून दिली जाते की नाही? की, सारा महाराष्ट्र तुम्हाला ओळखतो? तेव्हा तुम्हीच सांगा की, ज्या गावात तुमचे व्याख्यान असते, तेथे शे-पन्नास माणसांना फार तर तुम्ही माहीत असता. लोकप्रियता ही तशी फसवी गोष्ट आहे. मूर्खपणा संपत्ती हिरावून घेतो, अतिरेक रूपाचा नाश करतो. आवाज ही दैवी संपत्ती आहे, तीही व्यसनाने संपवून टाकता येते. क्षणभर अशी कल्पना करा की, तुम्ही जी बाई पाहिलीत, ती वीस-बावीस वर्षांपूर्वी पाहता तर तेव्हा ती अशी खप्पड नसणार, अंगाने भरलेली असणार. अंगावर तलम वस्त्रे असणार आणि ज्या अर्थी मी तिला ओळखतो, त्या अर्थी तिच्या जवळ भूल पाडण्यासारखे काही तरी असणार!''

"कोण होती तरी ती स्त्री?''

"तुम्हाला माहीत नसेल कदाचित, त्या वेळेस मी अहमदाबादच्या मेडिकल कॉलेजमध्ये शिकायला होतो. अहमदाबादची तुम्हाला माहिती असेलच, असे नाही. कॉलेजचे वय, थोडा हूडपणा, थोडा चावटपणा– नाही म्हटले तरी मित्रांच्या संगतीत व्हायचाच. कुणी तरी सांगितले की, केशवलाल गांधी यांच्याकडे एका मुंबईच्या गायिकेचे गाणे आहे. आम्ही हुरळलो. ओळख काढली. चांगला ऐटबाज पोशाख करून मैफलीत प्रवेश मिळवला. गुलाबबाईने नुसता मैफलीत प्रवेश केला आणि आमच्या अंगावर थरार उठले. तसे आमचे काहीही रंगीत पाहिले तरी थरारण्याचे वय होते. आमचे जाऊ दे, आम्ही तर खुळेच झालो होतो; पण लक्षाधीश, कोट्याधीश, साठी उलटलेले घरंदाज रईस लोक गुलाबबाईचे रूप, गाणे, नखरा आणि अदाकारी पाहून खरोखरीच वेडे होत. प्रत्येकाला वाटावे की, ही आपलीच आहे अशी अदाकारी, असे विभ्रम, अशी सुरावट तिच्या तोंडून ऐकली की, मन पिसाट व्हायचे. तिचा अहमदाबादेतला मुक्काम वाढत गेला. कारण त्या काळात तीन हजार रुपये बिदागी देऊन एकामागोमाग

तिची गाणी ठरविली जाऊ लागली. तशी अनेकदा भेट झाल्यामुळे ती नजरेने आम्हाला ओळखू लागली. एक दिवस हिय्या करून ती उतरली होती त्या कोठीवर आम्ही पोचलो. आम्हाला आत बोलावले गेले. आम्ही आत गेलो. बाई राणीसारख्या लोडाला टेकून बसल्या होत्या. स्वागताचे शिष्टाचार झाले आणि तिचे घरेलू, एक वेगळेच रूप आमच्या ध्यानात आले. तिने आम्हाला पान खिलवले. तो तिच्या व्यवसायाचा भागच होता. आम्ही जरा वेळाने जायला निघालो, तेव्हा मी पाकीट काढले आणि तबकाखाली पैसे ठेवण्याच्या इराद्याने पाकीट उघडले. बाईंनी एकदम माझा हात घट्ट धरला आणि त्या ढंगदार उर्दूत म्हणाल्या, 'माझ्यासारखीला विकत घेण्यासाठी किंवा खूश करण्यासाठी कष्टाचे पैसे उधळू नका! तुम्ही ह्यातले नाहीत. घरचे श्रीमंत नाही. तुमच्या पाकिटात जास्तीत जास्त शंभर रुपये असतील आणि ते तुम्हाला महिनाभर पुरवायचे आहेत. फुकट मिळाले तर माझ्यासारख्या बाईचे गाणे ऐका! लक्षात ठेवा, आमचा उपयोग नुसता करमणुकीसाठी असतो. हातात घातलेल्या गजऱ्यासारखा– तो सकाळ झाली की, फेकून द्यायचा असतो. जे काही तू शिकत असशील, तिकडेच लक्ष दे; तेच तुझ्या उपयोगी पडेल! खुदा हाफिज!' झाली, त्याला बरीच वर्षे झाली. धंदा करणाऱ्या एका बाईने या वाकड्या रस्त्याने जाऊ नकोस म्हणून आम्हांला सांगावे, याचे खूप आश्चर्य वाटले. तिची जवानी पाहिली, रूप पाहिले, नखरा पाहिला आणि डोळ्यांनी जगाला कामोत्सवाचे दिलेले निमंत्रण पाहिले. मग तिने मला सावध का करावे? तिला माझ्यासारखा भाऊ असेल, बहीण असेल– ज्यांच्या भवितव्याची तिला चिंता असेल. तिच्या बोलण्यात नकळत जिव्हाळा निर्माण झाला असेल. अजूनही मी तिला तिच्या पूर्वायुष्याबद्दल काहीही विचारले नाही, विचारणारही नाही. तिच्या समृद्ध आणि लौकिकवान आयुष्याचे पोतेरे का झाले, हे मी विचारले तर ती सांगेल; पण मला विचारण्याचा अधिकार काय? तिचे रूप गेले, तारुण्य गेले हे मी समजू शकतो; पण तिचा मधाळ आवाजही का गेला? अतिरिक्त मद्यपानामुळे तिच्या व्होकल कॉर्डवर परिणाम झाला असावा. ती आता एकटी, सारंगी वाजवणाऱ्या जोडीदाराबरोबर राहते. त्याला अधून-मधून कामे मिळतात, त्यावर ती जगत असावी. मला माहीत आहे की, औषधोपचाराने बरे होणारे रोग तिला झालेले नाहीत. तरीही मी तिच्या वेदना कमी होतील, थोडा आराम वाटेल, प्रकृती सुधारेल अशी औषधे देतो. ती औषधे घेण्यासाठी येत नाही; मी जे पन्नास रुपये देतो, ते घेण्यासाठी ती येते. उंच पर्वतावर असलेली नदी सर्वनाश माहीत असतानासुद्धा कड्यावरून

झेप घेतेच! तोच तिचा कर्मभोग. पण तेव्हासुद्धा गर्तेत कोसळताना ती लक्षावधी हिऱ्यांची उधळण करते आणि मग हळूहळू दूर निघून जाते. मी तिच्याशी काहीही बोलत नाही. तीही काही बोलत नाही. एकदा कन्सल्टिंग रूम बंद व्हायच्या वेळेला ती आली आणि म्हणाली, 'तुम्ही माझे गाणे फुकट ऐकलेत. आज मी तुमच्याकडून फुकट औषधोपचार घेते. शेवटी माझे कर्ज तुमच्यावर राहायला पाहिजे. तुम्हाला देण्यासारखे आता माझ्याजवळ काही नाही, पण तुमच्यासाठी एक वस्तू मी आणली आहे. माझ्या गुरूंनी मला काही चिजा शिकविल्या होत्या आणि जेव्हा माझा आवाज बरा होता तेव्हा माझ्यावर फिदा झालेल्या एका माणसाने त्या रेकॉर्ड करून ठेवल्या होत्या; त्या मी तुम्हाला देऊन टाकते. कारण आताचा आवाज मलासुद्धा आता ऐकवत नाही. नको त्या आठवणी येतात. त्यापेक्षा सगळ्याच जुन्या गोष्टी हरवून टाकलेल्या बऱ्या!

"एके काळी सुगंधाने दरवळणारा, रंगाने फुललेला टवटवीत गुलाब मी पाहिला होता; आता अनेकांनी पायदळी तुडवलेला गुलाब तू पाहिलास. मला सांग– कुमार, भीमसेन यांना तिचे ते खासगी रेकॉर्डिंग केलेले गाणे ऐकवले, त्यांनीसुद्धा त्याच्या प्रती करून घेतल्या. देवाघरचे हिशेब आपल्याला कळत नाहीत. अशा कोमेजलेल्या निर्माल्याना पाहिले की वाटते, फुलांनी कधी जन्मच घेऊ नये!"

-०-०-०-

३३

देवाचा नव्हे, सैतानाचा शोध

'परमेश्वर' नावाची शक्ती अस्तित्वात आहे का?

आहे, असे मी नक्की सांगू शकणार नाही.

नाही, असेही मला उद्दामपणाने म्हणता येणार नाही.

याचे कारण 'परमेश्वर' या नावाने ज्या शक्तीचा उल्लेख होतो, तिचा प्रत्यय मला आलेला नाही. एखादी गोष्ट माझ्या आढळात नाही किंवा मला समजली नाही म्हणजे ती अस्तित्वात नसते, असे मानण्याचा उद्दाम धीटपणा माझ्याजवळ नाही. मला न समजलेल्या अशा अनेक गोष्टी आहेत की, ज्या गोष्टींचे अस्तित्व मी मानतो. अस्तित्व स्वीकारतो. मग जो परमेश्वर प्रत्यक्ष मला भावला नाही, दिसला नाही किंवा ज्याच्या कृपेचा किंवा अवकृपेचा माझ्यावर परिणाम घडला नाही; त्याचे अस्तित्व मी मानले, तर काय बिघडले?

नाही तरी अशा अनंत गोष्टी आहेत की, ज्या दुसऱ्यांच्या अनुभवांतूनच स्वीकाराव्या लागतात. 'इंग्लंडची राणी' मी पाहिलेली नाही, तिच्याशी बोललेलो नाही; पण इतर अनेक लोकांच्या सांगण्यावरून मी 'तिचे' अस्तित्व मानले. जगातील अनेक अद्भुत स्थळे, लोकविलक्षण व्यक्ती, बुद्धीला आव्हान देणारे शास्त्रीय प्रयोग या गोष्टी आपण इतरांच्या अनुभवांतूनच पत्करायला शिकलो आहोत. आपल्याला 'परमेश्वर' प्रत्यक्ष भेटला असे सांगणारे लोक आपण भोंदू मानतो. जे-जे आपल्या बुद्धीला पटत नाही, ते-ते सारे नाकारणे याला 'बुद्धिप्रामाण्यवाद' म्हणतात. हा बुद्धिप्रामाण्यवाद म्हणजेसुद्धा एखाद्याच्या बौद्धिक आकलनाची मर्यादा असते. या मर्यादेपलीकडचे जग त्याच्या दृष्टीने आपोआपच अविश्वसनीय ठरते. प्रत्येक गोष्टीचा कार्यकारण भाव, अस्तित्वाच्या खुणा या सर्वसामान्यांच्या आकलनाच्या पलीकडीलच असू शकतात. बुद्धीलाच प्रमाण

मानणे, हे अनेकदा शक्य होत नाही. मनुष्य मृत झाला म्हणजे तो माणूस राहत नाही. त्याचे अंत्यदर्शन हे आपोआपच हास्यास्पद ठरते. जेथे चैतन्याचे अस्तित्वच नाही, आणि जी काया १-२ दिवसांत दुर्गंधीचे कारण होणार, तिचे अंत्यदर्शन बुद्धीच्या बळावर समजावून घेणे अशक्यप्राय आहे. जिथे भाव-भावनांची गुंतागुंत झालेली असते, तिथले निर्णय केवळ बुद्धिवादाने लागत नाहीत. एखाद्या स्त्रीचा मुलगा खुनी निघाला, बदमाश निघाला व त्याला जगण्यास अपात्र ठरवण्यात आले; तरीही त्या स्त्रीचे मातृत्व त्याच्या सर्व दुर्गुणांवर पांघरूण घालू शकते. असल्या मुलावर प्रेम करणे चूक आहे, असे तिला सांगायचा प्रयत्न केला, तर तिची प्रतिक्रिया काय असेल?

वेद, कुराण, बायबल या ग्रंथांतील शब्दांना स्वत:चे असे कोणतेच पावित्र्य नसते, कारण बाराखडीतील अक्षरांतूनच त्यांतील शब्द निर्माण होतात. पावित्र्य शब्दांत नसते तर आपल्यावर झालेल्या संस्कारांत असते. ते संस्कार शब्दांना पावित्र्य देतात. पहाटेच्या वेळी 'भूपाळी'चे स्वर किंवा पूजेच्या वेळेस स्तोत्रांचा उच्चार आपल्या कानांना सुखद वाटतो. तोही त्या शब्दांचे व त्या स्वरांचे आपल्यावर संस्कार झाले, म्हणूनच. एका लहानशा दगडाला एका विशिष्ट जागी ठेवल्यावर देवत्व प्राप्त होते. त्याला विशिष्ट आकृती दिली, म्हणजे त्याच्या पूजेचा विधी ठरतो. हे सगळे भावनांचे खेळ आहेत. एरवी बुद्धिवादाचा जयजयकार करणारा माणूस या संस्कारांच्या ओझ्याखाली अनेकदा सश्रद्ध होतो. याचा अर्थ, या देवाचे लोकमानसातील अस्तित्व तो मानतो, असे नाही; परंतु आपली बुद्धी थोडा वेळ का होईना आपण गहाण टाकली आहे, याचे त्याला विस्मरण पडते.

या जगात देव मानणाऱ्यांची संख्या एवढी प्रचंड आहे की, खरेखुरे नास्तिक अगदीच नगण्य आहेत. परंपरागत 'देव' कल्पना न पत्करता आदिशक्ती मान्य करणाऱ्यांची संख्या खूप मोठी आहे. त्यांच्या लेखी हे विश्व चालवणारी काही ना काही तरी शक्ती असलीच पाहिजे; कारण त्याशिवाय या सूर्यमालिकेचे वेळापत्रकाप्रमाणे भ्रमण होणे, ही गोष्ट अशक्य आहे. सृष्टीचा सारा व्यवहार एका नियंत्रित पुनरावृत्तीने भरला आहे. यामागे काही शिस्त जाणवते. जी शक्ती पृथ्वीच्या आणि सूर्यमालिकांच्या परस्पर-आकर्षणाचे नियंत्रण करते, तिलाच आम्ही देव मानतो, असे त्यांचे म्हणणे असते. या शक्तीची पूजा केलीच पाहिजे, असे नाही. कारण कुणाच्याही पूजेने प्रसन्न होईल किंवा धाक दाखवील, अशी ही शक्ती नसते. तिला रंग नाही, रूप नाही, आकार नाही; कारण या साऱ्या

संकल्पना मानवी जाणिवांचा एक भाग आहेत. माणसाचे व या गूढ शक्तीचे नाते ठरलेले नाही; निदान उमगलेले नाही.

माणसाच्या ज्या-ज्या आवडी-निवडी व गरजा आहेत, त्या परमेश्वराच्याही असाव्यात, असे माणूस गृहीत धरतो. तो सौंदर्याचा पूजक आहे, म्हणून तो देवाच्या सुबक मूर्तीला चांगली वस्त्रे नेसवतो. सुगंधी द्रव्याने तिला स्नान घालतो. दोन्ही वेळेला पंचपक्वांन्नांचा नैवेद्य दाखवतो. स्त्रीला पुरुषाचे व पुरुषाला स्त्रीचे आकर्षण वाटते, म्हणून देवांना देवतांचे व देवतांना देवांचे आकर्षण असावे, असे माणूस गृहीत धरतो. देवतांसाठी तो सुंदर मंदिरे बांधतो. त्यांचे कौतुक करणाऱ्या आरत्या गातो. माणसाचे सारे गुण-दुर्गुण त्याने तथाकथित देवाला चिकटवलेले आहेत. 'शंकर' भोळा पण कोपिष्ट, 'रामचंद्र' संयमी, कृष्ण रंगेल-बेरकी आणि बऱ्या-वाईटाची क्षिती न बाळगता हवे ते घडवून आणणारा... हे सर्व गुण-दोष देवांना चिकटवले गेले याचे मुख्य कारण मानवी मनातूनच देवकल्पनेचा जन्म झाला आहे. मानवाच्या अतृप्त राहिलेल्या आकांक्षा तो परमेश्वराकडून पुऱ्या करून घेतो. माणसाने 'परमेश्वर' कधीही पाहिला असणे शक्य नाही. तसा 'तो' प्रत्यक्ष दिसला असता, तर माणसाने त्याचे यथार्थ चित्र काढून ठेवले असते. झालेल्या संभाषणाची नोंद करून ठेवली असती. तसे काही घडलेले दिसत नाही. देवाचे म्हणून जे शब्द सांगितले जातात, ते माणसाचेच शब्द आहेत. देवाला जे काही म्हणायचे होते, ते त्याने संस्कृत, अरेबिक; किंवा लॅटिन भाषेतच का सांगितले?

तेव्हा हे सारे शब्द त्या-त्या काळातील माणसांनी त्यांना माहीत असलेल्या भाषेत देवाचे शब्द म्हणून सांगितले आहेत. देवाचा शब्द म्हटल्यावर फारसे खोलात न जाता तो शब्द लोक पत्करतात.

जप-जाप्य, गायन-पठण, पूजा-अर्चा आदी संकल्पनांनी देवावरचा विश्वास, त्याच्यावर संपूर्णत: श्रद्धा ठेवणारे व्यक्त करतात. मी प्रेषित आहे, मी देवाचा पुत्र आहे किंवा मी देवाचा अवतार आहे, असे म्हणणाऱ्या कोणावरही ते विश्वास ठेवतात. ते अत्यंत समाधानी असतात. अशा प्रकारच्या श्रद्धेत शंकेला जागाच नसते. पुढे-मागे कोणी शंकेखोर माणूस देवविषयक संकल्पना अमान्य करेल किंवा त्याबाबत शंका घेईल, म्हणून ती शक्तीच अशा नास्तिकांना उरू नये यासाठी देहदंडापासून ते मृत्यूपर्यंतच्या सर्व शिक्षा धर्मग्रंथांतूनच सांगितलेल्या आहेत. भाषा वेगवेगळी असते; परंतु मला जो मानणार नाही त्याचे अस्तित्व मी पुसून टाकीन, असे म्हणू शकणाऱ्याला आपण देव मानतो आहोत.

मग आपोआपच शंका उत्पन्न होते– देवाचे अस्तित्व मानायचे म्हणजे काय करायचे? त्या-त्या काळातील माणसांनी केवळ गंमत म्हणून लिहिलेली स्तोत्रे, आरत्या, मंत्र गाऊन 'परमेश्वरा'चे समाधान होईल काय? फुले, फळे, पाणी, वस्त्र, अन्न यांयोगे 'परमेश्वराची'ची कृपा संपादता येईल काय? पाप तरी कशाला म्हणायचे व पुण्य तरी कसे ठरवायचे, हा प्रश्न आहेच. स्वत:च्या पत्नीशी एकनिष्ठ असावे, स्त्रीविषयी झालेला हव्यास संयमाने आटोक्यात ठेवावा, असे नीतिशास्त्र सांगते; पण देवांच्या ज्या पुण्यप्रद गोष्टी ऐकवल्या जातात, त्या काही वरील नैतिक कल्पनांशी सुसंगत आहेत, असे दिसत नाही. पाप-पुण्य हे शब्दप्रयोग कालसापेक्ष आहेत. सात जन्म एकाच पतीशी निष्ठा ठेवणे, हे एके काळी स्त्रीचे आदर्श होते. आता सात जन्म तर राहोच, पण एका जन्मातही एकाच पुरुषाला स्त्रीने इमान दिले पाहिजे, अशी अपेक्षा आपण करत नाही. नाही तर पुनर्विवाह अशक्य झाले असते. किती तरी नीतिकल्पना बदलून गेल्या आहेत. याचाच अर्थ, त्या कल्पना परमेश्वराने ठरवलेल्या नव्हत्या– मनुष्य जातीनेच आपल्या सोईसाठी, स्वार्थासाठी– गरजेनुसार बऱ्या-वाईटाच्या व्याख्या केल्या, पाप-पुण्याच्या मर्यादा ठरवल्या. जसजशी अडचण येत गेली तसतशा त्या बदलल्या. असे जर असेल, तर पाप-पुण्य ही संकल्पना 'परमेश्वर'निर्मित कशी असेल?

देवत्वाची म्हणून जी काही रूपे भारतीय समाजाने स्वीकारली आहेत, त्या रूपांचा अभ्यास करता आपल्या लक्षात येते की, मानवी गरजांतूनच ही रूपेही सिद्ध झाली आहेत. त्या-त्या काळाच्या माणसांच्या गरजांनुसार परमेश्वराने केवळ रूपच नव्हे, तर वस्त्रे व शस्त्रे धारण केली आहेत. ज्या वेळेस शस्त्राशिवाय वावरणे धोक्याचे होते, त्या आदिमानवाच्या काळात मनुष्याच्या अंत:करणात जो परमेश्वर निर्माण झाला असावा, तो शस्त्रधारीच असणार. त्या वेळच्या संघर्षात पुरुषांची हत्या अधिक होत असे. त्यामुळे सर्व स्त्रियांची सोय लावण्यासाठी पुरुषाने अधिक स्त्रिया केल्या तर हरकत नाही, असे ठरवण्यात आले. देवावरही बहुपत्नीत्व लादण्यात आले. पुष्कळ वेळेला हा कल्पनाविलासही होता. हळूहळू कल्पिताचे सत्यात रूपांतर झाले. श्रद्धावान असणाऱ्या माणसांनी देवाच्या मानवी स्वरूपालाच चिरंतनत्व दिले आणि आज अस्तित्वात असलेले विचित्र देवत्व सिद्ध झाले. आजच्या देवत्वाच्या कल्पनेत आपल्याला हास्यास्पद असे काही वाटत नाही. देव आपापसांत भांडतील कसे? त्यांच्यात उच्च-नीचत्व असेल कसे, अशी शंकासुद्धा आपल्याला येत नाही. याचे कारण माणसांत कलह,

उच्च-नीचता आहे, हेच होय. बुद्धिवादी माणसापेक्षा श्रद्धावान माणूस अधिक सुखी असतो. स्वतःचे दुःख, उणिवा किंवा कमतरता या सर्वांचे कारण तो देवाची इच्छा असे ठरवून मोकळा होतो. खरे पाहिले, तर माणसांच्या उणिवा व दुबळेपणा लपविण्यासाठी बुद्धिवाद्यांजवळ काहीच साधन नसते. एका बंद दरवाज्यापुढे श्रद्धावान व बुद्धिप्रामाण्यवादी दोघेही उभे असतात. श्रद्धावानाला आशा दाखवणारा एक मित्र असतो, त्याचे नाव 'परमेश्वर'. नास्तिकाला मित्र नकोच असतो– निदान अंगात तारुण्याची रग असेपर्यंत त्याची गरज नसते. जसजसे शारीरिक सामर्थ्य ओसरते व प्रतिकार करणारे देहातील चैतन्य गोठू लागते, तसतसे नास्तिकालाही एकाकी वाटू लागते. अगदी बोटांवर मोजण्याइतकी थोडी माणसे कुणाचाही हात हाती न घेता एकट्याने मृत्यूचे दार ओलांडून पलीकडे गेली. लोकहितवादींसारख्या बुद्धिवाद्याचे पायसुद्धा वार्धक्यात लटपटले.

देव, धर्म, कर्मकांड, धर्मग्रंथ, धर्मगुरू या सर्वांचे विश्व जरी मनुष्यनिर्मित असले तरी एकेकट्या माणसाचा त्यावर पूर्णपणे अंमल चालत नाही. जगातील अन्य सर्व धर्मांत एखादा धर्मगुरू, एखादा धर्मग्रंथ आणि धर्मपालनासाठी काही निश्चित आज्ञा ठरवलेल्या आहेत. पण ख्रिस्त-जन्मापूर्वी जन्म पावलेले धर्म हे बंदिस्त स्वरूपात नाहीत. ज्या जुन्या संस्कृती आहेत, त्यांतील 'वैदिक संस्कृती' ही अजूनही टिकून राहिली आहे. बऱ्याच प्रमाणात वेद, उपनिषदे, स्मृतिग्रंथ, पुराणे या सर्वांचा अजूनही भारतीय मनावर ठसा आहे. पण चीनसारख्या पुरातन राष्ट्राने बौद्ध धर्म स्वीकारला, इजिप्तने मुसलमान धर्म स्वीकारला, ग्रीसने ख्रिश्चन धर्म स्वीकारला आणि आपल्या पुरातन धर्म-संकल्पनांचा त्याग केला. सर्व धर्म सारखेच असतात, हा विचार अधार्मिक आहे. प्रत्येक धर्माने आपल्या धर्मश्रेष्ठत्वाची ग्वाही दिली. गीतेत याबाबतीत–

'स्वधर्मे निधनम् श्रेयः परधर्मो भयावहः।'

असे म्हटले आहे. याचा अर्थ– श्रीकृष्ण ज्या तऱ्हेचा धर्म आचरत होता, त्याव्यतिरिक्त अन्य धर्म हे भयावह आहेत, असेच त्याचे म्हणणे होते. इस्लामचे, ख्रिश्चनांचे किंवा अन्य कोणत्याही धर्माचे म्हणणे अखेरीस हेच असते. जर या जगातील अज्ञात शक्ती एकच असेल, माणूस व निसर्ग यांचे नाते एकाच मार्गाने नियंत्रित होत असेल; तर मग हे एवढे भिन्न-भिन्न धर्म अस्तित्वात आले कसे? एखादा धर्म किंवा एखादी आदितत्त्वाची कल्पना चुकीची व अपुरी आहे, म्हणून नवे धर्म निर्माण झालेले नाहीत. सर्वांत अलीकडचा धर्म म्हणजे इस्लाम. शीख हा काही धर्म नव्हे, कारण देवत्वाचा वेगळा अर्थ त्या धर्माने सांगितलेलाच नाही.

हिंदू धर्मातील भिन्न-भिन्न संकल्पना एकत्र करून शीख धर्माची आखणी झाली. त्यामुळे शीखांना काही नवी अहंता निर्माण व्हावयाचे कारण नव्हते. त्या अर्थाने इस्लाम हा तेराशे वर्षांपूर्वी निर्माण झालेला सर्वांत अलीकडचा धर्म. हा धर्म वास्तविक पूर्वीच्या धर्मसंकल्पनांपेक्षा अधिक सहिष्णू, अधिक उदार आणि अधिक आधुनिक विचारांनी युक्त असायला हवा. पण त्याऐवजी इस्लाम हा अतिशय असहिष्णू, अनुदार आणि मागासलेला असा धर्म निर्माण झालाच कसा? ह्या धर्माने लहान-सहान गुन्ह्यांना अतिशय कडक शिक्षा सुनावल्या आहेत, स्त्रियांना हीन लेखले आहे, अन्य प्रकारच्या उपासना करणारे नष्ट करून टाकण्याच्या आज्ञा दिल्या आहेत व माणसाच्या गरजा बदलल्या तरीही कुराण व त्यावर आधारित असणारे शरियतचे कायदे यातून व्यक्त होणाऱ्या आज्ञांपुढे मनुष्यजातीने चिरंतन झुकले पाहिजे, अशी व्यवस्था ठेवली आहे. मनुष्यजातीच्या सर्व गरजा कुराणामुळे कायमच्या पुऱ्या करता येतील, अशी मुसलमानांची प्रामाणिक श्रद्धा असल्यामुळे मनुष्याला अन्य कोणत्याही ज्ञानाची आवश्यकता नाही, अशा निर्णयाला इस्लाम आला. याचाच अर्थ– पूर्वीच्या धर्मातील उणिवा लक्षात न घेता, समाजाला भय दाखवून गुलाम करण्याचा इस्लामने नवाच पायंडा पाडला. मुसलमानांना आरंभी मिळालेल्या यशाचा अन्वयार्थ कुराण स्पष्ट करू शकत नाही. इस्लामने युरोपचा दक्षिण भाग पाहता-पाहता काबीज केला. उत्तर आफ्रिकाही कब्जात घेतली. पूर्व रशिया, पश्चिम चीन आणि इराणपासून ते थेट इंडोनेशियापर्यंत इस्लामचा प्रसार केला. याची कारणे शोधताना आपल्या लक्षात येते की, बंदिस्त धर्मापुढे सहिष्णू धर्म टिकू शकत नाही. हिंसाचारी आक्रमणाचा अहिंसेने पराभव करता येत नाही. शक्तीचा विचाराने पराभव करता येतोच, असे नाही. संघटित शक्तीने जेथे जेथे इस्लामचा प्रतिकार केला, तेथे इस्लामला हार पत्करावी लागली. युरोपच्या भूमीवरून इस्लाम संपूर्णपणे हाकलला गेला तो सैन्याच्या बळावर. रशियाने मुसलमानांना योग्य तो धडा शिकवला व तीच गोष्ट चीनमध्येही घडली. त्यामुळे तिथले मुसलमान संस्कृतिश्रेष्ठत्वाच्या वल्गना करत नाहीत. दक्षिण आशियातील मुसलमानांचा जेथे जेथे चंचुप्रवेश झाला तेथे तेथे त्यांनी असंस्कृत संस्कृती कायमची रुजवली ती शस्त्रांच्या बळावरच.

धर्मकल्पना, देवकल्पना या साऱ्या ह्या सृष्टीचे रहस्य सोडवताना भेटलेल्या कल्पना आहेत. सृष्टीचे अज्ञात रहस्य कोणत्या मार्गाने सोडवता येईल याचा विचार विज्ञानवादी करतात आणि अध्यात्मवादीही करतात. सृष्टीच्या अज्ञात

रहस्याचा शोध घेणाऱ्या वेगवेगळ्या पद्धतीत वैरभाव असण्याचे कारण नाही; पण दुर्दैवाने तो आहे. हा वैरभाव मुसलमानांनी जास्त प्रमाणात निर्माण केला. माझ्या मनातली देवत्वाविषयीची कल्पना पावाचा तुकडा खाल्ल्यामुळे किंवा गाईचे मांस जबरदस्तीने खावे लागल्यामुळे नष्ट कशी होऊ शकते? देवत्वाचा आणि या गोष्टीचा संबंधच काय? अनंताचा शोध घेणे, ही मानवी प्रेरणा नष्ट पावू शकत नाही आणि हा शोध ही एक अनंतयात्रा आहे. तिला अंत नाही. पण अगदी क्षुद्र कारणावरून काहींना धर्म सोडायला लागावा व त्याला परत आपल्या धर्मात जाता येऊ नये, ही गोष्ट मुळातच अ-धार्मिक आहे. जबरदस्तीने लादता येतो, तो धर्म कसा होईल? मध्यंतरी काही काळ धर्मसंकल्पनेवरच सावट आले होते. त्यामुळे जबरदस्तीने धर्म लादता आले. मुसलमान धर्मात अशी कोणती गोष्ट आहे की, ती हिंदू धर्मात नव्हती? हिंदू धर्म किंवा खऱ्या अर्थाने वैदिक धर्म ही एक विस्कळीत आचारपद्धती आहे. तिला जो एक अवाढव्य आकार आला आहे, तो प्रत्येकाच्या मनात निर्माण झालेल्या परमेश्वरी संकल्पनेच्या स्वीकारामुळेच. इस्लाम धर्माजवळ स्वतंत्र व खास स्वत:चे असे काही नाही. एकेश्वरी, अमूर्त असा 'परमेश्वर' वैदिक संस्कृतीतही होता. पाप-पुण्य व त्यांना होणाऱ्या शिक्षा, स्वर्ग आणि नरक या गोष्टी वैदिक धर्मात आहेत. ख्रिश्चन धर्मात आणि इस्लाम धर्मातही आहेत. 'A day of Judgement' किंवा 'कयामतचा' दिन आणि 'चित्रगुप्ताचा जमा-खर्च' यांतही फारसे अंतर नाही. गुरूशिवाय ब्रह्मज्ञान नाही, ही संकल्पना सर्व धर्मांत आहे.

त्यातूनच शंकराचार्य, पंथप्रमुख, मठाधिकारी, ऋत्विज हे जसे निर्माण झाले; तसेच काझी, फकीर, अवलिया, इमाम, पाद्री, पोप हे सगळे दलाल निर्माण झाले. देऊळ, चर्च, मशीद, अग्यारी आदी परमेश्वराची घरे आकाराने थोडीफार निराळी असतील; पण परमेश्वराला जे निवासस्थान लागते, ते गृहस्थाचे घर असू नये असे का मानले गेले आहे? चंद्र, सूर्य हे धर्मग्रंथांत पवित्र मानले गेलेले आहेत. निसर्गातील भयानक शक्तीचा उद्रेक हाही सर्व धर्मांत नम्र होण्यासाठी वापरला जातो. माणसाच्या मृत्यूनंतर त्याचे काय होते, याचेही कुतूहल सर्व धर्मांना आहे. या अर्थाने सर्व धर्म एक आहेत आणि एक नाहीतही. या सृष्टीच्या निर्मात्यापुढे माणसाने नम्र असावे, याबद्दल सर्वांचे एकमत आहे. पण नम्र कसे व्हायचे, याबद्दल मतभेद आहेत. माणूस या सृष्टीवर कसा आला, कोठून आला, तो अमुक प्रकारेच का वागला, याला चांगलेसे स्पष्टीकरण कोणीच देऊ शकत नाही. कोणी पूर्वजन्माचा हवाला देतात, तर कोणी संस्कारांचा हवाला देतात;

पण त्यांना हे माहीत असते की, एकाच क्षणी जन्म पावलेल्या, एकाच माता-पित्यापासून उत्पन्न पावलेल्या दोन व्यक्तींचे भवितव्य एवढे वेगळे का असते? येथे सर्व धर्मांचे एकच उत्तर आहे– Destiny. मग सर्व धर्मांत फरक आहे तो कोठे? देवाचा शोध घेण्याच्या प्रत्येकाच्या हक्कावर ज्या-ज्या मर्यादा घातल्या गेल्या, त्यामुळे वेगळेपणा निर्माण होतो. वैदिक धर्माने मूर्ती मानणारे, न मानणारे, पुनर्जन्म पत्करणारे किंवा नाकारणारे, नास्तिक किंवा आस्तिक असू शकणारे, काहीही खाणारे-पिणारे व हव्यासावर नियंत्रण ठेवू न शकणारे या सर्वांचे स्वातंत्र्य मानले. तुम्ही कसेही वागा, तरीही तुम्ही वैदिक धर्माचे अनुयायी राहू शकता. थोडीफार चूक झाली तर अपराधाचा कबुलीजबाब घेऊन, थोडीफार शिक्षा भोगायला लावून वैदिक धर्म कोणालाही नाकारू शकत नाही किंवा धर्मातून हाकलू शकत नाही. इतके स्वातंत्र्य असणाऱ्या संस्कृतीपासून ते मुळीच स्वातंत्र्य नसण्यापर्यंत धर्माच्या मर्यादा आहेत. एका प्रेषिताचे किंवा देवपुत्राचे शब्द तुमच्या सर्व जीवनावर अधिकार चालवतील कसे? स्वातंत्र्याच्या व गुलामीच्या अवस्थांतच धर्मा-धर्मांचे वेगळेपण सिद्ध होते आणि आपला धर्मच श्रेष्ठ, अशी अहंभावना जागी होते. एकाच परमेश्वराचा शोध घेणाऱ्या दोन समूहांत 'परमेश्वर' सापडण्याची शक्यताच नसते. त्यांना भेटतो तो सैतान. तोच धर्माचे नियंत्रण करू लागतो.

सर्व धर्मांच्या बाबतीत आज गफलत होते आहे ती ही की, कोणालाही हवे तसे वागू दिल्याने काही नुकसान होत नसताना आपण अनेक तऱ्हेची बंधने धर्माच्या नावाखाली घालतो; ही बंधने काटेकोरपणे पाळली जावीत यासाठी जागोजागी पहारे ठेवतो. परिणामी, आपल्या जीवनपद्धतीपेक्षा वेगळी जीवनपद्धती मानणाऱ्याला शत्रू मानून आपण त्याचा नि:पात करतो. अशा तऱ्हेने निर्माण होणाऱ्या धर्मयुद्धाला कोणत्याही धर्माची संमती नाही. पण आपण ओढून-ताणून आपल्याला हवे तसे अर्थ काढतो. धर्माच्या आज्ञा ज्या वेळी निर्माण झाल्या त्या वेळच्या परिस्थितीनुसार त्या आज्ञांचा जन्म झाला असेल, हेच आपण मानत नाही. परिस्थिती बदलली, काही शतकांची वाटचाल झाली, तरी त्याच शब्दाचा अंमल चालू आहे, आणि त्याविरुद्ध जे कोणी आचरण करतील, त्यांचा नि:पात करण्याची योजना धर्माच्या नावाखाली राबवली जाते आहे.

-०-०-०-

३४

थोडे झिंगले, म्हणून का हो झाले!

त्या भांडणाचा शेवट फार अप्रिय झाला. भडक माथ्याचा, एकांतिक आणि नेहमीच वाहवत जाणारा माझा मित्र माझ्या दुसऱ्या एका अश्राप मित्राला काही कारण नसताना कडवट बोलला. त्याचे बोलणे अर्थात अयोग्य होते. मी त्याच्याविरुद्ध भूमिका घेऊन माझ्या त्या गरीब मित्राची बाजू घेतली, म्हणून तर भडक माथ्याचा माझा हा मित्र अधिक भडकला आणि मैफल अर्धीमुर्धी सोडून आपला अपमान झाला म्हणून चिडचिड करून माझे घर सोडून जाऊ लागला.

खरे म्हणजे, त्याचे वागणे अगदी अयोग्य होते. दुसऱ्याच्या मतावर आक्रमण करणारे होते. ते सभ्यतेलाही धरून नव्हते. मद्याच्या मैफलीत खरे तर एकांतिक वाद आणूच नयेत, आणि चुकून-माकून आलेच, तर ह्यात आपला मतभेद आहे, असे म्हणून वादाची अखेर करावी. मद्य ही गोष्ट उत्तेजना देणारी आहे. मद्याच्या मैफलीत उत्तेजित झालेली माणसे आपले मुद्दे अधिक तिखटपणे मांडतात. मतभेद तर आपल्या दैनंदिन जीवनातही असतात. तेव्हा ते संपूर्ण विसरावेत, अशी अपेक्षा करणे चूक आहे. आपापल्या भूमिका इतक्या झट्‌कन बदलता येत नाहीत, आणि त्या तशा बदलण्याचे कारणही नसते. मते असण्याचे आणि मांडण्याचे स्वातंत्र्य प्रत्येकालाच असते, असावेही; पण उत्तेजित झालेल्या माणसाने आपले मत पटविण्यासाठी तिखट आणि उपमर्दकारक शब्द वापरायचे नसतात.

मद्याचा पेला हातात असला की, आपण व्हल्नरेबल झालो आहोत, निमित्ताला टेकलेले आहोत, आपला कोणताही शब्द स्फोटक असू शकेल, याचे भान ठेवले पाहिजे, आणि दुसराही तसाच झाला असेल, हे तर कधीच विसरता कामा नये. दोन घटका आनंदात घालविण्यासाठी एकत्र जमलेला असताना त्या

घटका सुखात कशा जातील; आपल्या बुद्धीचे, कल्पनाशक्तीचे किंवा विशेष असलेल्या ज्ञानाचे दर्शन कसे घडविता येईल, हे पाहायला हवे. आवाज चढविला म्हणजे मुद्दा सिद्ध होत नाही. कठोर आणि तुच्छतापूर्वक काढलेले शब्द तर आपण हरल्याची ग्वाही देत असतात. दुसऱ्याला समजावून घेण्याची शक्ती क्षीण होण्याऐवजी दुसऱ्याला समजावून घेण्याची शक्ती वाढावी, अशी खरे तर मद्याजवळ शक्ती असते. आपली उदार बुद्धी वाढावी, आपली सहनशक्ती वाढावी; एवढेच नव्हे, तर आपली गुणग्राहकता वाढावी, अशी ज्या उत्तेजक पेयापासून अपेक्षा आहे, ते सलील रक्तवर्णीय पेय कलहाला कारण होता कामा नये.

मला तर असा अनुभव आहे की, माझी कल्पनाशक्ती त्या वेळेस वाढते. एरवी अशक्य असणारे कवित्व शब्दांना येऊन चिकटते. समजूत घालण्याची माझी शक्ती वाढते. असाच एखादा अचानक युक्तिवाद सुचतो की, आपलेच आपल्याला आश्चर्य वाटते. सुदैवाने माझे काही साहित्यिक मित्र असे आहेत की, त्यांच्या मनात जमा होत असणारा प्रतिभाविलास अचानकपणे अशा मैफलीत वाहू लागतो. अनेक कथा, कविता, नाट्यकल्पना यांचा जन्म माझ्यासमोर घडलेला आहे. कसल्याही प्रसूतीच्या वेदना न जाणवता अभावितपणे, प्रतिभेचा जन्म कसा होतो, ते मला माहीत आहे. पूर्वानुभव, विचारशृंखला, आणि तो शब्दाकृतिबंध एकत्र येण्याचा मुहूर्त ठरवून सापडत नाही. सर्व संभवांपेक्षा प्रतिभासंभव ही एक अनपेक्षित आणि अनाकलनीय गोष्ट आहे. मद्य हे माझ्या लेखी जे पवित्र झाले, ते प्रतिभेच्या अशा जन्मक्षणांमुळेच. एरवी आम्ही सारे लेखक लिहितोच, लिहावेच लागते; परंतु असे जे अनाहूत आमंत्रित लेखन असते, त्याचा जन्मसोहळा पाहण्याचे भाग्य पुष्कळदा माझ्या वाट्याला आलेले आहे. प्रतिभेला उत्तेजित क्षणाची आवश्यकता असते. ती उत्तेजना कोठूनही मिळाली, तरी सारखीच. तिला मद्याचीच आवश्यकता असते, असे नाही; कसली तरी झिंग मात्र असायला हवी.

नाही तरी सर्व वक्र गोष्टी सुंदर असतात, कारण वळणापलीकडचे काही दिसत नाही. गूढ अनुभवाचा मागोवा घेत आपली दृष्टी वक्राकार गोष्टीवरून फिरत जाते, आणि वक्रतेमुळे कुठे अडथळे येत नाहीत. एका मुलायम रस्त्यावरून होणारा हा प्रवास क्षणाक्षणाला रोमांचित करीत असतो. सारी सृष्टीच वक्रमय आहे. किंबहुना, सारी चंचल सृष्टी वक्र नसली तरी वक्र होत जाते आणि मद्याची झिंग ही तर चंचलच गोष्ट आहे. जगातील सारे वक्राकार भाग तिला ओळखीचे वाटतात.

तिला कसलेच कोपरे मानवत नाहीत. आदब, वाऽहवा या साऱ्या गोड शब्दांनी ही मद्याची सृष्टी व्यापलेली असते. मद्याचे प्यालेच केवळ गोल असतात

असे नाही, तर संभाषणही कोपऱ्याशिवाय व्हायला पाहिजे. अवचित आलाच तर वादाचा प्रसंग चंद्रासारखा उगवावा आणि सूर्यासारखा मावळावा. लाल रंगसुद्धा तिथे किरमिजी व्हावेत. उन्हाळा लोपत जावा, जिव्हाळा वाढावा. मदभरल्या संध्याकाळी सुगंधाची आमंत्रणे यावीत आणि उत्तररात्री सगळीच निमंत्रणे नाकारावीत, एवढा विवेक हवा. अंधार हा सुरूपता आणि कुरूपता दोन्ही लपवितो, पण मद्याची रात्र फक्त कुरूपताच लपविते. जग सुंदर होतेच आणि या सौंदर्यमय जगात भेदरलेले जीवसुद्धा समर्थ होतात. आपले लहान-मोठे अहंकार, हव्यास, मत्सर मद्याच्या ग्लासात वितळून जातात. उरावी ती न समजणारी चिमण्यांची कुजबूज. अर्थ असलाच, तर उत्तमच! पण अर्थ नसला, तर जवळीक समजावी. दोस्तीला प्रौढपणा यावा. ओळखीचा परिचय व्हावा. आकर्षणांची मैत्री व्हावी. खरे म्हणजे हे खरे सोने आहे की खोटे सोने आहे, हे समजून घेण्याची त्या वेळेस गरज नसते. सोनेरी पिसारा फुलला, म्हणजे झाले! त्या सुवर्ण रंगावर आपण फिदा व्हावे. हसणाऱ्यांना हसू द्यावे. कुणाची दु:खे जागी झाली, तर त्यांना रडूही द्यावे. रडणे हे काही तितके वाईट नसते. एरवी आपल्या स्पर्शाचा उपयोग दिलासा देण्यासाठी वापरण्याची आपल्याला संधी कुठे मिळते? हिंमत कुठे होते? हे स्पर्श उगीच कोणी कोणाला देऊन टाकत नाहीत. मदिर डोळ्यांतून हे स्पर्श वेलीवर येणाऱ्या फुलाइतकेच सहज उमलतात.

मद्य माणसे जोडण्यासाठी असते, तोडण्यासाठी ते निर्माण झालेले नाही. माणसे नात्याने जोडली जातात, व्यवसायाने जोडली जातात, साहचर्याने जोडली जातात; पण हे जोडले जाणे म्हणजे विटांशेजारी विटा ठेवण्यासारखे आहे. त्यांची एक अखंड भिंत होण्यासाठी मधे काही तरी भरावे लागते, नाही तर रचलेल्या विटा कोसळून जातात. मद्य माणसाला जोडणारे आणि कायम खिळवून ठेवणारे अजब रसायन आहे.

का कुणास ठाऊक, आपल्या समाजात मद्य म्हणजे मद्यपी, मुलाचा जीव घेणारा सुधाकर, बायकोचा खून करणारा दारुडा अशी 'एकच प्याला'तील सुधाकराची प्रतिमा गृहीत धरली आहे. दारू ही तशी जीवनावश्यक गोष्ट नाही. दारूवाचून माणसाचे मुळीच अडत नाही. मसाले घातल्यावाचून आपल्या अन्नाचे तरी कुठे अडते? तिखटपणाची तरी पोषणासाठी कुठे आवश्यकता आहे? क्षार आणि गोडवा या दोनच गोष्टी खऱ्या जीवनावश्यक आहेत; बाकीची सारी चैनच असते. संगीतात जसे राग तशीच अन्नोदकात चव आणि जीवनात मद्य असते. म्हणजे, या साऱ्या गोष्टी योग्य त्या प्रमाणात वापरल्यास आयुष्याची वाटचाल

सुखावह करतात. अन्न जसे आपण भुकेप्रमाणे सेवन करतो, तशीच सोसेल तेवढीच नशा माणसाने केली पाहिजे. मनुष्याचा पक्षी झाला, तर आकाश जवळ आल्यासारखे वाटेल. माणसाला भूमीवरचे पाय कायमचे सोडता येत नाहीत, म्हणून पाखरूपण लाभत नाही. मद्याचे दोन घोट पोटात गेले की, माणसाचे पाखरू होते. ते जमिनीवरून हळूच आकाशाकडे जाते. पण आपल्याला परत भूमीवरच यायचे आहे, हे लक्षात ठेवूनच माणसाने उंचीचा हव्यास धरावा. आपल्या समाजात ज्याचे त्याला आकाश ठरविताही येत नाही आणि उड्डाणावर नियंत्रणही ठेवता येत नाही. अशा वेळेला पंखांतले बळ संपून जमिनीवर कोसळावे लागते आणि मद्याची उगाचच बदनामी होते.

मद्याला फारशी चांगली चव नाही, पण चांगला रंग आहे. शिवाय द्यावा तो आकार मद्य घेऊ शकते. जसे– आपल्या प्रेयसीचे रूप कोणतेही असले, तरी प्रेमापोटी तिला हवे तसे रूप देता येते; तसेच मद्याचे असते. दुर्दशेला अनेक निमित्ते असतात. मद्यालाही कधी कधी दुर्दशेचे निमित्त व्हावे लागते. पण मद्याचा तो स्वभावगुण नाही. जो पाश्चिमात्य समाज सर्व बाबतींत अग्रभागी आहे, तेथे मद्याची अवहेलना झालेली नाही. सर्वच गोष्टींचे अति करण्याची आपली प्रवृत्ती असल्यामुळे आपण मद्याला बदनाम केले आहे.

खरी गोष्ट अशी आहे की, माणूस जसा असतो तसा मद्यामुळे उघडा पडतो. त्याने जे मुखवटे वापरून लोकांना फसविलेले असते, ते त्याचे मुखवटे गळून पडतात. तो असंस्कृत असेल, तर अधिक असंस्कृत बनतो; कारण त्याच्या मूक प्रवृत्तींवरील नियंत्रण सुटून जाते. पण सुसंस्कृत माणसाची संस्कृती ही अस्सल असल्यामुळे कृत्रिम नियंत्रणाची तिला आवश्यकता नसते. फार तर तो गातो, हसतो, दाद देतो, थोडे अवाजवी कौतुकही करतो आणि सभ्य लोकांच्या जगाला शोभा आणतो.

ही प्राकृतिक अवस्था म्हणजे त्याचा सांस्कृतिक स्तर. काही माणसे मद्यपानानंतर स्त्री-पुरुष संबंधांबद्दल वाटेल ते बोलू लागतात, तेव्हा लक्षात येते– ही माणसे भुकेली आहेत. यांचे घर सुखी नाही. आपली विकृती, आनंदाची पूर्तता ते शब्दांतून करून घेत आहेत. काही सामान्य माणसे उद्दाम आणि अहंमन्य होतात; एरवी ही माणसे माना खाली घालून जीवन जगतात. गरुड होण्याची यांची इच्छा होती, पण यांना तसे होता आलेले नसते. सशाच्या भित्र्या काळजाने त्यांना जगणे भाग पडले. मग जमिनीवरून उचललेल्या एखाद्या पावलाबरोबर तेवढ्या क्षणापुरते त्यांनी गरुडाचे रूप धारण केलेले आहे. उपद्रवकारक

नसते तोपर्यंत माणसाचे गरुडात रूपांतर झाले, तर काय हरकत आहे? माणसाला मनातले खरे बोलायला या जगात जागा नसते. झिंग आली की, ही जागा आपोआप निर्माण होते. म्हणजे गर्दी असूनसुद्धा, माणसे एकटेच आहोत अशा थाटात मनातल्या आकांक्षा बोलून जातात. त्यांचा अभिनिवेश हा मद्याची मैफल सहसा बिघडवीत नाही, जर सोबती सुसंस्कृत असतील तर! आता तर जीवनातील दुःखे फारच व्यामिश्र झालेली आहेत. धकाधकीच्या जीवनात, कंटाळवाण्या आयुष्यात माणसाचे यंत्र बनत चालले आहे. अशा वेळेला कॅसेटवर ध्वनिमुद्रित केलेल्या जगजित सिंग– चित्रा सिंग किंवा कुमार-भीमसेन यांच्या बंदिस्त गाण्यापेक्षा झिंगलेल्या माणसाचे गाणे अधिक गोड लागते, कारण त्याला बंदिस्तपणा नसतो. एखाद्याचे असे वाहवणे मैफलीने सोसायचे असते. त्याला दाद द्यायची असते. पावसाळ्यातील पाण्याप्रमाणे चहूबाजूंनी आलेल्या ओहळांना मैफलीत येऊ द्यायचे असते. मदभरले गाणे आणि मद्यभरले गाणे यांची सीमारेषा फार अस्पष्ट असते. मधले अंतर पुसून टाकून सोबत्यांची झिंग 'मी मद्याचा प्यालो प्याला, प्रिये तयाचा मद तुज आला' असे एकरूपत्व निर्माण करते. प्यायचे एकाने आणि धुंदी दुसऱ्याला, हे काव्य झाले; पण प्यायचे सर्वांनी आणि धुंदीही सर्वांना, हे वास्तव असते. या वास्तवाचे रूपांतर कवितेत करण्याची मैफलीची आकांक्षा असते.

तसा मी अनेक थोरामोठ्यांच्या बरोबर मद्य प्यायलो आहे. मद्याने माझी पुष्कळांशी मैत्री झाली. मद्याने किंवा मैत्रीने आपली प्रतिष्ठा कधीही घालविली नाही.

म्हणून, जेव्हा माझा भांडखोर मित्र मद्याची मैफल सोडून भांडण उकरून काढून माझे घर सोडून जायला उठला, तेव्हा त्याला मी दारापर्यंत पोचविले आणि एवढेच म्हणालो, "या घरात तुझ्यासाठी शिजविलेले अन्न लाथाडून तू जातो आहेस; ठीक आहे, पण या घरात तुझे स्वागत पुन्हा होणार नाही." मी दरवाजा लावून घेतला. दहा-पंधरा मिनिटांनी कॉलबेल वाजली. मी जाऊन पाहतो, तो माझा मित्र खाली मान घालून उभा होता. त्याने दिलगिरी व्यक्त करण्याची गरजच नव्हती. आपल्या मूर्खपणाने एक घर तुटणार, यामुळे तो व्याकूळ झालेला होता. मलाच नव्हे, तर मैफलीतील सर्वांना ते जाणवले. त्याला योग्य वेळी योग्य समज देणारा मी किंवा काही क्षणांनंतर का होईना शहाणपण सुचलेला माझा मित्र, असे दोघेही मद्यपी उरलेले नव्हतो. मद्याने दोघांनाही शहाणे केले होते. तो येताक्षणीच शहाण्या मद्याचे घोट आम्ही सर्वांनी घेतले आणि मैफल पूर्ववत् पुढे चालू झाली.

-०-०-०-

३५

प्रतीक्षेचे दिवस

नुकतीच दिवाळी पार पडली. फटाक्यांचे आवाज कमी झाले. लक्ष्मी रोडवरची खरेदीदारांची गर्दी पुष्कळ ओसरली. एरवी संध्याकाळच्या वेळी उत्साहाने मुसमुसलेल्या आणि सारे जगच विकत घ्यायला निघालेल्या स्त्रियांचे घोळके तिथे हिंडत असत. आता रस्ते उजाड झाले. उजाड म्हणजे गर्दी नसलेले नव्हे, तर कळाहीन. दिवाळीची भेटकार्ड येण्याचे कमी झाले. अधून-मधून आडगावचे दिवाळी अंक यायचे, त्यांची पुडकीही आता कमी झाली. उद्या-परवा आता शाळाही सुरू होतील. थोडक्यात, उत्साहाचे जे कारंजे काही दिवस उडत होते, ते उडण्याचे आता थांबेल. आता ख्रिसमसची वाट पाहायला हवी! रस्ते बदलतात. रस्त्यावरून जाणाऱ्या-येणाऱ्यांच्या कपड्यांचे प्रकार निराळे असतात. गोरे साहेब गेले, पण गोऱ्या साहेबांचे दास अजूनही भारतात राहत असल्यामुळे ख्रिसमसलाही आपल्या देशात– निदान शहरात प्रतिष्ठा आहे. कॉन्व्हेन्ट स्कूलमध्ये जाणारी प्रजा वाढल्यापासून तर आता ख्रिसमस हा राष्ट्रीय सण झालेला आहे.

दिवाळी संपते न संपते तोच हवामानातही बदल होतो. हवेतील गारठा वाढतो. पांढुरक्या मलमली वस्त्रांनी वसुधा आपले सर्वांग झाकून घेते. जे पहाटे उठतात त्यांनाच ती अवगुंठित स्त्री भेटते. उनी वस्त्रे काढली पाहिजेत, असे रोज वाटू लागते. अजून थंडीचा तेवढा कडाका पडलेला नाही. पेट्या उघडून डांबराच्या गोळ्यांत ठेवलेली उबदार वस्त्रे, रजया अजून बाहेर पडलेल्या नसतात. आज-उद्या ती काढू, असे म्हणता-म्हणता थंडी चांगलीच झोंबायला लागते. मग असेल तेच पांघरूण जास्त घट्ट आवळून थंडी झोपेत विरघळवू द्यावी लागते.

उत्सवांचा मोसम आता संपला आहे. आता अधून-मधून सण येतील, एखादा दिवस सुट्टी मिळेल; पण आनंदाचा महोत्सव साजरा करता येणार नाही.

भाद्रपदापर्यंत वाट बघायला हवी. मध्यंतरीच्या काळात थंडीच्या कडाक्यातून जायला हवे, ग्रीष्मातील उन्हाने अंग पोळून घ्यायला हवे; तेव्हा कुठे रस्त्यावर मांडव घालायला आरंभ होईल. त्यातच अधून-मधून चावट मुलासारखा पाऊस छेड काढतो. 'यंदा फारच थंडी होती बुवा,' किंवा 'यंदा प्रमाणाबाहेर उकडले' अशा तक्रारी करीत-करीत पावसाची प्रतीक्षा करतानाच उन्हाळा जातो. आधी द्राक्षे, मग आंबे– ही फळे खाता-खाता पुन्हा थंडी-उन्हाचे दिवस संपून जातात. मग केव्हा तरी पाऊस येतो, तोही प्रेयसीसारखा चांगली वाट पाहायला लावतो. कधी कधी तर तो आल्यासारखे दाखवतो आणि अंगाला भिडायच्या आत टप्प्याबाहेर गेलेला असतो. म्हणजे, पुन्हा प्रतीक्षा आली. ते खरेच आहे म्हणा की, प्रतीक्षा म्हणजेच जगणे!

आपण लहान असतो तेव्हा, केव्हा एकदा मोठे होतो, असे झालेले असते. म्हणजे, यौवनाची प्रतीक्षा! भोवताली आरसपानी वस्त्रांचे आणि मोहिनी अस्त्रांचे जे खेळ चालू असतात, त्यांसाठी तारुण्यकाळाची वाट पाहायची! मग समाजात थोडी प्रतिष्ठा हवी किंवा प्रतिष्ठित लोकांशी बरोबरी करता यायला हवी, म्हणून प्रौढत्वाची वाट पाहायची! आपली वाढ इथेच थांबावी असे वाटते. याचे कारण आता सुख म्हणजे काय, हे कळायला लागलेले असते. इंद्रिये प्रतीक्षेला सरावलेली असतात. कळीचे फूल कसे करायचे, ही भानामती विद्या आपल्याला सापडलेली असते. कळ्यांना फुलण्याची तर ओढ लागलेलीच असते; पाकळ्या न दुखवता ही फुले मग फुलवत राहायचे असते. त्यातही गंमत असते. काही फुले फुलायला तयारच नसतात! या ठिकाणी आक्रस्ताळेपणा उपयोगाचा नाही. या ठिकाणी प्रतीक्षाशक्तीचा कस लागतो; थोडे दुर्लक्ष केले की, कळीला आपणहून फुलावेसे वाटू लागते. तो तर तिचा धर्मच आहे. अशा वेळेला तिला एकटीलाच वाढू दिले पाहिजे, कारण तिलाही प्रतीक्षेची दुःखे समजलीच पाहिजेत.

एक दिवस असे लक्षात येते की, आपण आता चांगलेच प्रौढ झालो आहोत. इंद्रिये तशी शाबूत आहेत, पण ती वापरण्याची संधीच कोणी देत नाही! जबरदस्ती करण्याचे वय आता संपलेले आहे. आपल्या वस्त्राचे रंग तर आता उडून गेले आहेत. असेच रंग उडालेले किंवा त्या अवस्थेपर्यंत आलेले एखादे फुलपाखरू आपल्या डहाळीवर अचानक बसते. मग काही न करता एकमेकांकडे पाहत राहायचे. भेटीगाठीच्या तृप्तीच्या नादात आपण फार वाहवत गेलो होतो, हे लक्षात आले की, मग मन अधिकच हळवे होते. उडालेल्या रंगाची चौकशी

होते. हरवलेल्या ऋतुचक्राची पुनः पुन्हा याद येते. आपल्या लक्षात येते की, आठवावे असेसुद्धा पुष्कळसे आपल्या आयुष्यात घडून गेले आहे. घडले तेव्हा त्याचे महत्त्व वाटले नाही, आणि आता जर का हे समोरचे फुलपाखरू न येते, तर त्या आठवणी आपल्याला कधीच आठवल्या नसत्या. कृतज्ञतेचा एक ओशट स्पर्श घडून जातो. त्यात कसलीच मागणी उरलेली नसते. सारे कसे शांत-शांत झालेले असते. एके काळी येथे पेटते यज्ञकुंड होते, या आठवणीवरच यापुढे जगायचे असते.

खूप काही गोष्टी करायच्या राहून गेल्या, अशी हुरहूर मागे असते. पण आता त्याचा काही उपयोग नसतो. एक अगतिकता आलेली असते. आता सारे ऋतू सारखेच झालेले असतात आणि त्या-त्या ऋतूत तक्रार करण्याचे शब्दही ठरलेले असतात. मनात इच्छा असते की, काळ आता थांबावा; ऋतुचक्र फिरूच नये. या आपल्या इच्छांचा काही उपयोग नसतो. साध्या-साध्या गोष्टी करणे आता मुश्किल होत जाते आणि एक दिवस आपल्या लक्षात येते की, नकळत आपल्याला ओढ लागलेली आहे, ती मृत्यूची! प्रतीक्षा अजून संपलेली नाही. आता या अज्ञाताची प्रतीक्षा म्हणजे एक चमत्कारिक संकट आहे.

खरे तर जीवनाचा अर्थ आता कुठे कळायला लागला. हे जग किती सुंदर आहे, हे तर काल-परवाच समजले. कधी नव्हती ती जीवनाविषयीची विलक्षण ओढ आता कुठे वाटायला लागली आणि नेमकी मृत्यूची वेळ मात्र जवळ आली. दिवस माहीत नाही म्हणून प्रतीक्षा करणे भाग आहे. पण खरे जर सांगायचे, तर हे जग सोडण्याची इच्छा मुळीच नाही. ही ओळखीची माणसे, ओळखीच्या वास्तू, ओळखीचे रस्ते सोडून कुठल्या तरी अनोळखी रस्त्यावरून कशाला जायचे? हे रस्त्यावरचे झाड आज किती वर्षे उभे आहे? ते इतके सुंदर असेल, असे मला कधीच वाटले नव्हते. पण आता हे पुन्हा पाहायला मिळणार नाही, यामुळे तर सुंदर वाटत नसेल? रस्त्यावरची धूळ, गोंगाट, काही कावेबाज चेहरे, काही वास्तू काल-परवापर्यंत मला डोळ्यांसमोर नको असत. मला वाटायचे, यांनी माझे आयुष्य दुःखी केले आहे. आज मला जाणीव झाली की, या सर्व जगाने माझे आयुष्य उभे केले. रागाशिवाय प्रेमाला काय अर्थ होता? सौंदर्याशिवाय कुरूपता मला समजणार तरी कशी होती?

कारवारच्या जंगलातील गूढ शांतता किती भीतिदायक असते, हे समजण्यासाठी गजबजलेल्या लोकल्स नकोत का? या जगातील सगळ्याच गोष्टींना अर्थ होता आणि मी गेलो तरी तो अर्थ तेथेच राहणार आहे. खरेच

सांगतो, हे ओळखीचे जग सोडून जायची माझी मुळीच इच्छा नाही. हे नुसते ओळखीचे नाही हो; तर माझ्या लांबलचक प्रवासात गुंतलेले आहे. यांतील प्रत्येक गोष्टीचे महत्त्व मला सदैव जाणवते आहे. मला ती आवडायची, तिच्या येण्या-जाण्याच्या वेळा मी लक्षात ठेवायचो; पण माझ्याकडे पाहून नाक उडवीत निघून जायची! पुढे तिचे लग्न झाले, माझेही झाले, दुसरीकडे पाहून नाक उडविणारी मुले तिलाही झाली, मलाही झाली; पण अजूनसुद्धा ती भेटली की, तिच्या डोळ्यांत माझ्याबद्दल तुच्छता दिसते. माझ्यावर तिचा असा राग का असावा? निदान आता तरी का या प्रश्नाचे उत्तर मला सापडावे, नाही का? असे काही तरी घडले असले पाहिजे की, ज्यामुळे माझ्या हातून तिला जखम झाली असावी. खरे सांगतो, माझ्या गुन्ह्याला क्षमा व्हावी म्हणून मी इकडचे जग तिकडे केले असते. माझा गुन्हा मला कळलाच नाही. असे किती तरी गुन्हे असतील की, जे मला कधी कळलेच नाहीत. माझी खात्री आहे की, आम्ही दोघे जेव्हा परत जन्माला येऊ, तेव्हा ती डोळे उघडेल, तेव्हा माझ्याकडे पाहून तिरस्काराने नाक उडवेलच– नक्की! सगळेच काही सुंदर माझ्या वाट्याला आलेले नाही. काही कुजबुजी, काही ओलसर स्पर्श, काही घायाळ करणारे कटाक्ष, तर काही शब्दहीन संभाषणे. आयुष्यात तसे अगदीच कोरडे कुणीच राहत नाही. प्रत्येकाचा वाटा ठरलेला असतो आणि जागाही ठरलेल्या असतात. आयुष्य हे एवढ्याच क्षणासाठी जगायचे असते, नाही तर आयुष्यात दुसरे काय आहे? नुसती प्रतीक्षा! वाढण्याची प्रतीक्षा, परीक्षांच्या निर्णयाची प्रतीक्षा, होकारांची प्रतीक्षा, हुंकारांची प्रतीक्षा आणि अखेरीस त्या अनामिक अदृश्य मृत्यूची प्रतीक्षा! कुणाला न्यायला विमान येते, तर कुणाला फरफटत तसेच नेले जाते. इच्छा आहे, आपण आपल्या पायांनी चालत जावे. ते विमानही नको आणि ती फरफटही नको! जायचे आहे, हे नक्की; मग कुरकुर करण्यात काय अर्थ आहे? निदान ही प्रतीक्षेची अखेर आहे, हे एवढे समाधान काय कमी आहे? सगळे काही आवरून झाले. सुस्नात झाल्यावर वस्त्रे लेऊन झाली की, शेवटी अखेरी निढळावर ठसठशीत कुंकू लावायचे असते ना! सगळे आयुष्य भोगून झाले, अनुभवांची वस्त्रे पांघरून झाली, सुख-दु:खांच्या अश्रूंत सुस्नात झालो; आता फक्त समारोपाचा आणि नव्या अध्यायाच्या प्रारंभाचा टिळा लावायचा आहे. सर्व प्रतीक्षा संपल्या आणि शेवटची सुरू झाली. मृत्यू वाकुल्या दाखवू लागला आहे, तेव्हा मीही त्याला वाकुल्या दाखवतो आहे. एक दिवस तो नक्की येईल आणि म्हणेल, 'मित्रा, चल, निघायची वेळ झाली.' तेव्हा म्हणता यावे– 'वाट पाहून थकलो

रे, केव्हाच निघायला हवे होते. आता उशीर झाला आहे. आज नको– आता उद्या निघू!' आणि त्याला माझे म्हणणे खरे वाटेल. तो मनाशी म्हणेल– एका दिवसाने असे काय होणार आहे? हे त्याला माहीत नाही की, पुन्हाही जेव्हा तो येईल, तेव्हाही आता फार उशीर झाला म्हणून मी त्याला आणखी उद्या बोलावणार आहे. तो उद्याची प्रतीक्षा करील, तेव्हा मी कालच्या आठवणी मनात घोळवीत बसेन.

- ०-०-०-

३६

एका अखेरच्या निरोपासाठी

प्रिय सखये,

तुला कोणत्या नावाने पत्र लिहू?

कारण तुझे नावच मला आठवत नाही. तू कधी सांगितले नाहीस आणि मीही तुला विचारले नाही.

नावात काय आहे, असे लोक म्हणतात; पण ही गोष्ट खरी नाही. चंद्रहास असे नाव म्हटले की, एका अद्भुत कादंबरीतील नायकाची आठवण होते. लवंगलतिका या नावाने सडपातळ, हट्टी आणि तिखट अशा एका मुलीचे रूप समोर दिसायला लागते. नावात पुष्कळच आहे. भागीरथी नावाची मुलगी लाघवी असेल किंवा तिच्या कोणी प्रेमात पडत असेल का? नाव सुंदर हवे– गावसुद्धा सुंदर हवे. आता ते प्रत्येकाला लाभत नाही, हे मला माहीत आहे. या सर्वच गोष्टी दैवाधीन आहेत. तरीही प्रत्येकाला रंगाचा, रूपाचा, गावाचा किंवा घराण्याचा अहंकार असतो.

तुझे नाव-गाव मला माहीत नाही आणि माहीत करून घ्यावे, असे वाटले नाही. या साऱ्या चौकशा माणूस भानावर आला असला तर करतो. तुला मी पाहिले, त्याच क्षणी मी तुझा गुलाम झालो आणि मग सारे तर्कशास्त्र फुकट गेले. तुला मी पाहिले, डोळ्याला डोळा भिडवला; त्याचबरोबर तू मान खाली वळवलीस. चमत्कार व्हावा त्याप्रमाणे तुझ्या गालावर वेगळाच गुलाबी रंग पसरला. गालाला एक खळी पडली. पाणपाखराने पाण्यात डुबी घ्यावी म्हणजे जसा एक तरंग उठतो, तशी तुझ्या गालावर खळी उठली. वाटले, या खळीत बुडी घ्यावी. पण खोलीचा अंदाज नव्हता. मला बुडूनही जायचे नव्हते– अगदी तुझ्यासाठी आणि तुझ्या खळीतसुद्धा. मला जगायचे आहे तुझ्याबरोबर– तुझ्यासाठी. सर्वस्व देण्याची

भाषा मी कधी बोललो नाही. तुझ्यासाठी मी काही सुखे ओवाळून टाकेन, पण मरून जाणे मला जमणार नाही. तुझ्या प्राप्तीचा अनावर मोह आहे. तू असशील, तर सर्व काही आहे. या जगात अनेक सौंदर्ये आहेत. तुझ्यामुळे ही सारी सौंदर्ये माझ्या आटोक्यात येणार आहेत. तू हवीस, मीही हवा आणि हे जगसुद्धा हवे. हे जग भोवताली नसेल, तर तुझ्या आणि माझ्या असण्याला काही अर्थच राहणार नाही.

तू सुंदर आहेस, हे या जगानेच मला शिकविले. सुख भोगण्याची कलाच मुळी मला जगाने शिकविली. हे जग आहे, आपल्याला एक भोवताल आहे, म्हणूनच आपल्या अस्तित्वाला एक चौकट आहे. तुझ्या आणि माझ्या एकत्र येण्याचा मत्सर करणारे डोळे जगात आहेत, म्हणून आपल्या एकत्र येण्याला अर्थ आहे. कुणा तरीपेक्षा आपण अधिक सुंदर आहोत, म्हणून आपल्याला उंची येते; कुणी तरी आपल्यापेक्षाही सुंदर आहे, म्हणून आपल्या जीवनाला खोली येते.

कुणाला तरी नाकारून तू माझ्याकडे धाव घेतलीस ना! एक वर्तुळ सोडून तू माझ्याकडे धाव घेतलीस ना! आपण वेगळे होतो म्हणून एकत्र येण्याची कामना निर्माण झाली ना! हे सारे तुला आठवतेय की, नाही? स्त्री आणि पुरुष एकत्र येतात आणि आणखी वर्तुळ जन्म पावते. लोक म्हणतात, तुम्ही एकरूप झाला असाल. त्यांच्या हे लक्षात येत नाही की, आम्ही वेगळे होतो म्हणूनच आमच्या एकत्र येण्याला अर्थ होता. एकच होऊन गेल्यानंतर एकमेकांबद्दल आम्ही माया कशी दाखवणार? स्पर्शाचे कौतुक आम्ही कसे करणार? प्रत्येकाच्या आशा आणि आकांक्षा एकाच भूमीत सर्जन करणार. तो उमलणार. कुणाकडून तरी घेतलेले गुण-दोषांचे ओझे आमच्या संतानांच्या माथी मग कसे बरे मारणार? आपण जवळ-जवळ एक असतो, पण एकरूप झालेलो नसतो; म्हणूनच जगणे शक्य नसते.

खरे सांगायचे म्हणजे तुझे नाव-गाव माहीत नाही, तेच बरे आहे. नावाला इतिहास चिकटलेला असतो. जिला पूर्वेतिहास नाही वा भविष्यकालसुद्धा नाही, अशी एक चांदणी आकाशात उगवली. तिचा फक्त लुकलुकणारा प्रकाश एवढेच काय ते सत्य असते. तिच्या प्रकाशाशी माझे नाते जडणारच. आषाढातल्या पहिल्या पावसाचा गंध जितका उन्मादक तितकाच अनाघ्रात स्त्रीचा प्रथम स्पर्श उन्मादक. सर्जनालासुद्धा इतिहास नसावा. असलाच तर भविष्यकाळ असावा.

तुला मी पाहिले, तेव्हाच माझ्या लक्षात आले की, नेहमी माझ्या पहाटेच्या

स्वप्नात जी एक अस्फुट सावली वारंवार येते, ती तुझीच असावी. पावसाळी दिवसांत एका घननील मेघाच्या आडोशाला लपलेली मी तुला पाहिली आहे. उसळत्या प्रवाहात फेसामध्ये डुलताना तू पुष्कळदा दिसलीस. तशी मी तुला पुष्कळदा पाहिली, तरीही मी तुला कधीच पाहिली नाही. मला अस्फुट असे तुझे स्पर्श झाल्यासारखे वाटतात, पण तुझ्या डोळ्यांत मात्र त्याची ओळख दिसत नाही.

ही गोष्ट खरीच आहे की, तुझे ओठ माझ्या ओठांना कधीच भेटले नाहीत; मग माझ्या ओठांना चिकटवलेला एक मधुर ओलावा तुझ्याशी नाते का बरे सांगतो? तो ओलावा मात्र तुझाच आहे. अनेक रूपांत तू मला दिसलीस; परंतु प्रत्येक वेळेस एक नवा, तरी ओळखीचा ओलावा माझ्या ओठांना चिकटून जातो. एका गूढ अंधारातून या जगात जेव्हा मी प्रथम आलो, तेव्हा तर तुझ्या ओलाव्याने माझे अंगांग झाकळलेले होते. अन्नाची पहिलीच चव एका ओलाव्याने माझ्या जिभेला आणून दिली. हसताना, रडताना, विव्हळ होताना, उन्मत्त होताना तो ओलावा माझा पाठलाग करू लागला. या ओलाव्याने मला अनेकदा जाळून टाकले. जळता-जळता माझ्या घशातला शोषही भागला.

म्हणून म्हणतो– सखये! नाव, गाव कळले नाही तर कुठे बिघडले? तुझे आणि माझे काहीएक नाते ठरले, म्हणजे सर्व प्रश्न संपले की! आपुलकीने सगळाच अन्वयार्थ बदलून गेला. मी काळा असलो तरी सावळा झालो. स्थूल होतो, त्याचा पुष्ट झालो. खुजा असलो तरी अटकर बांध्याचा झालो होतो. खरे तर माझ्या सर्व उणिवांना झाकून टाकण्याचे सामर्थ्य या आपलेपणात आहे. जगातले सारे संसार या आपलेपणामुळेच निभावून जातात, एरवी हव्यासाने माणसाला पशू करून टाकले असते. ओलाव्यामुळे असलेल्या गुणांची वृद्धी होते. नसलेल्या गुणांना झिडकारले जाते. नाक अपरे असले तरी तेच आवडू लागते. आखूड केसांची वळणेही स्वागताच्या कमानी उभारतात. मानून घ्यायचे ठरवले, तर जगाचा रस्ता मखमली असतो.

सखे, तुझ्या आणि माझ्या नात्यालाही अंत आहे. तसा प्रत्येक गोष्टीलाच अंत असतो. किंबहुना, अंत आहे म्हणूनच उत्कटता आहे; म्हणूनच माणूस उचंबळून येऊन सुख-दु:खावर झडप घालतो. दिलेल्या कालमर्यादेत जमेल तितके हे सुंदर जग पादाक्रांत करायचे, अशी त्याची आकांक्षा असते. पुष्कळ जण धावता-धावताच गतप्राण होतात आणि त्यांच्या लक्षात येते की, आपल्या हक्काची साडेतीन हात जागा एवढीच आपल्या मालकीची; बाकीचा सारा निराकार हव्यास आहे. अंत आहे, म्हणूनच हव्यास आहे. माझा अंत दिसू लागला आहे,

त्यामुळे तुला एकदा तरी नावाने हाक मारावी, अशी इच्छा उत्पन्न झाली आहे. अनेक नावे माझ्या आयुष्यात येऊन गेली. अनेकांना हाका मारल्या- काहींना त्या ऐकू गेल्या– काहींनी ओ दिली– काहींनी हाक ऐकू आलीच नाही, असा देखावा केला. एवढे घडूनसुद्धा तुला नावाने हाक मारण्याची इच्छा शिल्लकच आहे.

इतक्या वर्षांनंतर मला कळून चुकले आहे की, हाताच्या टप्प्यात असलेली तू मला भेटण्याची टाळाटाळ करत आलीस. खरे म्हणजे, खंडरूपाने तू मला भेटली आहेस. जन्माला आलो तेच तुझ्या कुशीत, सागरगोटे खेळलो ते तुझ्याबरोबर. तूच होतीस वहिनी, बहीण, मैत्रीण, अर्धांगिनी. या साऱ्या वेगवेगळ्या रूपांत कुठे कुठे तू होतीस बरे? कधी कधी हसण्यातून तू जवळ आलीस, लाजण्यातून तू पळून गेलीस, हुंदक्यांच्या पुलावर थबकलीस, सुस्कारांच्या शिडांच्या गलबतातून निघूनही गेलीस. कधी निष्ठेने गळ्याभोवती घातलेले हात निसटून गेले, परंतु मिठीची ऊब मात्र अजून उरली आहे.

अनेक हाका ऐकल्या– अनेक हाका मारल्या. सर्वांना साद घालता आली नाही, सर्वांनीच साद दिलीही नाही. निसटती अशी तू आयुष्यभर दिसत राहिलीस. तशी जवळ आलीच नाहीस. नावसुद्धा सांगितले नाहीस. तू नेमकी कशी आहेस, हेसुद्धा नेमके मी सांगू शकणार नाही. तू दुर्गा आहेस का सरस्वती आहेस? कोण जाणे! तू वत्सला आहेस का श्यामला आहेस? कामिनी आहेस का भगिनी आहेस, हे तरी कसे मी सांगणार? पहाटेच्या दवाने आपले सर्वांग झाकळून टाकावे तसे आयुष्यभर तू मला झाकळून टाकले आहेस. दव पकडता येत नाही तसे तुला पकडता आलेले नाही. आयुष्यभर साथसंगत करूनसुद्धा मी एकट्यानेच चालत होतो. हा शोध आता मला लागू पडला आहे. पण मी निराश झालेलो नाही.

माझी खात्री आहे, एक ना एक दिवस तू सर्वार्थाने मला सामोरी येशील. अनेक रूपांनी गंगा समुद्राला भेटते, तशी अनेक रूपांनी तू मला भेटशील. तुला ओळखण्याची शक्ती मात्र तेव्हा माझ्याजवळ राहायला हवी. अगदी अखेरच्या... अखेरच्या क्षणीसुद्धा मिटल्या पापण्यांच्या कमानीखाली तू उभी राहिलीस आणि हात हालवून 'अलविदा' केलास, तरी पुरे झाले.

तुझा,
अनिल विश्वास

- ०- ०- ०-